ഓടനാടിന്റെ പൂരോത്സവം

Bodhi Books
Pathiyoor P.O., Kayamkulam
Alappuzha - 690508, Kerala, India
E-mail: bodhibooks03@gmail.com
Tel: +91 9447304886

CHETTIKULANGARA KUMBHABHARANI ODANAADINTE POOROLSAVAM
by **Harikumar Elayidathu**
Folklore | History / Malayalam

First Published by Bodhi Books: March, 2023

Typesetting: Bodhi Books
Illustration: Sunil Prem
Design & Layout:
Chembarathi Creatives, Kottayam

ISBN: 978-81959645-2-9

Price **Rs. 250**
Production No. B-B-117-4-100-03-23

Printed and bound in India by
Repro Mumbai

ചെട്ടികുളങ്ങര കുംഭഭരണി

ഓടനാടിന്റെ പൂരോത്സവം

കെട്ടുകാഴ്ച
കുത്തിയോട്ടം

ഹരികുമാർ ഇളയിടത്ത്

ബോധി ബുക്സ്
കായംകുളം - 690 508

ഹരികുമാർ ഇളയിടത്ത്

ആലപ്പുഴ ജില്ലയിലെ മാവേലിക്കരയിൽ ജനിച്ചു. ചെട്ടികുളങ്ങര പേള ഗുരുമല ഇടയിലെവീട്ടിൽ എൻ. രാധയുടെയും കോമലേഴത്ത് പുല്ലമ്പള്ളിൽ ഭാനുപ്പണിക്കരുടെയും മകൻ. ദൃശ്യമാധ്യമരംഗത്ത് പ്രവർത്തിക്കുന്നു. പ്രാദേശിക ചരിത്രാന്വേഷകൻ.

കാൻഫെഡ് ചലച്ചിത്ര പഠന ക്യാമ്പ് (1993), ഫെഫ്ക തിരക്കഥാക്യാമ്പ് (2015), കേരള സാഹിത്യ അക്കാദമി കഥ-കവിത ക്യാമ്പ് (2017), ബാലസാഹിത്യ ഇൻസ്റ്റിറ്റ്യൂട്ട് പുസ്തകരചന ശില്പശാല (2017) തുടങ്ങിയവയിൽ പങ്കെടുത്തു.

ദൂരദർശൻ സംപ്രേഷണം ചെയ്ത ചെറുകോൽപ്പുഴ ഹിന്ദുമത പരിഷത്ത് ശതാബ്ദി ഡോക്യുമെന്ററി (2012), ആറന്മുള വള്ളംകളി, ചെട്ടികുളങ്ങര കുംഭഭരണി തുടങ്ങിയവയുടെ തത്സമയ സംപ്രേഷണങ്ങൾ തുടങ്ങിയവയ്ക്ക് രചന നിർവഹിച്ചു.

യു. എസ്സ് ബേസ്ഡ് ക്രിസ്ത്യൻ ഡിവോഷണൽ ചാനലായ വേഡ് ടു വേൾഡ്, ജനം ടി.വി എന്നിവയിൽ പ്രോഗ്രാം പ്രൊഡ്യൂസർ ആയിരുന്നു. ആനുകാലികങ്ങളിൽ എഴുതുന്നു.

മംഗളം വാരിക സിൽവർജൂബിലി വർഷത്തിൽ നടത്തിയ സമസ്യാപൂരണമത്സരത്തിൽ ഒന്നാം സ്ഥാനം (1990). അന്താരാഷ്ട്ര പുസ്തകോത്സവ സമിതിയുടെ കഥാമത്സരത്തിൽ ഒന്നാം സ്ഥാനം(2015).

പുസ്തകം: അമ്മ അധിക്ഷേപിക്കപ്പെടുന്നതിലെ മതവും രാഷ്ട്രീയവും (2013), ചെട്ടികുളങ്ങര കുംഭഭരണി: ഓടനാടിന്റെ പൂരോത്സവം (2023).

പങ്കാളി: രാജി എസ്സ്

മക്കൾ: അനഘ ആർ മനോജ്, ആദികേശവ്

വിലാസം: പത്തിയൂർ തപാൽ, കായംകുളം, ആലപ്പുഴ -690508

ഫോൺ: 9061108334. email:elayidam@gmail.com

പ്രസാധകക്കുറിപ്പ്

ഓണാട്ടുകരയുടെ പരദേവതയായ ചെട്ടികുളങ്ങരയമ്മയെക്കുറിച്ചും അവിടുത്തെ വിഖ്യാതമായ കുംഭഭരണിയുത്സവത്തെക്കുറിച്ചും അനുഷ്ഠാനകലയായ കുത്തിയോട്ടത്തെക്കുറിച്ചും അറിയാനാഗ്രഹിക്കുന്നവർക്ക് സാമാന്യമായൊരറിവ് ലഭിക്കാനുതകുന്ന പുസ്തകമാണ് 'ചെട്ടികുളങ്ങര കുംഭഭരണി: ഓടനാടിന്റെ പൂരോത്സവം' എന്ന ഈ കൃതി. ഹരികുമാർ ഇളയിടത്താണ് രചയിതാവ്. ദൂരദർശൻ തത്സമയ സംപ്രേഷണത്തിനുവേണ്ടി തയ്യാറാക്കിയ കുറിപ്പുകളോടാപ്പം ചരിത്രത്തിൽ നിന്ന് അപ്രത്യക്ഷമായ ചില കൗതുങ്ങൾകൂടി പുസ്തകത്തിൽ ഉൾപ്പെടുത്തിയിരിക്കുന്നു. സാംസ്കാരികപഠനത്തിനും പ്രാദേശിക ചരിത്രപഠനത്തിനുമുതകുന്ന കരുക്കൾ ഈ പുസ്തകത്തിൽ സുലഭമായുണ്ട്. വായനക്കാർക്ക് പുസ്തകം ഇഷ്ടപ്പെടുമെന്നാണ് ഞങ്ങളുടെ പ്രതീക്ഷ. പുസ്തകം ഏറെ സന്തോഷത്തോടെ 'ബോധി ബുക്സ്' കൈരളിക്കു സമർപ്പിക്കുന്നു.

അകം

ആമുഖം

ആയിരത്തിതൊള്ളായിരത്തി തൊണ്ണൂറ്റിയേഴിലാണ് ചെട്ടികുളങ്ങര ക്ഷേത്രത്തെക്കുറിച്ച് എഴുതാൻ ആദ്യമായി എനിക്ക് അവസരം ലഭിച്ചത്. മലയാളമനോരമ ദിനപത്രത്തിൽ പ്രസിദ്ധീകരിച്ച കുംഭഭരണിയുത്സവ സപ്ലിമെന്റിനുവേണ്ടിയായിരുന്നു ആ എഴുത്ത്. സുഹൃത്തും ആത്മബന്ധുവും അയൽക്കാരനുമായ മാജിക് സുനിലിന്റെ നിർബന്ധമായിരുന്നു അതിനുകാരണം. അദ്ദേഹമായിരുന്നു ആ സപ്ലിമെന്റിന്റെ കോഡിനേറ്റർ.

ക്ഷേത്രചരിത്രവും ഐതിഹ്യവും, ഒപ്പം, ക്ഷേത്രംതന്ത്രി, മേൽശാന്തി, ഭാരവാഹികൾ എന്നിവർക്കൊക്കെ ഇടം നൽകി, രണ്ടു പേജു നിറഞ്ഞുനിന്ന ഒന്നായിരുന്നു ആ പ്രത്യേക പതിപ്പ്. ചെട്ടികുളങ്ങര വിശേഷവുമായി അത്തരം ഒരു പതിപ്പ് ഒരു പ്രധാന ദിനപത്രത്തിൽ ആദ്യമായിരുന്നു. 'ചെട്ടികുളങ്ങര കുംഭ ഭരണി: ഓടനാടിന്റെ പൂരോത്സവം' എന്നായിരുന്നു അതിനുനൽകിയിരുന്ന തലക്കെട്ട്. ആ സ്മരണയിൽ, ഈ പുസ്തകത്തിനും അതേപേരുതന്നെ നൽകിയിരിക്കുന്നു. ശ്രദ്ധേയമായ ആ പതിപ്പിനുശേഷം പിന്നെയും ചിലയാണ്ടുകൾകൂടി കഴിഞ്ഞാണ് ദിനപത്രങ്ങൾ നേരിട്ട് ചെട്ടികുളങ്ങരയിൽ ഉത്സവപ്പതിപ്പുകൾ പ്രസിദ്ധീകരിക്കുന്നതിലേക്ക് സാഹചര്യങ്ങൾ വളർന്നത്. അതിനാൽത്തന്നെ അന്നത്തെ പതിപ്പിന് കഠിനപരിശ്രമം വേണ്ടിവന്നു.

അതിസാഹസികമായി പതിപ്പിലേക്ക് ആവശ്യത്തിനു പരസ്യങ്ങൾ സുനിൽ ശേഖരിച്ചു. അനേകം ആളുകളെകണ്ടും കേട്ടും ചരിത്രവും പുരാവൃത്തവും പരമാവധി ശേഖരിക്കാൻ ഞാനും പരിശ്രമിച്ചു. അങ്ങനെയാണ് അന്നത്തെ പ്രത്യേക പതിപ്പ് സംഭവിക്കുന്നത്. അതിനു വളരെ നല്ല പ്രതികരണമാണ് വായനക്കാരിൽനിന്നുയുണ്ടായതെന്ന് നന്ദിയോടെ ഓർക്കുന്നു.

ഒന്നുരണ്ടുവർഷത്തിനുശേഷം മഞ്ജുമാല്യം എന്ന സംഗീത ആൽബത്തിനുവേണ്ടി എഴുതാനും സാഹചര്യമുണ്ടായി. മാവേലിക്കര ബാലചന്ദ്രവർമ്മ സാറായിരുന്നു സംഗീതം നൽകിയത്. അമ്മയുടെ ആപാദചൂഡവർണ്ണന, ഗണേഷ് സുന്ദരം ആലപിച്ച, ശാ

സ്ത്രീയമായി ചിട്ടപ്പെടുത്തിയ, ഒരു സെമിക്ലാസിക്കൽ ഗാനം, ഒരു സംസ്കൃത ഗാനം തുടങ്ങിയ വ്യത്യസ്ഥതകൾ ഉണ്ടായിരുന്നിട്ടും വിതരണത്തിന്റെ അപാകംമൂലം അതു വേണ്ടത്ര ശ്രദ്ധിക്കപ്പെട്ടില്ല. പിന്നീട് ഒന്നുരണ്ടു കുത്തിയോട്ടപ്പാട്ടുകൾ കൈക്കുറ്റപ്പാടോടെ എഴുതാനും ഇടയായി.

ചെട്ടികുളങ്ങരയുടെ വിശേഷം പറയാൻ പിന്നീടും പലവട്ടം അവസരം ലഭിച്ചു. ദൂരദർശനുവേണ്ടിയുള്ള തൽസമയ സംപ്രേഷണത്തിനുവേണ്ടിയായിരുന്നു അവയൊക്കയും. കൂടുതൽ അന്വേഷണത്തിനും പഠനത്തിനും അതു നിമിത്തമായി. ഡി.ഡി മലയാളംകൂടാതെ, ആദ്യമായി ഡി.ഡി ഭാരതി, ഡി.ഡി. ഇന്ത്യ (ഇംഗ്ലിഷ്) എന്നീ ചാനലുകളുടെ സംപ്രേഷണത്തിനു വേണ്ടിയും എഴുതാൻ ഭാഗ്യവശാൽ പിന്നീടുകഴിഞ്ഞു. അതിനവസരംതന്ന ദൂരദർശൻ മുൻഡയറക്ടർ ചാമിയാർ, പ്രൊഡ്യൂസർ ഡി. രാജാറാം, ടെക്നിക്കൽ ഡയറക്ടർ പി. വേണുഗോപാൽ എന്നിവരോടുള്ള നന്ദിയും കടപ്പാടും അതിരറ്റതാണ്.

വായനക്കാരുടെ കയ്യിലുള്ള ഈ പുസ്തകം പലപ്പോഴായി ദൂരദർശനുവേണ്ടി തയ്യാറാക്കിയ അത്തരം കുറിപ്പുകളുടെ സമാഹാരമാണ്. ഇംഗ്ലീഷിലും മലയാളത്തിലും വിവരണം നൽകുന്നവർക്കായാണ് ഈ കുറിപ്പുകൾ പ്രധാനമായും തയ്യാറാക്കിയത്. ചിലതെല്ലാം തൽസമയത്തിനിടയിലെ സ്റ്റോറികൾക്കായുള്ളവയുമാണ്.

കൗതുകരമായ വാർത്താമൂല്യമുള്ള ഇനങ്ങളാണ് മാധ്യമങ്ങൾക്കു വേണ്ടത്. അതിന്റെ പരിമിതിയും സാധ്യതയും ഈ കുറിപ്പുകൾക്കുണ്ട്. ചെട്ടികുളങ്ങരയിൽ ഒരുകാലത്ത് ഉണ്ടായിരുന്നതും പത്തൊമ്പതാം നൂറ്റാണ്ടിന്റെ അവസാനദശകങ്ങളിൽ അപ്രത്യക്ഷമായിപ്പോയ കാർത്തികോത്സവത്തെക്കുറിച്ചും കുത്തിയോട്ടപ്പാട്ടിന്റെ താനവട്ടത്തോട് അനിതരസാധാരണമായ ആധർമ്മണ്യമുള്ള കരടിപ്പാട്ടിനെക്കുറിച്ചുമുള്ള കുറിപ്പുകൾ ദൂരദർശനുവേണ്ടിയെഴുതിയവയല്ല. പ്രാദേശിക ചരിത്രപഠനത്തിന്റെ ഭാഗമായി ലഭിച്ച വിവരങ്ങളാണ് അവ.

അമിതമായ ഭക്തിപ്രഘോഷണമോ ആചാരനുഷ്ഠാനങ്ങളോടു വിഭക്തിയോ ഇതിൽ കാണുകയില്ല. ഉത്സവത്തിനാണു മുൻതൂക്കം. അതിന്റെ നാനാവർണ്ണങ്ങളും ആവേഗവും ആവേശവും ഇതരലോകത്തേക്കുമെത്തിക്കുക എന്ന ദൗത്യത്തിന്റെ ഭാഗമായി നിന്നെഴുതിയ കുറിപ്പുകളായതിനാൽ അങ്ങനെ സംഭവിച്ചതാണ്. അതുകൊണ്ടുതന്നെ വിവരങ്ങളുടെ കൈമാറ്റമേ ഇതിലുള്ളൂ. വി

മർശനമോ വിലയിരുത്തലോ നമ്മുടെ ലക്ഷ്യത്തിലില്ല. അകലെയിരുന്ന് നമ്മുടെ നാടിനെ അറിയാൻ ശ്രമിക്കുന്നവരിൽ ക്ഷേത്രത്തോടും ഉത്സവാദികളോടും താൽപര്യമുണർത്തുകമാത്രമാണ് കുറിപ്പുകൾ ലക്ഷ്യം വെക്കുന്നത്.

എന്നാൽ, അടുത്തിടെ പ്രകടമായതും വ്യപകമായിക്കൊണ്ടിരിക്കുന്നതുമായ കുത്തിയോട്ടത്തിലെ പാരമ്പര്യേതര രീതിഭേദത്തെക്കുറിച്ച് സാന്ദർഭികമായി ചില കാര്യങ്ങൾ പറഞ്ഞിട്ടുണ്ട്. അത് ആരെയെങ്കിലും കുറ്റപ്പെടുത്താനായല്ല, ആശാസ്യമല്ലാത്ത പ്രവണതയെ ചൂണ്ടിക്കാട്ടാൻ ശ്രമിച്ചു, അത്രമാത്രം.

പലതരക്കാരും സ്ഥലക്കാരും പ്രായക്കാരുമായ നൂറുകണക്കിന് ആളുകളുടെ അറിവും അനുഭവവും ഓർമ്മകളുമാണ് ഈ പുസ്തകത്തിലുള്ളത്. അതിനാൽത്തന്നെ ഈ പുസ്തകത്തിന്റെ രചന നിർവ്വഹിച്ചത് ഒരു കൂട്ടായ്മയാണെന്നു പറയേണ്ടതുണ്ട്. അറിവിന്റെ പല അടരുകളെ കൂട്ടിക്കെട്ടാനുള്ള നിയോഗമെന്നേ ഈ സാഹസത്തെ പറയേണ്ടൂ. വിവരങ്ങൾക്കായി ആശ്രയിച്ചവരിൽ പലരും കഴിഞ്ഞ രണ്ടുവർഷത്തിനിടയിൽ കടന്നുപോയി. അവരെയെല്ലാം ആദരവോടെ ഓർക്കുന്നു. പേരെടുത്തു പറഞ്ഞ് നന്ദി പ്രകടിപ്പിക്കേണ്ടവർ പിന്നെയുമുണ്ട്. എല്ലാവരോടുമുള്ള കൃതജ്ഞത ഹൃദയത്തിൽ സൂക്ഷിക്കുന്നു. എങ്കിലും പുസ്തകത്തിന്റെ സാക്ഷാത്ക്കാരത്തിനായി ഒപ്പം നിന്ന ശ്രീ. മണികണ്ഠൻ നായർ, ശ്രീ. പി. പ്രദീപ് എന്നിവരോടുള്ള നന്ദിയും കടപ്പാടും ഇവിടെ കുറിക്കുന്നു.

ഈ പുസ്തകത്തിന്റെ രചനയ്ക്ക് ധാരാളം പുസ്തകങ്ങൾ ഉപയോഗപ്പെടുത്തിയിട്ടുണ്ട്. ചിലതെല്ലാം കുറിപ്പുകളോടൊപ്പം സൂചനയായി പരാമർശിച്ചിട്ടുണ്ട്. അവ അനുബന്ധത്തിൽ ആവർത്തിച്ചിട്ടില്ല. മറ്റൊരു പതിപ്പ് സാധ്യമെങ്കിൽ എല്ലാ പുസ്തകങ്ങളുടെയും ഒപ്പം ആശ്രയിച്ച മുഴുവൻ വ്യക്തികളുടെയും വിശദാംശങ്ങൾ നൽകാമെന്നു കരുതുന്നു. സദയം ക്ഷമിക്കണേ.

ഇതൊരു ചരിത്രപുസ്തകമല്ല. സമ്പൂർണ്ണതയും അവകാശപ്പെടാനില്ല. എന്നാൽ ചരിത്ര രചനയ്ക്കുതകുന്ന വിവരസൂചിക ഇതിൽ തീർച്ചയായുമുണ്ട്. അറിയാനാഗ്രഹിക്കുന്നവർക്കു കൂടുതൽ അന്വേഷിക്കാനും എഴുതാനാഗ്രഹിക്കുന്നവർക്കു പുതിയ വഴി തുറക്കാനും ഈ പുസ്തകം ഉപകാരപ്പെടുമെങ്കിൽ ഭാഗ്യം. പുസ്തകത്തിലെ വിവരണങ്ങളിലെ വസ്തുതകളിലോ ഭാഷയിലോ പോരായ്മകളുണ്ടെങ്കിൽ യുക്തിസഹമായി ചൂണ്ടിക്കാട്ടിയാൽ ഉപകാരമായി. സ്വയം തിരുത്താനും കൂടുതൽ പഠിക്കാനും അവ ഉപകാര

പ്പെടുകയും ചെയ്യും.

ഏവർക്കും ഒരിക്കൽക്കൂടി നന്ദി.

ഹരികുമാർ ഇളയിടത്ത്

ഭാഗം ഒന്ന്

ചെട്ടികുളങ്ങര കുംഭഭരണി: ഓടനാടിന്റെ പൂരോത്സവം

ഉത്സവങ്ങളാണ് ഗ്രാമീണ ജീവിതത്തിൽ അലൗകിക സൗന്ദര്യത്തിന്റെ നിറച്ചാർത്തുകൾ കോരിനിറയ്ക്കുന്നത്. വർഷം മുഴുവൻ നീളുന്ന അധ്വാനത്തിനുഗ്രാമീണജനത മനഃപൂർവ്വം നൽകുന്ന ഇടവേളകൾകൂടിയാണ്, ഉത്സവങ്ങൾ. ഈ ഇടവേളകളിൽ ആർജ്ജിച്ചെടുക്കുന്ന ഊർജ്ജവും ഉന്മേഷവുമാണ് അടുത്ത ഒരു വർഷത്തെ കഠിനാധ്വാനത്തിനും കാത്തിരിപ്പിനും അവർക്കുപ്രേരണനൽകുന്നത്. ഏതൊരു ദേശത്തെയും സാധാരണ മനുഷ്യരുടെ ഉൾച്ചേരലാണ് ഏതുൽസവങ്ങളുടെയും പ്രാണൻ. വിളവെടുപ്പിനുശേഷമുള്ള നാട്ടായ്മയുടെ ഒത്തുകൂടൽ കൂടിയാണത്. ഓണാട്ടുകരയുടെ അവസ്ഥയും വ്യത്യസ്തമല്ല. തട്ടകദേവതയായ ചെട്ടികുളങ്ങര അമ്മയുടെ തിരുനാളുത്സവം അവരെ സംബന്ധിച്ച് പൂരോത്സവമാണ്. മലയാളവർഷത്തിലെ കുംഭമാസത്തിലെ ഭരണിയാണ് ഭഗവതിയുടെ തിരുനാളായി ആഘോഷിക്കുന്നത്. എങ്കിലും, അതിനുള്ള തയ്യാറെടുപ്പുകളുമായി വൃശ്ചികപ്പിറപ്പുമുതലേ നാട്ടുകാർ കാത്തിരിപ്പു തുടങ്ങും. ഓണാട്ടുകരക്കാർക്ക് അത്രമേൽ ആവേശകരവും പ്രിയതരവുമായ കുംഭഭരണി ഉത്സവത്തിന്റെ ഒരുക്കങ്ങൾ തുടങ്ങുന്നത് കുംഭമാസത്തിലെ തിരുവോണം മുതലാണ്. ശിവരാത്രിയെന്നാണ് ആ ദിവസത്തെ അറിയപ്പെടുന്നത്.

കാലമെത്രമേൽ മാറിയാലും ലോകമെത്രതന്നെ മുന്നേറിയാലും, പിന്തുടർന്നു പോന്ന ആചാരാനുഷ്ഠാനങ്ങളിൽ കാര്യമായ മാറ്റങ്ങൾ വരാതെ കൊണ്ടാടപ്പെടുന്ന ഉത്സവങ്ങൾ കേരളത്തിലെ ഓരോ നാട്ടിൻപുറങ്ങളിലും കാണാം. തലമുറകൾ കൈമാറി സംരക്ഷിക്കപ്പെടുന്ന പുരാതന സംസ്കൃതിയുടെ ഫോസിലുകളാണ് ഇത്തരം ഉത്സവങ്ങളെന്നു നിസ്സംശയം പറയാം. എണ്ണിയാലൊടുങ്ങാത്ത കഥച്ചെപ്പുകളും എഴുതിസൂക്ഷിച്ചിട്ടില്ലാത്ത മനത്തിട്ടങ്ങളും ഈ കൈമാറ്റവഴിയിലെ കനത്ത ഈടുവെയ്പുകളാണ്. തിരുവിതാംകൂറിലെ ഉത്സവങ്ങളുടെ ഉത്സവമായ കുംഭഭരണി ഈ ഗണത്തിൽപ്പെടുന്ന ഒരു മഹോത്സവമാണ്. തൃശ്ശൂരുകാർക്ക് അവരു

ടെ സ്വന്തം പൂരമെന്നതുപോലെ, സവിശേഷമായ ഒരസ്ഥിത്വമാണ് ഓണാട്ടുകരക്കാർക്ക് കുംഭഭരണി. തനതായ സമ്പ്രദായങ്ങളിൽ നടത്തപ്പെടുന്ന സാമൂഹിക-സാംസ്കാരികത്തനിമയുടെ ഉദാത്തമായ സാക്ഷ്യമാണത്. ചെട്ടികുളങ്ങര കുംഭഭരണിയുമായി ബന്ധപ്പെട്ട ഓരോചടങ്ങും ഇവിടുത്തെ പ്രാദേശിക പ്രത്യേകതകളുടെ ഉൾത്തുടിപ്പും ആവേശവുമാണ്.

ഓടനാട്

ആലപ്പുഴ-കൊല്ലം ജില്ലകളിലെ കാർത്തികപ്പള്ളി, മാവേലിക്കര, കരുനാഗപ്പള്ളി താലൂക്കുകൾ ഉൾപ്പെടുന്ന പ്രദേശങ്ങളെയാണ് പൊതുവേ ഓണാട്ടുകര എന്നറിയപ്പെടുന്നത്. പഴയൊരു നാട്ടുരാജ്യമെന്ന നിലയിലാണ് ഈ ദേശം ശ്രദ്ധേയമാകുന്നത്. ഒടനാട്, ഓടനാട് (ഓടൽ/ഇല്ലിമുള + നാട്, എരുവ എന്നതിനും ഇല്ലിക്കാട് എന്നർത്ഥം), ഓണനാട്, ഓണാട്, കായംകുളം മുതലായ നാമങ്ങൾ ഈ നാട്ടുരാജ്യത്തെയാണു കുറിക്കുന്നത്. ചിറവായ് സ്വരൂപമെന്നും ഈ രാജ്യം ഒരുകാലത്ത് അറിയപ്പെട്ടിരുന്നു. ഇരവിപട്ടണമെന്നും കായംകുളത്തിനു (കായൽ+കുളം, കായൽ-ഇല്ലിമുള, കുളം-ജലസാമീപ്യത്തെയോ സമൃദ്ധിയെയോ കുറിക്കുന്നു) പേരുള്ളതായികാണാം. കണ്ടിയൂർമറ്റമായിരുന്നു അതിന്റെ ആദ്യ തലസ്ഥാനം. കണ്ടിയൂർ ക്ഷേത്രത്തിനു വടക്കുപടിഞ്ഞാറ് നരസിംഹക്ഷേത്രത്തിനു സമീപമായിരുന്നു കൊട്ടാരം. കൊട്ടാരം നിന്ന സ്ഥലം കോയിക്കൽ എന്നാണ് അറിയപ്പെടുന്നത്.

ഓരോകാലത്തും ഓരോപേരുകളിൽ ഈ നാട്ടുരാജ്യം അറിയപ്പെട്ടിരുന്നതായി കറുപ്പുംവീട്ടിൽ ഗോപാലപിള്ള (കേരളമഹാചരിത്രം, പേജ്. 61) രേഖപ്പെടുത്തുന്നുണ്ട്. ഓടനാട്, ചിറവായ്, പേരകം, പഴയിടം, പുതിയേടം എന്നിങ്ങനെ നാലു ശാഖകളും കോവിലുകളും ഉണ്ടായിരുന്നതായി അദ്ദേഹം സൂചിപ്പിക്കുന്നു (മാനുള്ളി ഗ്രന്ഥവരി). കണ്ടിയൂരിനെയാണ് പഴയിടമെന്നറിയപ്പെട്ടത്. പുതിയേടം കായംകുളവുമായിരുന്നു. കേരളചരിത്രത്തിന്റെ മധ്യകാലങ്ങളിലാണ് ഈ രാജ്യം കായംകുളം എന്നറിയപ്പെട്ടതെന്നാണ് അദ്ദേഹത്തിന്റെ അഭിപ്രായം.

കാർഷിക മേഖലയായിരുന്നു ഓണാട്ടുകരയുൾപ്പെടുന്ന ഈ ചെറുരാജ്യം. അതേപ്പറ്റി കറുപ്പുംവീട്ടിൽ നൽകുന്ന സൂചനയിതാണ്: ആണ്ടിൽ ഒന്നിടവിട്ടു രണ്ടുപൂവുവീതം നെല്ലും എള്ളും ആകെ നാലുപ്രാവശ്യം കൃഷിചെയ്തുവന്ന നിലങ്ങളായിരുന്നു കായംകുളം രാ

ജ്യത്തുള്ളവ. ഇപ്പോഴും ഓണാട്ടുകരയിലെ കൃഷിസമ്പ്രദായം അങ്ങനെതന്നെ (പേജ് 356). എന്നല്ല, എള്ളും നെല്ലും മുതിരയും ഇവിടെ സമൃദ്ധമായി വിളവുതന്നിരുന്നു. ഓച്ചിറക്കടുത്ത 'അർത്തിച്ചിറ' മുതൽ 'ആലംതുരുത്തി' വരെയായിരുന്നു ആദ്യകാല അതിർത്തി. പതിനാലാം നൂറ്റാണ്ടിലേതെന്നു കരുതുന്ന 'ഉണ്ണുനീലി സന്ദേശ' കാലമായപ്പോഴേക്കും കരുനാഗപ്പള്ളിക്കു തെക്ക് 'കന്നേറ്റി' വരെ അതിന്റെ അതിരു വിപുലപ്പെടുന്നുണ്ട്.

പിന്നീട് കന്നേറ്റി (വീതികൂടിയ നടവരമ്പെന്നർത്ഥം - നീരൊഴുക്കു തോടിനോടുചേർന്ന വലിയ വരമ്പ് (തോട്ടുചിറ). തൊടുപുഴയിൽ കാരിക്കോടും ഒരു കന്നേറ്റിയുണ്ട്) മുതൽ തിരുവല്ലയ്ക്കടുത്തുള്ള കടപ്ര (കടപ്പുറം) വരെയും പടിഞ്ഞാറ് തൃക്കുന്നപ്പുഴക്കടുത്തുള്ള കന്നാലിപ്പാലം വരെയും വ്യാപിച്ചുകിടക്കുന്ന പ്രദേശമായി ഓണാട്ടുകരയെ, അടയാളപ്പെടുത്തുന്നുണ്ട്.

എന്നാൽ ഇന്ന് ഭൂമിശാസ്ത്രപരമായ ഇത്തരം അതിരുകളെയെല്ലാം മായ്ച്ചുകളഞ്ഞ്, തനിമയുള്ള ഒരു സംസ്കാരിക മുദ്രയായി പരിണമിച്ചു വികസിച്ചിരിക്കുന്ന ഒരുപ്രയോഗവിശേഷണമാണ്, 'ഓണാട്ടുകര'യെന്നത്.

ഒരേസമയം, ദേശത്തേയും ദേശസംസ്കൃതിയെയും മഹനീയമായ ഭൂതകാലപാരമ്പര്യത്തെയും അടയാളപ്പെടുത്താൻ ഓണാട്ടുകരയെന്ന മൊഴിവഴക്കത്തിനു കഴിയുന്നു. ഭാഷ, ജീവിതശൈലി, ആഹാരക്രമം, ആചാരപദ്ധതി, ആചാരാനുഷ്ഠാനങ്ങൾ, വേഷവിധാനം തുടങ്ങിയ സൂക്ഷ്മവും സ്ഥൂലവുമായ അടയാളപ്പെടുത്തലുകളുടെ അടരുകളിൽ ഈ ദേശത്തിന്റെ തനിമ വേറിട്ടവ്യക്തിത്വത്തോടെ നിലനിൽക്കുന്നു.

ക്ഷേത്ര രേഖകൾ

മധ്യതിരുവിതാംകൂറിലെ കണ്ടിയൂർ ക്ഷേത്രത്തിലേയും ഹരിപ്പാട്ടു ക്ഷേത്രത്തിലെയും തെക്കൻ തിരുവിതാംകൂറിലെ ശുചീന്ദ്രം ക്ഷേത്രത്തിലെയും രേഖകളിൽനിന്ന് ഓടനാട്ടിനെപ്പറ്റി വിലപ്പെട്ട വിവരങ്ങൾ ലഭിച്ചിട്ടുണ്ട്. അന്നത്തെ രാജാവായ ഇരവി കേരളവർമ്മൻ, പത്നി കണ്ടിയൂർ തേവിടിച്ചി ചെറുകരകുട്ടത്തി, മകൾ ഉണ്ണിയാടി എന്നിവരും ഈ രേഖകളിലൂടെ വെളിച്ചപ്പെടുന്നു.

ഇന്നും കണ്ടിയൂർ ക്ഷേത്രാങ്കണത്തിൽ കാണുന്ന ഒരു ശിലാരേഖ ഇങ്ങനെ വായിക്കാം:

'ഇന്നാളിൽ കണ്ടിയൂർ മഹാതേവർ തിരുവുടമ്പുശ്രീപീഠമും

ഒഴിയ ശ്രീവിമാനവും അവിക്കിണറും വിളക്കുമാടമും പണിചെയ്യിച്ച് തിരുക്കലശം മുടിച്ചരുളിയ ഓടനാട് വാഴ്ന്തരുളിന്റെ ഉതയച്ചിരമകലത്ത് ശ്രീവീരപെരുമാറ്റത്ത് ഇരാമൻ കോതവർമ്മ തിരുവടി തിരുവുള്ളഞ്ചെയ്തരുള് കണ്ടിയൂർ തേവിടിച്ചി കുറുങ്കുടി ഉണ്ണിക്കളത്തിരരുക്ക് വേണാട്ടുടയ കീഴ്പ്പേരൂർ മൂപ്പുവാഴ്ന്തരുളിന്റെ ഇരവി കേരളവർമ്മ തിരുവടിയാന്നിന്റു തിരുപ്പണി..'

കണ്ടിയൂരബ്ദം: ഓടനാടിന്റെ സ്വന്തം കലണ്ടർ

'കണ്ടിയൂർ അബ്ദം' അഥവാ 'കണ്ടിയൂർ വർഷം' എന്നറിയപ്പെട്ട ഒരു വാർഷിക കാലഗണന ഓണാട്ടുകരയ്ക്ക് സ്വന്തമായിരുന്നു.

കേരളത്തിന്റെ സാംസ്കാരിക ചരിത്രത്തിൽ വളരെ പ്രാധാന്യമുള്ള ഒന്നാണ് ഈ കാലഗണന. കണ്ടിയൂർ ശിവക്ഷേത്രത്തിന്റെ ആരംഭവുമായി ബന്ധപ്പെട്ടാണ് ഓടനാടിന്റെ സ്വന്തം കലണ്ടർ ആരംഭിക്കുന്നത്.

കണ്ടിയൂർ മഹാക്ഷേത്രത്തിന്റെ പൗരാണികതയും ചരിത്രവും വെളിവാക്കുന്ന ശിലാലിഖിതങ്ങൾ ഇപ്പോഴും അവിടെ കാണാം. അതുപ്രകാരം എ.ഡി. 823-ലാണ് ക്ഷേത്രം നിർമ്മിക്കുന്നത്. ചേരമാൻ പെരുമാൾ നായനാർ രാജശേഖരവർമ്മൻ എന്ന ചക്രവർത്തിയായിരുന്നു അതിനു നേതൃത്വം നൽകിയത്. ഈ ക്ഷേത്ര നിർമ്മാണത്തോടനുബന്ധിച്ചാണ് കണ്ടിയൂർ അബ്ദം ആരംഭിച്ചത്.

സാധാരണ യുദ്ധവിജയങ്ങൾ ഉണ്ടാകുമ്പോഴോ, ഏതെങ്കിലും രാജ്യത്തെ കീഴടക്കുമ്പോഴോ പുതിയ കാലഗണന പഴയകാലത്ത് രാജ്യങ്ങളിൽ പതിവുണ്ടായിരുന്നു. അതിൽ നിന്നും തീർത്തും വ്യത്യസ്തയായ ഒരു കലണ്ടറായിരുന്നു കണ്ടിയൂർ അബ്ദം.

Kandiyoor Era എന്ന പേരിൽ വിദേശ രേഖകളിലും ഇത് ഇടംപിടിച്ചു.

മലയാള മാസങ്ങളായ ചിങ്ങം, കന്നി തുടങ്ങിയ മാസങ്ങളായിരുന്നു കണ്ടിയൂർ വർഷവും അനുവർത്തിച്ചു പോന്നത്. പൊതുജനങ്ങൾക്കിടയിൽ എന്നാൽ ആ വാർഷിക കലണ്ടർ അനുവർത്തിക്കപ്പെട്ടിരുന്നില്ല. ക്ഷേത്ര ചടങ്ങുകൾക്കും ആട്ടവിശേഷങ്ങൾക്കും മാത്രമായിരുന്നു അതു പിന്തുടർന്നത്.

'തളിയാണ്ട്' എന്നും ഈ കലണ്ടർ അറിയപ്പെട്ടിരുന്നു. മഹാശിവക്ഷേത്രങ്ങളെ 'തളി'കളെന്നു പറഞ്ഞിരുന്നതിനാലാണ് 'തളിയാണ്ടെ'ന്ന ശൈലി രൂപപ്പെട്ടത്. പിൽക്കാലത്ത് കൊല്ലവർഷം ജനജീവിതത്തിൽ ആമൂലാഗ്രം പ്രബല്യത്തിലായതോടെയാണ് കണ്ടിയൂർ

വർഷത്തിനു പ്രസക്തി നഷ്ടപ്പെട്ടത്.

പടനിലങ്ങൾ

ഓച്ചിറ, കരുനാഗപ്പള്ളി, മരുതൂർകുളങ്ങര, ചക്കുവള്ളി, നൂറനാട്, പോരുവഴി, കണ്ടിയൂർ, ചെറിയനാട്, കായംകുളം (എംഎസ്സ്എം കോളജിനു വടക്കുവശം കുറുങ്ങാട്ട്), മാന്നാർ (ഇപ്പോൾ ചന്ത നിൽക്കുന്നസ്ഥലം), പള്ളിക്കൽ, പാലമേൽ, ഭരണിക്കാവ് എന്നിവിടങ്ങളിൽ ഓടനാടിനു പടനിലങ്ങൾ ഉണ്ടായിരുന്നു.

നായന്മാർ മാത്രമല്ല, ഈഴവരും പടനായകരായുണ്ടായിരുന്നു.

ലക്ഷണയിൽ പണിക്കർക്ക് ഓടനാട്ടിൽ നൂറ്റിയെട്ടു കളരികളുണ്ടായിരുന്നു. (ഡോ. ആർ. രാജേഷ് - ഓണാട്ടുകര ദേശം, ഭാഷ, സംസ്കാരം). കോമലേഴത്തു പണിക്കന്മാർ മാടത്തിൻകൂറിന്റെ പടനായകരായിരുന്നതായി ആർട്ടിസ്റ്റ് രാമവർമ്മ പ്രസ്താവിച്ചതായി കാണുന്നു (ശിവഗിരിമാസിക, ഏപ്രിൽ-1949). 'പത്തിയൂരിൽ പടവെട്ടും പത്തീനാഥപ്പണിക്ക'രെക്കുറിച്ചുള്ള നാടൻപാട്ടു പ്രസിദ്ധമാണ്. കായംകുളം രാജാവിന്റെ പടനായകനായിരുന്നു അദ്ദേഹം. പ്രസിദ്ധ ഈഴവ കളരിയായ വാരണപ്പള്ളിലേതായിരുന്നു അദ്ദേഹം.

മാർത്താണ്ഡവർമ്മയോടു തോറ്റുപോയതിൽ ഖിന്നനായ പത്തിനാഥപ്പണിക്കർ വീരാഹുതി ചെയ്തു. അദ്ദേഹത്തിന്റെ പ്രതിഷ്ഠ യോഗീശ്വരസ്ഥാനത്ത് ഇന്നും വാരണപ്പള്ളിൽ കുടുംബക്ഷേത്രത്തിൽ കാണാം. അന്തിമയുദ്ധത്തിൽ ഓടനാടിനെ പരാജയപ്പെടുത്തിയ മാർത്താണ്ഡവർമ്മ കായംകുളം രാജാവിനോടു കൂറുപുലർത്തിയ ഈഴവക്കരളികളെ നിശ്ശേഷം ഉന്മൂലനം ചെയ്തതായി നിരീക്ഷണമുണ്ട്.

ഓണാട്ടുകരയുടെ സാമൂഹിക ജീവിതത്തിൽ നിർണായകമായ സ്വാധീനം ചെലുത്താൻ കഴിഞ്ഞിട്ടുള്ള ഒരു വിഭാഗമാണ് ഈഴവർ. വിശേഷിച്ചും ചെട്ടികുളങ്ങരയിൽ. ചെട്ടി സമൂഹത്തെപ്പോലെ തന്നെ ഓടനാട്ടിലെ ഈഴവരും വൈശ്യവൃത്തിയിൽ (കച്ചവടം / വ്യവസായം) ഏർപ്പെട്ടിരുന്നതായി കറുപ്പുംവീട്ടിൽ ഗോപാലപിള്ള ചൂണ്ടിക്കാണിക്കുന്നതു ശ്രദ്ധേയമാണ് (കേരള മഹാചരിത്രം, ഭാഗം ഒന്ന്).

ഉത്സവങ്ങളുടെ നാട്

ഉത്സവങ്ങളുടെ നാടാണ് നമ്മുടേത്. ആറന്മുള വള്ളംകളി, മുടിയെഴുന്നള്ളത്തുകൾ, കോലമെഴുന്നള്ളത്ത്, പടയണി, കെട്ടുകാഴ്ചകൾ, കുത്തിയോട്ടം, തൂക്കം എന്നിങ്ങനെ വൈവിധ്യമാർന്ന ആചാരാനുഷ്ഠാനങ്ങൾ കൊണ്ടു സമ്പന്നമാണിവിടം. ഓരോ ദേശത്തിന്റെയും തനിമയും ജനജീവിതത്തിന്റെ ഇഴയടുപ്പവും ഭാവനാവൈവിധ്യങ്ങളും അവിടുത്തെ ഉത്സവങ്ങളിൽ ആകമാനം തുടിച്ചുനിൽക്കും. റോഡുകളും ഗതാഗതവാർത്താ വിനിമയ സംവിധാനങ്ങളും തീരെയില്ലാതിരുന്ന കാലത്ത് ഓരോ നാട്ടുമ്പുറങ്ങളിലെയും കൂട്ടായ്മകളുടെ സ്വകാര്യാഭിനിവേശങ്ങളായിരുന്നു ഓരോ ഉത്സവങ്ങളും. ഇന്നതുമാറിയിട്ടുണ്ടെന്നതുനേരാണ്. ഗതാഗത വാർത്താവിനിമയ സൗകര്യങ്ങളുടെ വികാസമായതോടെ, ഒരിടത്തെ സവിശേഷസൗന്ദര്യങ്ങൾ മറ്റൊരുദേശത്ത് അനുകരിക്കാനും ആരംഭിക്കാനും കെട്ടിയവതരിപ്പിക്കാനും ആവർത്തിക്കാനുമുള്ള അഭിനിവേശം/ഔത്സുക്യം പൊതുവെ പ്രകടമാണ്. തന്മൂലം ഉത്സവാഘോഷങ്ങളിൽ നിന്നും വ്യതിരിക്തമായനാട്ടുതനിമ നഷ്ടമായിക്കൊണ്ടിരിക്കുന്നുവെന്നതും വസ്തുതയാണ്. എന്നിരുന്നാലും, ഇതരദേശത്തുനിന്ന് തങ്ങളുടെ ദേശത്തെ വേർതിരിച്ചു നിർത്തുന്ന തനതു പ്രത്യേകതകൾ നിറഞ്ഞ വിശിഷ്ടസന്ദർഭങ്ങളുടെ ഉജ്ജ്വല മുഹൂർത്തങ്ങൾ കൂടിയായിരുന്നു, അപ്പന്മാരും അപ്പൂപ്പന്മാരും അമ്മമാരുമടങ്ങുന്ന നാട്ടുദേവതകളുടെ തിരുനാളുത്സവങ്ങൾ. അവയെല്ലാം ആ പ്രത്യേക തട്ടകജനതയുടെ സഹവർത്തിത്വത്തിന്റെ സാമൂഹിക ദൗത്യം നിർവ്വഹിക്കപ്പെടുന്ന സവിശേഷ സാഹചര്യങ്ങൾ കൂടിയായിരുന്നു. ജനങ്ങളുടെ ജാതിമതാതീതമായ സഹകരണവും സമർപ്പണവും ഇത്തരം ഉത്സവങ്ങളെ വേറിട്ടതും ജനകീയവും വൈവിധ്യപൂർണ്ണവും ആകർഷകവുമാക്കുന്നു.

ഓണാട്ടുകരയുടെ ഓണം

ഐതിഹ്യത്തിന്റെ നാലമ്പലങ്ങളിൽ ഭക്തിയുടെ പരിമളംപരത്തി നിറഞ്ഞു നിൽക്കുന്ന പുരാവൃത്തങ്ങളാണ് വിശ്വാസങ്ങളുടെ

കാതൽ. അവ കരകളുടെ നാലുകെട്ടുകൾക്കപ്പുറത്തേക്കു വളർന്ന് ഓണാട്ടുകരയുടെ നാട്ടിടവഴികളിലേക്ക് ഓടിയിറങ്ങിവരുന്ന നാളുകളാണ് ഓരോ കുംഭഭരണി ഉത്സവകാലവും.

ചിങ്ങമാസത്തിലെ ഓണക്കാലത്തേക്കാൾ ഇവിടുത്തുകാർ കുംഭമാസത്തിലെ ഭരണിയുത്സവത്തിനാണ് പ്രാധാന്യം നൽകുന്നത്. ഇവിടെനിന്നും ഉപജീവനാർത്ഥം വിദേശരാജ്യങ്ങളിലേക്കും ഇതര സംസ്ഥാനങ്ങളിലേതടക്കം മറ്റു ദിക്കുകളിലേക്കും ചേക്കേറിയവർ നാട്ടിലേക്ക് മടങ്ങിയെത്താൻ തിരഞ്ഞെടുക്കുന്നത് പൂവിളിയും ഊഞ്ഞാൽപ്പാട്ടും ഉയർന്നു പൊങ്ങുന്ന ചിങ്ങമാസത്തെയല്ല. പ്രത്യുത, പൊള്ളുന്ന വേനൽച്ചൂടിന്റെ പുകച്ചിലുകൾക്കിടയിൽ ഇരവിന്റെ തിരുമാറുതുരന്ന് ഇളംതെന്നലായൊഴുകിയെത്തുന്ന കുത്തിയോട്ടശീലുകൾക്കൊപ്പം ചുവടുകളിളക്കി കുണുങ്ങിത്തുള്ളുന്ന എള്ളിൻപാടങ്ങൾ നിറഞ്ഞുനിരന്ന കുംഭമാസക്കാലമാണ് അവർക്കു പ്രിയങ്കരം. അത് ഓണാട്ടുകരയുടെ നന്മകൾ പൂത്തുപൊട്ടുന്ന ഭരണിക്കാലമാണ്.

നാട്ടിലേക്ക് മടങ്ങിയെത്തുന്ന ഓരോരുത്തരും ഒട്ടും ചോരാത്ത ആവേശവുമായി ഉത്സവത്തിന്റെ ആരവങ്ങളിൽ നാട്ടുകാർക്കൊപ്പം അലിഞ്ഞു ചേരുന്നതാണിവിടുത്തെ പതിവ്. വെള്ളകഴുകിയുണക്കുന്നതിലും, കെട്ടുകാഴ്ചയൊരുക്കുന്നതിലും, കാഴ്ചക്കണ്ടം വെടിപ്പാക്കുന്നതിലും, കുതിരമൂട്ടിലെ കഞ്ഞി നൈവേദ്യം വിളമ്പുന്നതിലും കുത്തിയോട്ടത്തിന്റെ താനവട്ടമുയരുന്ന പാട്ടുകൂട്ടത്തിൽ പാട്ടുകാരും പരിശീലകരും ചുവടുകാരും മറ്റുംമറ്റുമായി അവർ മുഴുകിയൊഴുകി നടക്കുന്നത് പതിവു കാഴ്ചയാണ്. അതുകൊണ്ടു തന്നെ ഓണാട്ടുകരയുടെ രണ്ടാമോണമായോ, പൊന്നോണണമായിത്തന്നെയോ, ചെട്ടികുളങ്ങര കുഭഭരണിയുത്സവത്തെ വിശേഷിപ്പിക്കാം.

ഓണാട്ടുകരയുടെ ദേശപ്പെരുമ

ഓണാട്ടുകരയുടെ ദേശപ്പെരുമകളിലൊന്ന്, ഇടവഴികളിലും തെരുവോരങ്ങളിലും പുഴവക്കിലും വയലേലകളിലും കുടിലിലും കൊട്ടാരത്തിലും വെരകിനടക്കുന്ന നാട്ടുദേവതകളാണ്. ഇന്നു പലതിനും മാറ്റംവന്നെങ്കിലും ദേവതാബാഹുല്യത്തിനു കുറവേതുമില്ല. വറുതിയിലും, വരുതിയിലാവാത്ത മഹാമാരിയിലും മുരടിച്ചുപോയ പഴമനസ്സുകളിൽ പ്രതീക്ഷയുടെ പൊടിപ്പുണർത്തി, ആഹ്ലാദത്തിന്റെ ഇത്തിരി തണൽവെട്ടത്തിലിരുത്താൻ മകരമഞ്ഞും കുംഭക്കുളിരും മീനച്ചൂടും വീണ്ടും പടിക്കലെത്തിനിൽക്കുന്ന കാലമാണിത്. ഋതുഭംഗികളിൽ പുകമഞ്ഞു പുണ്യാഹം തൂകുന്ന വൃശ്ചികമാസത്തോടെ ഓണാട്ടുകരയിൽ ഉത്സവങ്ങൾ പൊലിച്ചു തുടങ്ങും. ഓച്ചിറയിലെ 'പന്ത്രണ്ടുവിളക്കും' വൃശ്ചികത്തിലെ ഭരണിക്ക് ചെട്ടികുളങ്ങരയിലെ ഭഗവതിയുടെ തന്നാണ്ടത്തെ ആദ്യ പുറത്തെഴുന്നള്ളത്തായ 'വട്ടകയിൽ എഴുന്നള്ളത്തും' അതിന്റെ നാന്ദിയാകും. ധനുവിലെ ഭരണിക്ക് ഭഗവതി ജീവതയിലേറി, 'തണ്ടിലെഴുന്നള്ള്'ത്തു നടത്തുന്നതോടെ ആഹ്ലാദത്തിന്റെ തിരയിളക്കമാണ്. ധനുവിൽത്തന്നെ കണ്ടിയൂരും കണ്ണമംഗലത്തും കൊടിയേറി ഉത്സവം പൊടിപൊടിക്കും. കുംഭം-മകര മാസങ്ങളിൽ നടക്കുന്ന പറയെടുപ്പുത്സവത്തിൽ നാട്ടുവഴികൾ പുളകമണിയും. തലയിലും തോളിലും തണ്ടിലും ആനപ്പുറത്തുമേറി ഗ്രാമദേവതകൾ ഇവിടെ ഊരുചുറ്റാനിറങ്ങും. പലേടത്തും ഉത്സവത്തിനു കൊടിയേറുന്നതും പൊങ്കാലയൊരുങ്ങുന്നതും ഇതേ മകരത്തിലാണ്. മകരത്തിലെ ഭരണി ചെട്ടികുളങ്ങരയിലെ വിശേഷദിവസമാണ്. സനാതനധർമ്മ സേവാസംഘത്തിന്റെ നേതൃത്വത്തിൽ ചെട്ടികുളങ്ങരക്ഷേത്രത്തിൽ(പറസദ്യ) പ്രസാദമൂട്ടാണ് പ്രധാനം. നാനാ തുറകളിൽപ്പെട്ട ആളുകൾ സദ്യയിൽ പങ്കുകൊണ്ട് സായുജ്യം നേടുന്നതു പതിവാണ്.

ഓണാട്ടുകര പ്രദേശം പ്രാചീന കൃതികളിൽ

പ്രാചീന മണിപ്രവാള സാഹിത്യത്തിന്റെ നിത്യഭാസുരമായ ഈടുവെയ്പ്പുകളെന്ന നിലയിൽ സാഹിത്യചരിത്രത്തിൽ ലബ്ധ പ്രതിഷ്ഠമായ ഉണ്ണുനീലിസന്ദേശം, ഉണ്ണിയാടിചരിതം, ശിവവിലാസം തുടങ്ങിയ കൃതികളിലും, രണ്ടായിരത്തിൽപ്പരം വർഷങ്ങളുടെ പഴമ പേറുന്ന സംഘകാല സാഹിത്യത്തിലും മുദ്രപ്പെട്ടുകിടക്കുന്ന പഴക്കം ഓണാട്ടുകര പ്രദേശങ്ങൾക്കുണ്ട്.

തേനി മുതൽ തൃക്കുന്നപ്പുഴ വരെയും, പൊതിയന്മല മുതൽ പൊന്നാനിവരെയും വ്യാപിച്ചുകിടന്ന 'കുട്ട'നാടിന്റെ ഭാഗമായിരുന്നു ഒരുകാലത്ത് ഓണാട്ടുകര. എന്നല്ല, ഓണാട്ടുകരയുടെ തെക്കേയറ്റമായ കന്നേറ്റി മുതൽ കായംകുളം അങ്ങാടി, നടയ്ക്കാവ്, തട്ടാരമ്പലം, മറ്റം, കണ്ടിയൂർ, ചെന്നിത്തല, ഇരമത്തൂർ, കുരട്ടി, പനയന്നാർകാവ്, ആലംതുരുത്തി മുതലായ പ്രദേശങ്ങളെക്കുറിച്ചുള്ള പരാമർശങ്ങൾ ഈ കൃതികളിൽ കാണാം. ചെപ്പുകാട് നീലകണ്ഠൻ എഴുതിയ 'ഹര്യക്ഷമാസ സമരോത്സവം' അഥവാ 'കണ്ടിയൂർ-മറ്റം പടപ്പാട്ടി'ൽ ചെട്ടികുളങ്ങരയുടെ ഭാഗമായ കടവൂർ, പേള, കണ്ണമംഗലം, കൈത, ഈരേഴ, മേനാമ്പള്ളി തുടങ്ങിയ കരകളെയും പരാമർശിക്കുന്നുണ്ട്. മാവേലിക്കര, ഓടനാട് തുടങ്ങിയ പേരുകൾ കരകളുടെ പേരുകളായും ഈ കൃതിയിൽ പ്രത്യക്ഷപ്പെടുന്നു. ഡച്ചുപാതിരിയായ കാന്റർവിഷറും കായംകുളത്തെ പരാമർശിക്കുന്നുണ്ട്. പടയാളികളുടെ വീരപരാക്രമങ്ങൾ പ്രദർശിപ്പിക്കുന്ന ഓണപ്പട 1720-ൽ കായംകുളത്ത് കണ്ടതായി വിഷർ രേഖപ്പെടുത്തിയിട്ടുണ്ട്. ഒരു വടക്കൻപാട്ടുകൃതിയായ മതിലേരിക്കന്നിയിൽ ഓണാട്ടുകരദേശം സൂക്ഷ്മതയോടെ വിവരിക്കപ്പെടുന്നു.

സന്ദേശകാവ്യങ്ങളിൽ

ഓണാട്ടുകരയിലെ പല സ്ഥലനാമങ്ങളും ഇതഃപര്യന്തമുള്ള സന്ദേശകാവ്യങ്ങളിൽ അടയാളപ്പെടുന്നുണ്ട്.

ഓടനാട് (ഉണ്ണുനീലിസന്ദേശം), കണ്ടിയൂർ (ഉണ്ണുനീലിസന്ദേശം,

പികസന്ദേശം), കായംകുളം (ഉണ്ണുനീലിസന്ദേശം, ഗരുഡസന്ദേശം, പികസന്ദേശം, വിജയസന്ദേശം), കീരിക്കാട് (ഇന്ദിന്ദരസന്ദേശം), കൃഷ്ണപുരം (പികസന്ദേശം) കൊല്ലകടവ് (പികസന്ദേശം), ചെങ്ങന്നൂർ (ഇന്ദിന്ദര സന്ദേശം, ശുകസന്ദേശം), തട്ടാരമ്പലം (ഉണ്ണു നീലി സന്ദേശം), തഴക്കര (പികസന്ദേശം) തൃക്കുന്നപ്പുഴ (വിജയ സന്ദേശം), തോട്ടപ്പള്ളി (വിജയസന്ദേശം), നിരണം (ഉണ്ണുനീലി സന്ദേശം), ഭഗവതിപ്പടി (പികസന്ദേശം), മറ്റം (ഉണ്ണിനീലിസന്ദേശം), മാവേലിക്കര (പികസന്ദേശം), വരട്ടാർ (ശുകസന്ദേശം), വള്ളിക്കാവ് (ഇന്ദിന്ദരസന്ദേശം), വെട്ടിയാർ (ഗരുഡസന്ദേശം), വെണ്മണി (പികസന്ദേശം, ഗരുഡസന്ദേശം) ഹരിപ്പാട് (മയൂരസന്ദേശം) എന്നിങ്ങനെയാണ് സന്ദേശകാവ്യങ്ങളിൽ ഓണാട്ടുകരയി'ലെ ദേശങ്ങൾ രേഖപ്പെട്ടിട്ടുള്ളത്.

മഹാശിലാ സംസ്കാരം ഓണാട്ടുകരയിൽ

2016 ഡിസംർ 8-ാം തീയതിയിലെ മലയാള മനോരമ ദിനപത്രം മാവേലിക്കര കുറത്തികാട് ചുനക്കരയിൽ നിന്ന് നന്നങ്ങാടിയുടെ ശേഖരം കിട്ടിയതായി റിപ്പോർട്ടു ചെയ്തു. ഒരുപക്ഷേ, ഓടനാടിന്റെയെന്നതിനപ്പുറം, കേരളത്തിന്റെ പ്രാചീനതയെക്കുറിച്ചു കൂടുതൽ മിഴിവു നൽകാൻ ചുനക്കരയിൽ നിന്നുള്ള ഈ നന്നങ്ങാടിയുടെ കണ്ടെത്തൽ ഉപകരിച്ചക്കാം.

സമാനമായി ഒരുവാർത്താനുഭവം 2013 ലും പത്രങ്ങളിൽ വന്നിരുന്നു. അന്നത്തെ വാർത്തകൾ പറയുന്നതനുസരിച്ച്, ചെന്നിത്തലയിലെ തൃപ്പെരുന്തുറ ക്ഷേത്രത്തിനു സമീപം പുത്തൻചിറയിൽ രാജുവിന്റെ പറമ്പിൽനിന്നും മൂന്നു നന്നങ്ങാടികൾ ലഭിച്ചിരുന്നു. ഒരെണ്ണം പൊട്ടിപ്പോയി. ശേഷിച്ചവയോടൊപ്പം പൊട്ടിയ നന്നങ്ങാടിയുടെ ഭാഗങ്ങളും ഇപ്പോൾ കായംകുളത്തെ കൃഷ്ണപുരംകൊട്ടാര പൈതൃക മ്യൂസിയത്തിൽ സൂക്ഷിച്ചിരിക്കുന്നു.

ഏതാണ്ട് അരനൂറ്റാണ്ടിനുമുമ്പു ചെങ്ങന്നൂർ റൂട്ടിലെ കോടുകുളഞ്ഞിയിൽനിന്ന് നന്നങ്ങാടിയുടെ ഭാഗങ്ങൾ കണ്ടെടുത്തതായി എ. ശ്രീധരമേനോൻ, ഡോ. രാജൻഗുരുക്കൾ, ഡോ. എം.ആർ. രാഘവവാര്യർ ഉൾപ്പെടെയുള്ള ചരിത്രകാരന്മാർ രേഖപ്പടുത്തിയിട്ടുണ്ട്. ആലപ്പുഴ ജില്ലയിൽത്തന്നെ, ചെങ്ങന്നൂരിനടുത്തു പുലിയൂരിൽ നിന്നും പ്രാദേശിക ചരിത്രകാരനായ ഡോ. രാജീവ് പുലിയൂരിന്റെ നേതൃത്വത്തിൽ കണ്ടെത്തിയ മെൻഹിറുകളും ഈ പ്രദേശത്തിന്റെ മഹാപാരമ്പര്യത്തെയാണ് അടിവരയിടുന്നത്. എട്ടോ പത്തോ ദശകങ്ങൾക്കുമുമ്പു കായംകുളത്തിനു പടിഞ്ഞാറ് കണ്ടല്ലൂർ പ്രദേശത്തുനിന്നും നന്നങ്ങാടിയുടെ അവശേഷിപ്പുകൾ എന്നവിധം വലിയ മൺകലത്തിന്റെ പൊട്ടിയഭാഗങ്ങൾ കിട്ടിയിരുന്നതായഅറിവ് ഇപ്പോഴും ചില പഴമക്കാർ പങ്കുവെയ്ക്കുന്നുണ്ട്.

ഇത്തരം നന്നങ്ങാടികൾ പ്രാക്തനജനത തങ്ങളുടെ പൂർവ്വികരെ അടക്കം ചെയ്യാനുപയോഗിച്ചിരുന്നതാണ്. ഇന്നത്തെ പാണ്ഡവർകാവ് ബുദ്ധമത പ്രഭാവകാലത്ത് ഏതോ പൂർവ്വികരെ സംസ്ക

രിച്ച സ്ഥാനമായിരിക്കാനുള്ള സാധ്യതയുണ്ട്.

'മരിച്ചവർ' എന്നയർത്ഥത്തിൽ തമിഴിൽ ഉപയോഗിച്ചുവരുന്ന 'മാണ്ടവർ' എന്നതിൽ നിന്നാവാം, 'മരിച്ചവരെ അടക്കം ചെയ്ത സ്ഥലം' എന്ന അർത്ഥത്തിൽ 'മാണ്ടവർകാവ്' എന്നു പറഞ്ഞുവന്നത്. മരിച്ചവരെ അടക്കം ചെയ്യുന്ന സ്ഥലം പിന്നീട് വിശുദ്ധമായി കരുതുകയും അവിടെ ബലിപൊഴിക്കുകയും ചെയ്യുന്നത് പ്രാഗ്ജനതയുടെ പതിവായിരുന്നു. ക്രമേണ ആ വിശുദ്ധ സ്ഥലം വൃക്ഷങ്ങളും മറ്റുംവളർന്ന് കാവായി പരിണമിക്കുകയും, ക്രമേണ മാണ്ടവർ കാവായിത്തീരുകയും ചെയ്യും. നാട്ടുനിരുക്തി അതിനെ 'പാണ്ഡവർ കാവാ'ക്കി. പിന്നീട്, നാട്ടുഭാവന വികസിച്ചുണർന്ന് കുന്തിയെയും മക്കളെയും അവിടെ അധിവസിപ്പിച്ച് മഹാഭാരതകഥയോടു കൂട്ടിച്ചേർത്തു.

എന്നാൽ, ഇത്തരം സ്ഥലങ്ങൾക്ക് ബൗദ്ധപാരമ്പര്യം തീർച്ചയായും ഉണ്ടാകുമെന്നാണ് സ്ഥലചരിത്രകാരനായ വി.വി.കെ. വാലത്ത് ചൂണ്ടിക്കാട്ടുന്നത്. അദ്ദേഹത്തിന്റെ അഭിപ്രായത്തിൽ, പാണ്ഡുകുഴികൾ, പഞ്ചപാണ്ഡവ മഠങ്ങൾ എന്നെല്ലാമറിയപ്പെടുന്ന സ്മാരകങ്ങൾക്ക് പാണ്ഡവരുമായി പുലബന്ധംപോലുമില്ല. പഴമ അർത്ഥമുള്ള 'പണ്ടു'വിനോടു ബന്ധിപ്പിക്കാമോ എന്നറിഞ്ഞുകൂടാ എന്നു ആ ധാരണയെ ഇളംകുളം പരിഹസിക്കുന്നുണ്ട് (അന്നത്തെകേരളം, പേജ് 140). എന്നാൽ ഈ പേരിന്റെ ആഗമം ഗൗതമബുദ്ധന്റെ പാണ്ഡവഗിരിയിലാണ് ആരായേണ്ടത്. കോസലരാജ്യംവിട്ടു മഗധം പൂകിയ ഗൗതമൻ വിശ്രമിച്ചത്, 'പാണ്ഡവഗിരി' എന്ന സ്ഥലത്തായിരുന്നു. ബുദ്ധസന്യാസികൾ അന്ത്യവിശ്രമം കൊള്ളുന്ന സ്ഥലങ്ങൾക്കു പാണ്ഡവബന്ധം ലഭിക്കാനുണ്ടായ കാരണമിതത്രേ. സംഘകാലത്തെ ബൗദ്ധസ്മാരകങ്ങളായിരുന്നു ഇവ (വി.വി.കെ. വാലത്ത്, സംഘകാലകേരളം, പേജ്.68-69).

കഥയെന്തായാലും, അപ്പർ കുട്ടനാടിന്റെ ഭാഗമായ മാവേലിക്കര, കോടുകുളഞ്ഞി തുടങ്ങിയ സ്ഥലങ്ങളിൽ, ജനവാസവും സംസ്കാരവും മഹാശിലായുഗത്തോളം നീണ്ടകാലത്ത് നിലനിന്നിരുന്നു വെന്നാണ് അടുത്തിടെയും കണ്ടെത്തിയ നന്നങ്ങാടിയുടെ അവശേഷിപ്പുകൾ തെളിയിക്കുന്നത്. ചുനക്കരയിൽ കണ്ടെത്തിയവയിൽ ചെമ്പിന്റെ ആയുധം ഇല്ലാത്തതിനാൽ ഇത് ഇരുമ്പുയുഗത്തെത്തന്നെ അടയാളപ്പെടുത്തുന്നുവെന്നുറപ്പിക്കാം.

ശവശരീരം അങ്ങനെതന്നെ മറവുചെയ്യുന്ന പ്രൈമറി ബെറിയൽ, ശേഷക്രിയയുൾപ്പെടെയുള്ള ചടങ്ങുകളോടെ നടത്തുന്ന

എക്സ്റ്റന്റഡ് ബെറിയൽ എന്നിങ്ങനെ രണ്ടുവിധം ശവസംസ്കാര രീതിയാണ് അക്കാലത്ത് നിലവിലുണ്ടായിരുന്നത്. മരിച്ച വ്യക്തിയുടെ ആയുധങ്ങളും മറ്റും ഒപ്പംവെച്ചാവും സംസ്കാരം നടത്തുക. പ്രേതബാധയിൽനിന്നും മറ്റും രക്ഷനേടാനാണ് ഇത്തരം ചടങ്ങുകൾ എന്നു കരുതുന്നു. അമ്പും വില്ലും, പരേതൻ ഉപയോഗിച്ച മറ്റായുധങ്ങളും ഇതിലുൾപ്പെടും.

ഏതായാലും, പ്രാദേശിക ചരിത്രപഠനത്തിനും, കേരളചരിത്രപഠനത്തിനും മുതൽക്കൂട്ടായിത്തീർന്നിരിക്കുന്നു, ചുനക്കരയിൽ നിന്നുള്ള നന്നങ്ങാടിയുടെ കണ്ടെത്തൽ. ഇവയെപ്പറ്റി കൂടുതൽ പഠനങ്ങളും നടക്കേണ്ടതുണ്ട്. ചുരുക്കത്തിൽ, പൂർവ്വികരെ ആരാധിക്കുന്നിടങ്ങളാണ് ഇത്തരം സ്മാരകങ്ങൾ. നമ്മുടെ കാവുസംസ്കാരത്തിന്റെ പ്രാരംഭം പൂർവ്വികാരാധനയിൽ നിന്നാണ്. മഹാശിലാസ്മാരകങ്ങൾ പിൽക്കാലത്ത് കാവുകളായി പരിണമിക്കുകയും കാവുകൾ ക്ഷേത്രങ്ങൾക്ക് വഴിമാറുകയും ചെയ്തു.

ഓണാട്ടുകരയിലെ മഹാഭാരതങ്ങൾ

പുരാവൃത്തങ്ങളുടെ രൂപത്തിലും പ്രാദേശികജനതയുടെ പാരമ്പര്യത്തെ ആഖ്യാനിക്കാനുള്ള കൗതുകകരമായ പരിശ്രമങ്ങൾ കാണാം. പ്രാചീന കാലത്ത് പാണ്ഡവരുടെ താവളമായിരുന്നു ഈ പ്രദേശങ്ങളെന്ന ഐതിഹ്യം ഓണാട്ടുകരയുടെ പലപ്രദേശങ്ങളിലും നിലനിൽക്കുന്നുമുണ്ട്. ചെങ്ങന്നൂരിലെ പാണ്ഡവൻപാറ, നൂറ്റുവർ പാറ, വരട്ടാർ തുടങ്ങിയവ ഉദാഹരണം.

പ്രാദേശിക വിശ്വാസങ്ങളിൽ, പാണ്ഡവർ വനവാസക്കാലത്ത് കഴിഞ്ഞ പാറയാണത്രേ പാണ്ഡവൻപാറയായത്. പാറയിലെ വലിയതടം ഭീമന്റെ കാൽപാടു പതിഞ്ഞതാണെന്നാണ് പുരാവൃത്തം. 'നൂറ്റുവൻപാറ', കൗരവരെ പ്രത്യക്ഷത്തിൽ ഈ ഗ്രാമത്തിലേക്കെത്തിക്കുന്നു. കൗരവരും ഈ ദിക്കുവാസികളായിരുന്നുവെന്നാണ് ഈ ഐതിഹ്യത്തിന്റെ താൽപര്യം. ഭീമസേനൻ തന്റെ കയ്യിലിരുന്ന ഗദ മണ്ണിലൂന്നി, 'വരട്ടെയാർ' എന്നു പറഞ്ഞുകാണ്ട് ചാലുകീറിയതാണ് വരട്ടാറെന്നാണ് ആ ദേശക്കാരുടെ ഇടയിൽ നിലനിൽക്കുന്ന പുരാവൃത്തം. അതുപോലെ, മുതുകുളത്തെ പാണ്ഡവർകാവ്, കുന്തിയും മക്കളും അജ്ഞാതവാസക്കാലത്ത് രഹസ്യമായി കഴിഞ്ഞ സ്ഥലമാണത്രേ.!

കാർത്തികപ്പള്ളി താലൂക്കിലെ നഗരി, കുമാരപുരം, വീയപുരം, മണ്ണാറശ്ശാല, കാഞ്ഞൂർ, എരുവ, പത്തിയൂർ, കരിപ്പുഴ, കരുവാറ്റ, ഏവൂർ, തുടങ്ങിയ ഒട്ടനവധി ദേശപ്പേരുകൾ പാണ്ഡവരുടെ വനവാസക്കാലവുമായും മഹാഭാരതേതിഹാസവുമായും ബന്ധപ്പെടുത്തി നിരുക്തി സങ്കൽപിച്ച് കഥാസന്ദർഭങ്ങളെ നാട്ടുപേരുകളോടു കാൽപനികമായി വിളക്കിച്ചേർക്കുന്നു.

അത്തരം നാട്ടുഭാവനകൾപ്രകാരം, ഹരിപ്പാടിനടുത്തുള്ള നഗരി എന്ന സ്ഥലം മഹാഭാരതത്തിലെ 'ഏകചക്ര നഗരി'യാണെന്നാണ് പരികൽപന. തൊട്ടടുത്ത കുമാരപുരം ഗ്രാമത്തിലാണ് ബകന് ഇരയാവാൻ വിധിക്കപ്പെട്ട ബ്രാഹ്മണകുമാരൻ താമസിച്ചിരുന്നതത്രേ! ബ്രാഹ്മണകുമാരനിൽ നിന്നും ആ ഗ്രാമത്തിന് കുമാരപുരം എന്ന പേരു സിദ്ധിച്ചതായി കരുതുന്നു. പോത്തുകളെപൂട്ടിയ വണ്ടിയിൽ

ചോറുമായി പോയ ഭീമൻ, ബകനെ പരാജയപ്പെടുത്തിയ സ്ഥലം, ഭീമന്റെ മഹാവിജയംകൊണ്ട് വിജയപുരമായിത്തീർന്നുവത്രേ. അന്നത്തെ വിജയപുരമാണ് ഇന്നു വീയപുരമായറിയപ്പെടുന്നത്! ബകൻ താമസിച്ചിരുന്നതിനാൽ ആദ്യം ബകപുരവും പിന്നീട് വീയപുരവുമായിത്തീർന്നെന്നു കരുതുന്ന ഐതിഹ്യപ്രിയരുമുണ്ട്. തൊട്ടടുത്ത ഊട്ടുപറമ്പിനുമുണ്ട് ബകന്റെ പേരിലൊരൈതിഹ്യപ്പെരുമ. ബകനെ ഊട്ടിയിരുന്നപറമ്പാണത്രേ ബകപുരം. ബകപുരം പിന്നീടു വീയപുരമായി - ഇതാണ് ആ പക്ഷം.

മഹാഭാരതത്തിലെ ഖാണ്ഡവദഹനമാണ് എരുവയുടെ പേരിനു നിദാനമെന്നു കരുതുന്നവരുണ്ട്. അവരുടെ വിശ്വാസപ്രകാരം, ഖാണ്ഡവവനത്തിന് തീപിടിച്ചു തുടങ്ങിയ, എരിഞ്ഞുതുടങ്ങിയ, സ്ഥലമാണ് എരുവയായത്! ഖാണ്ഡവവനം കത്തിയെരിഞ്ഞ ഊരാണ് പത്തിയൂരായത്. തീകെടുത്താൻ ഇന്ദ്രൻ മഴപെയ്യിച്ചപ്പോൾ അർജ്ജുനൻ അമ്പെയ്ത് മഴയെ തടഞ്ഞ സ്ഥലമാണ് 'എയ്ത ഊർ' അഥവാ 'ഏവൂർ'. തീപിടിച്ചു 'കരിഞ്ഞപുഴ' കരിപ്പുഴയും കരിഞ്ഞമാടി കരുമാടിയും 'കരിഞ്ഞആറ്റിറമ്പ്' കരുവാറ്റയുമായന്നാണ് ഐതിഹ്യങ്ങൾ പറഞ്ഞുവെയ്ക്കുന്നത്. ഖാണ്ഡവവനം കത്തിയതിന്റെ കഠിനമായ ചൂടേറ്റ് 'കാഞ്ഞഊരാ'ണ് (വാടിത്തളർന്ന) കാഞ്ഞൂരായതെന്നും വിശ്വസിക്കുന്ന ഐതിഹ്യപ്രിയരുണ്ട്. തീകെട്ടടങ്ങിയതോടെ ആറിത്തുടങ്ങിയ മണ്ണാണ് മണ്ണാറശ്ശാലയായി അറിയപ്പെട്ടതെന്നും നാട്ടുനിരുക്തി പറഞ്ഞുവെയ്ക്കുന്നു.

ഇത്തരം ഐതിഹ്യപ്രേമികൾക്കു കുട്ടനാടൻ പുഞ്ചപ്പാടങ്ങളിലും പറമ്പുകളിലും ഭൂമിക്കടിയിൽനിന്നുകിട്ടുന്ന കാണ്ടാമരങ്ങൾ എന്നറിയപ്പെടുന്ന കരിഞ്ഞമരങ്ങൾ ഖാണ്ഡവവനത്തിലെ അഗ്നിക്കിരയായ മരാവശിഷ്ടങ്ങളാണ്.

കൊല്ലം ജില്ലയിലെ പോരുവഴി പെരുവിരുത്തി മലനടയിലെ പുരാവൃത്തം, കൗരവരുമായുള്ള തദ്ദേശീയരുടെ പൈതൃകബന്ധത്തെ അധിഷ്ഠാനമാക്കി ആഖ്യാനിക്കപ്പെടുന്നു. ദുര്യോധനനെ തദ്ദേശീയർ അപ്പൂപ്പനായി ആരാധിക്കുന്നു. അവർക്കു ദുര്യോധനൻ തങ്ങളുടെ പൂർവ്വികനാണ്. കൗരവരായ തങ്ങൾ കുറവരായി പിൽക്കാലത്ത് അറിയപ്പെട്ടതായാണ് തദ്ദേശിയരുടെ വിശ്വാസം. പുലിയൂർ നിവാസികൾക്കിടയിൽ നിലനിൽക്കുന്ന ഐതിഹ്യപ്രകാരം, പണ്ടു കാലത്ത് അവിടുത്തുകാർ പോരുവഴിയിലേക്കോ പരിസരത്തേക്കോ പോകാറില്ലെന്നാണ്. പോരുവഴിക്കാർക്ക് പുലിയൂരേക്കും കടക്കാൻ അനുവാദമില്ലായിരുന്നു പോലും. കാരണം, പുലിയൂരും പരി

സരങ്ങളും അക്കാലത്ത് പാണ്ഡവപക്ഷത്തിന്റെ ആധിപത്യമായിരുന്നത്രേ.! പുലിയൂരുകാർ പാണ്ഡവരുടെ പിൻഗാമികളാമെന്നു സ്വയം വിശ്വസിക്കുന്നു. നമ്മാഴ്‌വാർ രചിച്ചതെന്നു കരുതുന്ന നാലായിരം ദിവ്യപ്രബന്ധമെന്ന തമിഴ് കൃതിയിൽ സ്തുതിക്കുന്ന തൃപ്പുലിയൂർ, തൃച്ചിറ്റാറ്റ് തുടങ്ങിയ ഭീമനും അർജ്ജുനനും മറ്റും പ്രതിഷ്ഠ നടത്തിയതായി വിശ്വസിക്കുന്ന 'പഞ്ചപാണ്ഡവപതികൾ' അഥവാ മലനാട്ടു വൈഷ്ണവക്ഷേത്രങ്ങൾ ഈ ഐതിഹ്യത്തിന്റെ സാധുതയെ അടിവരയിടുന്നതായി അവർ കരുതുന്നു.

ഓടനാടിന്റെ ദേശദേവത

വയൽക്കരയിലെ ഒരാൽത്തറ. അതിനോടു ചേർന്നുള്ള ഒരു കളിത്തട്ട്. കല്ലുകെട്ടിയ അടിത്തറയിൽ നാലുകരിങ്കൽത്തൂണുകളിൽ നിർമ്മിച്ചിരിക്കുന്നതാണ് അത്. നിരത്തിൽനിന്നും അൽപം ഉർന്നാണ് അതിന്റെ നിൽപ്. സമീപത്തായി വടക്കുപടിഞ്ഞാറുഭാഗത്ത് ചെറുതല്ലാത്ത ഒരു കുളമുണ്ട്.വഴിയാത്രക്കാർക്കും കച്ചവടക്കാർക്കും ഇരിക്കാനും വിശ്രമിക്കാനുമുള്ള ഒരിടമാണതെന്ന് ഒറ്റ നോട്ടത്തിൽ മനസ്സിലാക്കാവുന്ന അന്തരീക്ഷമാണ് ചെട്ടികുളങ്ങര ദേവീക്ഷേത്രാങ്കണത്തിനുള്ളത്.

കായംകുളത്തുനിന്ന് തട്ടാരമ്പലത്തിലേക്കും, തട്ടാരമ്പലം വഴി കായംകുളത്തേക്കുമുള്ള കാൽനടയാത്രക്കാരുടെയും കച്ചവടക്കാരുടെയും ഇടത്താവളമായിരുന്നു, കളിത്തട്ടും പരിസരവുമെന്നു സുവ്യക്തമാവുന്ന ചുറ്റുപാടാണ് ക്ഷേത്രപരിസരത്ത് ഇന്നും നിലനിൽക്കുന്നുത്. ഈ ഇടത്താവളത്തിന് പടിഞ്ഞാറുവശത്തായി ഒരു കാവിന്റെ അവശേഷിപ്പ് കാണാം. അതൊരു ഭഗവതിക്കാവെന്നു വ്യക്തം. മാത്രമല്ല, ഒരു സർപ്പക്കാവുകൂടിയായിരുന്നിരിക്കണം ഇവിടമെന്നോർമ്മിപ്പിക്കുന്നതാണന്തരീക്ഷം. ഈ കാവിനോട് ചേർന്ന് പവിത്ര സങ്കൽപത്തിലുള്ള ഒരു ഈഴച്ചെമ്പകമരം വീണ്ടും നിവർന്നുപടർന്നും നിലനിൽക്കുന്നു. അതിനും പടിഞ്ഞാറുഭാഗത്തായി കരിപ്പുഴുതോടുമായി ചെട്ടികുളങ്ങരയെ ബന്ധിപ്പിക്കുന്ന ഒതളപ്പുഴ തോടുകാണാം.

ചതുപ്പുനിലമായിരുന്നസ്ഥലം പിൽക്കാലത്ത് കരഭൂമിയായി മാറിയതാണെന്ന് പ്രഖ്യാപിച്ചു തലയുയർത്തിനിൽക്കുന്ന പനമരങ്ങൾ ക്ഷേത്രാങ്കണത്തിന്റെ സവിശേഷതയാണ്. ഇത്രയുമാണ് ക്ഷേത്രത്തിന്റെ പ്രാചീനതയ്ക്കു തെളിവായി ഇന്നും അവശേഷിക്കുന്നത്.

ഇന്നു കാണുന്ന ക്ഷേത്രം, പിൽക്കാലത്ത് എപ്പോഴോ വിപുലപ്പെടുത്തി വികസിപ്പിച്ചതാണെന്ന് ക്ഷേത്രത്തിന്റെ മുഖപ്പുവരെ നീളുന്ന നിർമ്മാണ ശൈലി തെളിയിക്കുന്നുണ്ട്.

പരദേവത

കേരളത്തിലെ ഓരോ ഗ്രാമത്തിനും ഓരോ ദേവതാ സങ്കൽപമുണ്ട്. നമ്മുടെ നാട്ടുപാരമ്പര്യത്തിന്റെ മുഗ്ദ്ധ സൗന്ദര്യമാണത്. ഇത്തരം ഗ്രാമപരദേവതകളെ പൊതുവെ തറവാട്ടുപരദേവതമാർ, നാട്ടുപരദേവതമാർ, സ്വരൂപദേവതമാർ എന്നിങ്ങനെ ചിലർ തരം തിരിച്ചുകാണുന്നു.

ഗൃഹക്ഷേത്രം, ദേശക്ഷേത്രം, ഗ്രാമക്ഷേത്രം എന്നിങ്ങനെ കേരളീയ പരിസരത്ത് ക്ഷേത്രങ്ങൾ മൂന്നു വിധമുണ്ടെന്ന് മഹാകവി ഉള്ളൂർ, അദ്ദേഹത്തിന്റെ 'കേരള സാഹിത്യചരിത്രം' എന്ന കൃതിയിൽ ചൂണ്ടിക്കാട്ടിയിട്ടുണ്ട്. ഒരു കുടുംബത്തിനു മാത്രം ആരാധനയ്ക്കുള്ളതായിരുന്നു ഗൃഹക്ഷേത്രങ്ങൾ. ദേശവാസികൾ പൊതുവായി ആരാധന ചെയ്തിരുന്നവയാണ് ദേശക്ഷേത്രം എന്നറിയപ്പെട്ടിരുന്നത്. ഗ്രാമവാസികൾക്കെല്ലാംകൂടി ഉള്ളതാണ് ഗ്രാമക്ഷേത്രം. ഗ്രാമസംരക്ഷണം ചെയ്യുന്നതിനായി സങ്കൽപിക്കപ്പെട്ടിട്ടുള്ള ദേവാലയങ്ങളാണിവ. കേരളം, തമിഴ്നാട്, കർണ്ണാടകം, ആന്ധ്രാപ്രദേശ് സംസ്ഥാനങ്ങളിലാണ് ഗ്രാമക്ഷേത്രങ്ങൾക്ക് പ്രാധാന്യം കൽപിച്ചിട്ടുള്ളത്. ദേവിയാണ് ഗ്രാമക്ഷേത്രങ്ങളിലെ പ്രധാന ആരാധനാമൂർത്തി. ഭഗവതി എന്ന പേരിലാണ് കേരളത്തിൽ ഗ്രാമദേവതയുടെ പ്രസിദ്ധി. ശാസ്താവിനും ഗ്രാമദേവതാസ്ഥാനം നൽകിപ്പോരുന്നുണ്ട്. കൃഷിയ്ക്കും കന്നുകാലികൾക്കും സമൃദ്ധിയുണ്ടാക്കി നാട്ടുകാരുടെ ക്ഷേമം നിലനിർത്താൻ ഗ്രാമദേവതകളുടെ അനുഗ്രഹം കൊണ്ടു സാധിക്കുമെന്ന് ആളുകൾ കരുതുന്നു. ചില പ്രദേശങ്ങളിൽ ഒന്നിലേറെ ഗ്രാമദേവതകളും പതിവുണ്ട്.

കേരളത്തിലെ ഗ്രാമക്ഷേത്രങ്ങൾക്കു മിക്കതിനും 'സങ്കേത'ങ്ങൾ ഉണ്ടായിരുന്നു. രാജാവിനു പോലും സങ്കേതങ്ങളിൽ അധികാരം ഉണ്ടായിരുന്നില്ല. 'രാജ്യത്തിനകത്തെ രാജ്യം' എന്നു പറയാവുന്ന നിലയിലായിരുന്നു സങ്കേതങ്ങൾ. ഭഗവതീക്ഷേത്രങ്ങൾക്ക് 'മുക്കാലി വട്ടം' എന്നും പറഞ്ഞു പോന്നു.

സ്ഥലനാമങ്ങൾ ദേവതയോടു ചേർത്തു പറയുന്നത് സാധാരണയായി ദേശദേവതകളെയാണ്. മിക്കവാറും ഭഗവതിമാരാണ് ഇങ്ങനെ ദേശദേവതകളായി അറിയപ്പെടുന്നത്. എന്നാൽ, ചില പരദേവതളും കുലദേവതകളും പിൽക്കാലത്ത് ദേശദേവതകളായി പരിണമിക്കാ റുണ്ട്. ആ നിലയ്ക്ക് കുലദേവതയോ പരദേവതയോ ദേശദേവതയായി മാറിയതാണ് ചെട്ടികുളങ്ങരയിലെ ശ്രീഭദ്രകാളി ഭഗവതീക്ഷേത്രം എന്നു കരുതാം.

അമ്മദൈവമെന്ന സങ്കൽപം

ലോകമെങ്ങും ഒരു കാലത്ത് പ്രചാരത്തിലുണ്ടായിരുന്ന സമ്പ്രദായമായിരുന്നു 'മാതൃദേവതാരാധന'. പ്രാചീന നദീതട സംസ്കൃതികളിലെല്ലാം സസ്യജാലങ്ങളുടെ, വിളവുകളുടെ, ഉൽപ്പാദനത്തിന്റെ അധിദേവതയായി അമ്മദൈവത്തെ ആരാധിച്ചുവന്നു. ശക്തിപൂജ അഥവാ ദേവീപൂജ എന്ന നിലയിലാണ് ഭാരതത്തിൽ ഈ സമ്പ്രദായം പ്രചാരത്തിലിരുന്നത്. ഹാരപ്പൻ നാഗരികതയ്ക്കുമുമ്പു മുതലെങ്കിലും മാതൃദേവതാരാധന ഭാരതത്തിൽ നിലനിന്നിരുന്നുവെന്നു മനസ്സിലാക്കാനുതകുന്ന തെളിവുകൾ ഇന്നു ലഭ്യമാണ്. മാതൃദേവതാരാധന അവൈദികമാണെന്നു പൊതുവേ പണ്ഡിതന്മാർ അഭിപ്രായപ്പെടുണ്ടെങ്കിലും വാക് എന്ന ഋഷി ജഗന്മാതൃഭാവത്തിൽ പരമചൈതന്യത്തെ വാഴ്ത്തുന്നതായി ഋഗ്വേദത്തിൽ വിവരിക്കുന്നുണ്ട്.

സിന്ധിലെ മോഹൻജദാരോ (മരിച്ചവരുടെ പറമ്പ്), പഞ്ചാബിലെ ഹാരപ്പ എന്നിവിടങ്ങളിൽ നിന്നും കണ്ടെടുക്കപ്പെട്ട അസംഖ്യം മുദ്രകളും കളിമൺശിൽപ്പങ്ങളും തെളിയിക്കുന്നത്, അയ്യായിരം വർഷങ്ങൾക്കുമുമ്പു മുതലെങ്കിലും ദേവ്യാരാധന ഭാരതത്തിൽ നിലനിന്നിരുന്നു എന്നാണ്. ഭാരതത്തിൽ ഈ അമ്മദൈവത്തെ കാളി, ദുർഗ്ഗ, കാമാഖ്യ എന്നിങ്ങനെ വിവിധപേരുകളിൽ അറിയപ്പെടുന്നു.

സിന്ധു നദീതടം മുതൽ നൈൽ നദീതടം വരെ വ്യാപിച്ചിരുന്ന വൈദികേതര സങ്കൽപ്പമായിരുന്നു അമാനുഷ മാതൃദേവത (Super Natural Mother Godess) എന്നത്. ഭാരതത്തെ കൂടാതെ, പ്രാചീന ഈജിപ്ത്, മെസപ്പൊട്ടേമിയ തുടങ്ങിയ രാജ്യങ്ങളിലും ശക്തിപൂജ നിലനിന്നിരുന്നതായി ആധുനിക പഠനങ്ങൾ പറയുന്നു. വൈദികകാലത്തിനു മുമ്പുണ്ടായിരുന്ന ജനവർഗ്ഗം സ്ത്രീത്വത്തിന് ദൈവികത്വം കൽപ്പിക്കുകയും, പിന്നീടത് അമ്മദൈവ (Mother Godess) സങ്കൽപമായി മാറുകയും ചെയ്തതാണെന്ന് കരുതപ്പെടുന്നു (ഡി. ഡി. കൊസാംബി). 'തായിപ്പരദേവത'യെന്നും 'ദൈവത്തായ്' എന്നും ഇതിനെ അറിയപ്പെട്ടു. ഭാരതത്തിൽ ഈ സങ്കൽപം പ്രാപഞ്ചികശക്തിയുടെ പ്രതീകമായിരുന്നു. സംഘകാല ജനതയുടെ കൊറ്റവൈയും (കൊറ്റ്= അന്നം, അവൈ = ദേവത; അന്നം തരു

ന്നവൾ), ഉർവരതാ സങ്കൽപ്പങ്ങളുമായി (Fertility Cult) ബന്ധപ്പെട്ട അന്നപൂർണ്ണയും ശാകംഭരിയും (പോഷകഗുണമുള്ള ഔഷധമോ ആഹാരമോ കൊണ്ടു പോറ്റുന്നവൾ) ആയി ആരാധിക്കപ്പെടുന്ന കാർഷിക സമൂഹത്തിലെ നിരവധി ഗ്രാമദേവതകളും ഈ ശക്തി സങ്കൽപം തന്നെ.

ശാക്തേയാരാധനയ്ക്ക് ഭാരതത്തിൽ ഏറ്റവും കൂടുതൽ പ്രാധാന്യമുള്ളത് ബംഗാളിലും കേരളത്തിലുമാണ്. 'കൽക്കത്ത' എന്ന സ്ഥലപ്പേരിന്റെ ഉത്ഭവം തന്നെ അമ്മദേവതയായ കാളിയിൽ നിന്നാണ്. കാളി പ്രധാന ആരാധനാ ദേവതയായതുകൊണ്ടുള്ള, 'കാളിഘട്ടം' എന്ന സങ്കൽപത്തിൽ നിന്നുമാണ് ദേശത്തിന് ആ പേരുണ്ടായത്.

കാവിലമ്മ

കൽക്കത്തയെപ്പോലെ, മാതൃദേവതാരാധനയുടെ തായ്ക്കുലമാണ് കേരളവും. കേരളത്തിൽപൊതുവെ ആരാധിക്കപ്പെടുന്ന ദേവതയും 'അമ്മ' തന്നെ. ദേശദേവതയായും കുലദേവതയായും പരദേവതയായും ദൈവത്തായ് കേരളത്തെ അനുഗ്രഹിച്ചു നിൽക്കുന്നു.

ഭൂമിയുടെ ഏറ്റവും ചെറിയഘടകത്തെ ഗ്രാമം എന്നാണ് അർത്ഥശാസ്ത്രത്തിൽ പറഞ്ഞിരിക്കുന്നത്. നദി, മല, കുന്നുകൾ ജലാശയം എന്നിവകൊണ്ട് പ്രകൃതിതന്നെ ഓരോ ഗ്രാമത്തിലും അതിർത്തി നിശ്ചയിച്ചിരുന്നു. ഇപ്രകാരമുള്ള ഗ്രാമത്തിലെ ഗോത്രങ്ങൾക്ക് അവരുടേതായ ചെറുഭവനങ്ങൾ ഉണ്ടെങ്കിലും ഗ്രാമജീവിതത്തിന്റെ പൊതുവായ ആരാധനാകേന്ദ്രം കാവോ കൽമാടമോ വൃക്ഷച്ചുവടോ ആയിരുന്നു.

ഓരോ ഗോത്രത്തിനും ഓരോ ആരാധനാ വൃക്ഷവും ഓരോ അതിർത്തി വൃക്ഷവും ഉണ്ടായിരുന്നു. ഗ്രാമത്തിന്റെ പൊതുവായ ആരാധനാകേന്ദ്രം എവിടെത്തന്നെയായിരുന്നാലും അവിടെത്തുടങ്ങുന്ന അവന്റെ അമ്മസങ്കൽപത്തിൽ എല്ലാ ഈശ്വരന്മാരുടെയും ചൈതന്യം അടങ്ങിയിരുന്നു. അമ്മയ്ക്ക് മക്കളോട് എപ്പോഴും സ്നേഹവും വാത്സല്യവും തോന്നണമെങ്കിൽ അവരെ എപ്പോഴും സ്നേഹിക്കുകയും സംരക്ഷിക്കുകയും വേണം. അമ്മയോടു സ്നേഹക്കുറവോ അനാദരവോ കാട്ടിയാൽ അമ്മ ഉഗ്രമൂർത്തിയായിമാറുകയും ഗ്രാമീണരുടെ ജീവിതത്തിന് മൊത്തത്തിൽ നാശം ഉണ്ടാക്കുകയും ചെയ്യുമെന്നുള്ള ഭീതി ഗ്രാമീണർക്ക് ഉണ്ടായിരുന്നു. അതുകൊണ്ട് കാവിലമ്മയ്ക്ക് ബലിയും വഴിപാടുകളും ഉത്സവങ്ങളും അവർ മുടങ്ങാതെ നടത്തിവന്നു. വേട്ടയ്ക്ക് പോകുമ്പോഴും കൃഷി

യിറക്കുമ്പോഴും യുദ്ധത്തിനുപോകുമ്പോഴുമെല്ലാം അവർ അമ്മ ദൈവത്തിന് വഴുപാടുകൾ കൊടുത്തുവന്നു. ഇതെല്ലാം കൂട്ടായ്മ യിൽ വളർന്നുവന്ന ആചാരാനുഷ്ഠാനങ്ങളാണ്.

അന്നത്തെ ദേവ്യാരാധനയെപ്പറ്റി കെ. ദാമോദരൻ ഇങ്ങനെ എഴുതുന്നു:

അമ്മദൈവങ്ങൾ മാത്രമല്ല, ഭൂതപിശാചാദികളും പൂർവികന്മാ രുടെ പ്രേതങ്ങളും ആരാധിക്കപ്പെട്ടിരുന്നു. അവരെ തൃപ്തിപ്പെടു ത്താൻ വേണ്ടിയുള്ള പൂജാദികർമ്മങ്ങളും മൃഗബലികളിലൂടെയു ള്ള രക്തദാനങ്ങളും പതിവായിരുന്നു. അമ്മദൈവങ്ങൾക്കിടയിൽ കൂടുതൽ ദയയുള്ളവരും കൂടുതൽ ക്രൂരത കാട്ടുന്നവരുമുണ്ടായി രുന്നു. രോഗങ്ങളിൽനിന്നും പകർച്ചവ്യാധികളിൽ നിന്നും അനാവൃ ഷ്ടിയിൽ നിന്നും രക്ഷകിട്ടാൻ പ്രത്യേകം പ്രത്യേകം ദേവികളെ പ്ര സാദിപ്പിക്കേണ്ടതുണ്ടായിരുന്നു. ഉദാഹരണത്തിന്, കേരളത്തിലെ കൊടുങ്ങല്ലൂർ ഭഗവതിയും തമിഴ്നാട്ടിലെ മാരിയമ്മയും വസൂരി രോഗം പരിഹരിക്കാൻ വൈദഗ്ധ്യം നേടിയ ദേവതകളായിരുന്നു. ആന്ധ്രയിൽ മുത്തിയമ്മയ്ക്കായിരുന്നു പ്രാധാന്യം. ബംഗാളിലെ ജനകീയദേവതയായ കാളി തലയോടുകൾ കൊണ്ടുള്ള മാലയാ ണ് ധരിച്ചിരുന്നത്. അമ്മ ദൈവങ്ങളെയും ഭൂതപ്രേത പിശാചാദിക ളെയും പ്രീതിപ്പെടുത്താൻ പുഷ്പങ്ങൾ പോലെതന്നെ ചോരയും കള്ളും മുഖ്യോപകരണങ്ങളായിരുന്നു. ഇത്തരം വിശ്വാസങ്ങളു ടെയും കർമ്മങ്ങളുടെയും അവിഭാജ്യഘടകം എന്ന നിലയ്ക്കാണ് മന്ത്രവാദച്ചടങ്ങുകളും ജ്യോത്സ്യവും തന്ത്രവിദ്യയും പുഷ്ടിപ്പെട്ടത് (ഭാരതീയചിന്ത, കെ. ദാമോദരൻ, പേജ് 342).

ഉമ

അമ്മദൈവങ്ങളുടെ ഉൽപത്തിയോ നാമധാതുക്കളോ സം സ്കൃത പുരാവൃത്ത-ധാതു പാഠങ്ങളിൽ കാണുന്നില്ല. എൻ.എൻ ഭട്ടാചാര്യ 'ഉമ' എന്ന നാമം അതിനു തെളിവായി ഉദാഹരിക്കുന്നു ണ്ട്. 'ഉമ' സംസ്കൃതശബ്ദമല്ല. അതിന് മാ, അമ്മ എന്നീ ശബ്ദങ്ങ ളുമായിട്ടാണ് ബന്ധം. ബാബിലോണിയൻ പദമായ ഉമ്മി, ബുദ്ധമ തത്തിലെ ഹീനയാന വിഭാഗക്കാരായിരുന്ന കുഷാണന്മാരുടെ നാ ണയത്തിൽ കാണുന്ന 'ഒമ്മോ' (Ommo) എന്നീ ശബ്ദങ്ങളുമായി ട്ടാണ് ഉമ എന്ന പദത്തിന് ബന്ധമെന്നു എൻ.എൻ. ഭട്ടാചാര്യ വ്യ ക്തമാക്കുന്നു. ഈ പദങ്ങളെല്ലാം ദ്രാവിഡത്തിലെ അമ്മ ശബ്ദവു മായി ചാർച്ചയുള്ളവയാണ്.

പ്രജനനത്തിന്റെയും ഭക്ഷണോൽപാദനത്തിന്റെയും പ്രഭവകേന്ദ്രമാണ് സ്ത്രീ. അതിനാൽ വംശവർദ്ധനവിനും കാർഷികവിളകളുടെ അഭിവൃദ്ധിക്കും വേണ്ടി വിളഭൂമിയേയും പ്രകൃതിയേയും ധാന്യങ്ങളെയും മാതൃദേവതകളായി പ്രാചീനർ ആരാധിച്ചിരുന്നു. നെല്ലും ബാർലിയുമെല്ലാം അമ്മമാരായി. ആദ്യമായുണ്ടാകുന്ന (കന്നി കായ്ക്കുന്ന) ഫലം അമ്മദൈവത്തിന് നേർച്ച നൽകിത്തുടങ്ങിയതോടെ 'കൊയ്ത്ത്' ഉത്സവമായിത്തീർന്നു. 'ഉത്സഃ' എന്ന ശബ്ദത്തിന് 'വെള്ളം കൊണ്ടു നനയുന്നേടം' (ഈര എന്നതിന് നനവുള്ളത്, ഈർപ്പമുള്ളത് എന്നൊക്കെയാണ് അർത്ഥം. ചെട്ടികുളങ്ങര ക്ഷേത്രം നിൽക്കുന്നസ്ഥലം ഈരേഴയാണ്. ആദ്യകരയും അതാണ്. ഏല എന്നതിന് വയൽ, കൃഷിയിടം എന്നും അർത്ഥം) എന്ന അർത്ഥമുള്ളതിനാൽ കൃഷിയിറക്കുന്ന കാലമാണ് ഉത്സവങ്ങൾക്ക് തുടക്കം കുറിച്ചതെന്നു പറയാം. അങ്ങനെ വിതയും കൊയ്ത്തും ലോകമെങ്ങും ഉത്സവകാലമായി. ഫീസ്റ്റു (feast-സദ്യ) മായി ബന്ധപ്പെട്ട 'ഫെസ്റ്റിവൽ' (festival) കൊയ്ത്തുകാലത്തെ ഭക്ഷണോത്സവമാണ്. പ്രാചീന കാർഷിക സമൂഹങ്ങളിലെങ്ങും നിലനിന്നിരുന്ന പുത്തരിയുത്സവമാണ് യഥാർത്ഥത്തിലുള്ള 'ഫെസ്റ്റിവൽ'.

ജീവജാലങ്ങളുടെ മുഴുവൻ ജനനിയായ സൂര്യൻ മഹാമാതാവായതിനാൽ സൂര്യാരാധന അമ്മ ദൈവാരാധനയാണ്. അതുകൊണ്ട് പൊങ്കാല ഒരേസമയം സൂര്യാരാധയും അമ്മ ദൈവാരാധനയുമാകുന്നു. അടുത്തകാലംവരെ പൊങ്കാലകൾ ക്ഷേത്ര കേന്ദ്രീകൃതമായിരുന്നില്ല എന്നതാണ് അതിനുള്ള കാരണം. കൃഷിയിടങ്ങൾക്കരികിലെ മരച്ചുവടോ മരക്കൂട്ടമായ കാവുകളോ നെൽക്കളങ്ങളോ ആയിരുന്നു ദേവതാസ്ഥാനങ്ങൾ. അമ്മ ദേവാരാധന നെൽപ്പാടങ്ങളുമായി ബന്ധപ്പെട്ടിരിക്കുന്നു എന്നതിന് ഉദാഹരണമാണ് 'കളം' എന്ന പദം. കർഷകർ നെൽക്കറ്റ മെതിച്ചിരുന്ന സ്ഥലമാണ് കളം. അമ്മ ദൈവാരാധനയുമായി ബന്ധപ്പെട്ട കളംപാട്ടിനും (കളത്തിൽ പാടുന്ന പാട്ട്), കളമെഴുത്തിനും (കളത്തിൽ എഴുതുന്നത്) നെൽ'ക്കളം', 'കള'പ്പുര എന്നീ പദങ്ങളുമായി ബന്ധമുണ്ട്. മാത്രമല്ല, തെക്കൻ കേരളത്തിലെ ചില ഗ്രാമങ്ങളിൽ അമ്മദൈവത്തെയും നാടൻ ദൈവങ്ങളെയും ആരാധിക്കുന്ന സ്ഥലത്തെ 'കളം' എന്നു പറയാറുണ്ട്. ചെട്ടികുളങ്ങരയിലെ അനുഷ്ഠാനമായ കുത്തിയോട്ടം നടക്കുന്ന സ്ഥലം 'കുത്തിയോട്ടക്കള'മാണെന്നത് അർത്ഥഗർഭമാണ്. കളംപാട്ടും കളമെഴുത്തും തായിപ്പരദേവതയുടെ വിളയാട്ട ഭൂമികയിലാണ് നടക്കുന്നത്.

വെങ്കലയുഗ നാഗരികതയ്ക്കുമുമ്പുള്ള നവീനശിലായുഗ കാലത്ത് മനുഷ്യൻ ഭക്ഷണം ഉൽപാദിപ്പിക്കുവാൻ തുടങ്ങിയതോടെ കാർഷികവിളകളുടെ ദേവതയായി അമ്മദൈവത്തെ ആരാധിച്ചു തുടങ്ങി. ലോകത്തിന്റെ പലഭാഗത്തുനിന്നും കണ്ടുകിട്ടിയിട്ടുള്ള നവീനശിലായുഗ കാലഘട്ടത്തിലെ സ്ത്രീ പ്രതിമകൾ ഇക്കാര്യം വ്യക്തമാക്കുന്നുണ്ട്. സമൃദ്ധിയുടെയും ഫലഭൂയിഷ്ഠതയുടെയും ദേവതയെ പൂജിച്ചാൽമാത്രമേ ഭൂമിയിൽനിന്നു മികച്ച വിളവുലഭിക്കൂ എന്നും അക്കാലത്തെ മനുഷ്യർ വിശ്വസിച്ചു. മനുഷ്യന്റെ ഭൗതിക പുരോഗതിക്കനുസൃതമായി വിശ്വാസപ്രമാണങ്ങളിലും ക്രമേണ മാറ്റംവന്നു. കൃഷിയുടെ വരവ് പ്രകൃതിശക്തികളോടൊപ്പം മണ്ണിനെയും പെണ്ണിനെയും ആരാധ്യവസ്തുവാക്കുന്ന ചിന്താഗതി ലോകമെങ്ങും വളർന്നുവന്നു.

ഇത്തരം മാനുഷദേവതാ സങ്കൽപത്തെപ്പറ്റി പ്രമുഖ ഇന്റോളജിസ്റ്റായ സർ ജോൺ മാർഷിന്റെ വിലയിരുത്തൽ വളരെ ശ്രദ്ധേയമാണ്. അദ്ദേഹം പറയുന്നു: അടിസ്ഥാനപരവും സാർവലൗകികവുമായ അമാനുഷ മാതൃദേവതാപൂജ ഭാരതത്തിലെപ്പോലെ മറ്റെവി ടെയും കാണുകയില്ല. ഭാരതത്തിന്റെ അമ്മദൈവം പ്രപഞ്ചത്തിന്റെ അഥവാ പ്രകൃതിയുടെ പ്രതീകവും പ്രപഞ്ചാത്മാവിന്റെ അഥവാ പുരുഷന്റെ മറുഘടകവുമാണ്. ജോൺമാർഷലിന്റെ അഭിപ്രായ ത്തിൽ, 'അമാനുഷ മാതൃദേവതാപൂജയാണ് പിൽക്കാലത്ത് ശക്തി പൂജയായി, ശാക്തേയ ആരാധനാസമ്പ്രദായമായി, രൂപാന്തരപ്പെട്ടത്.'

ചരിത്രകാരന്മാരുടെ അഭിപ്രായത്തിൽ, ആര്യന്മാർ എന്ന വിഭാഗത്തിന്റെ വരവിനുമുമ്പുതന്നെ ദൈവാരാധന നമ്മുടെ നാട്ടിൽ പ്രബലമായിരുന്നു. അക്കാലത്ത് ആരാധിക്കപ്പെട്ടിരുന്ന പ്രധാന മൂർത്തികൾ ദേവിയും ശിവനും ആയിരുന്നുവെന്നാണ് അവരുടെ അഭിപ്രായം. പിന്നീട് മറ്റു കാര്യങ്ങളിലെന്നതുപോലെ ആരാധനാസമ്പ്രദായത്തിലും പലവിധ പരിവർത്തനങ്ങൾ സംഭവിച്ചുവെന്നുമാത്രം.

കേരളം സൃഷ്ടിച്ചതു പരശുരാമനാണെന്നും ഈ രാജ്യത്തിന്റെ ഭദ്രതയ്ക്കുവേണ്ടി അദ്ദേഹം നൂറ്റെട്ട് ദുർഗ്ഗാലയങ്ങളും ശിവാലയങ്ങളും ശാസ്താലയങ്ങളും സ്ഥാപിച്ചുവെന്നും ഐതിഹ്യം പറയുന്നു. പരശുരാമനുമായി ബന്ധപ്പെട്ട ഈ കഥ, ചരിത്രവുമായി പുലബന്ധമില്ലാത്ത വെറും ഐതിഹ്യമാണെങ്കിൽപ്പോലും കേരളത്തിൽ ശിവാലയങ്ങളും ദുർഗ്ഗാലയങ്ങളും പണ്ടുപണ്ടേ സ്ഥാപിക്കപ്പെട്ടിരുന്നു എന്ന വസ്തുത സംശയാതീതമാണ്. അതിനുശേഷവും അത്ത

രത്തിൽ ചെറുതും വലുതുമായ ധാരാളം ദേവീക്ഷേത്രങ്ങളും ശാസ്താക്ഷേത്രങ്ങളും ശിവക്ഷേത്രങ്ങളും ഉയർന്നുവന്നിട്ടുണ്ട്. ഈ ക്ഷേത്രങ്ങളുടെയെല്ലാം ആവിർഭാവം പ്രാചീനർ ദേവിയേയും ശിവനേയും ആരാധിച്ചു വന്നിരുന്നതിന്റെ ഒരു തുടർച്ച മാത്രമായിരിക്കണം.

കൊറ്റവൈ

സംഘകാലത്ത് തമിഴ്നാടും കേരളവും കർണ്ണാടകയും മറ്റും ഉൾപ്പെടുന്ന പ്രാചീന തമിഴകത്തിൽ ആരാധിക്കപ്പെട്ടിരുന്ന ഒരു ദേവതയാണ് കൊറ്റവൈ. യുദ്ധദേവത എന്ന നിലയിലാണ് കൊറ്റവൈ അറിയപ്പെട്ടിരുന്നത്. ആ നിലയിൽ വെറ്റിദേവതയെന്നും ഇത് വിളിക്കപ്പെട്ടു. മറവരുടെ ആരാധനാമൂർത്തയായിരുന്നു കൊറ്റവൈയെന്നാണ് പൊതുവേയുള്ള വിശ്വാസം. ആയിരമലയിലെ കൊറ്റവൈ ചേരന്മാരുടെ കുലദേവതയായിരുന്നുവെന്നു ചരിത്രകാരന്മാർ അഭിപ്രായപ്പെടുന്നുണ്ട്. വേടരുടെയും കുറവരുടെയും കുലദേവതയായും കൊറ്റവൈയെ ആരാധിക്കപ്പെടുന്നുണ്ട്. കൊറ്റവൈ പിന്നീടു ഭദ്രകാളിയായി രൂപപ്പെട്ടുവെന്നാണ് ചരിത്രമതം.

ഇന്നു കാളിയും ദുർഗ്ഗയുമെല്ലാമായിരിക്കുന്നതും കൊറ്റവൈ ആകണം. കേരളത്തിലെ പുരാതന ദുർഗ്ഗാക്ഷേത്രങ്ങൾ (108 എണ്ണം കേരളോൽപത്തിയിലും കേരളമാഹാത്മ്യങ്ങളിലും) കൊറ്റവൈ ക്ഷേത്രങ്ങളുടെ പിന്തുടർച്ചയോ പരിഷ്കരിച്ച പതിപ്പുകളോ ആണ്. കൊടുങ്ങല്ലൂർഭഗവതി സംഘകാലത്തെ, 'ഒരുമുലൈയറുത്ത തിരുമാവുണ്ണി' (നറ്റിണ്ണൈ), 'ഒരുമുലൈപത്തിനി' എന്നും പേരുള്ള കർണ്ണകിയാണ് (വി.വി.കെ വാലത്ത്, സംഘകാലകേരളം, പേജ് 44)

മാവേലിക്കരയിലെയും മാന്നാറിലെയും കൊറ്റാർകാവുകൾ കൊറ്റവൈയ്ക്കും മറവസമൂഹത്തിനും ഈ ദേശത്തുണ്ടായിരുന്ന സ്വാധീനം വെളിപ്പെടുത്തുന്നു. കായംകുളത്തെ കൊറ്റുകുളങ്ങര, കൊറ്റംകുളങ്ങര (ചവറ, ആലപ്പുഴ) എന്നിവയും കൊറ്റവൈയുമായി ബന്ധപ്പെട്ടിരിക്കുന്നു.

ഉണ്ണുനീലി സന്ദേശത്തിൽ പരാമർശിക്കുന്ന നടയ്ക്കാവ്, തട്ടാരമ്പലം, മറ്റം തുടങ്ങിയ പ്രദേശങ്ങൾ ചെട്ടികുളങ്ങരയുടെ കരകളിൽ ഉൾപ്പെടുന്നു. കണ്ടിയൂർ, മറ്റം എന്നിങ്ങനെ അറിയപ്പെടുന്ന ഓടനാടിന്റെ പ്രശസ്തമായ രണ്ടുപടനിലം ചെട്ടികുളങ്ങര ക്ഷേത്രത്തിനു വിളിപ്പാടകലെയായുണ്ട്. ശ്രീകണ്ഠപുരം ആശുപത്രിക്കു സമീപമു

ള്ള പടനിലവും(ഇപ്പോൾ കണ്ടിയൂർ ചന്ത), പത്തിച്ചിറപള്ളിയുടെ അധീനതയിലുള്ള മറ്റം-ബി ശാഖയുടെ സണ്ടേ സ്കൂൾ നിൽക്കുന്ന സ്ഥലവും പടനിലങ്ങളായിരുന്നു. ഓടനാട്ടിലെ ഓണപ്പടയെ ചരിത്രപ്പെടുത്തുന്ന കണ്ടിയൂർമറ്റം പടപ്പാട്ടിന്റെ ചരിത്രഭൂമികയും ഈ പടനിലങ്ങളാണ്. രണോത്സുകയായ കൊറ്റവെയെന്ന യുദ്ധദേവതയായും ഒരുകാലത്ത് ചെട്ടികുളങ്ങര ഭഗവതിയെ ആരാധിച്ചിരിക്കാനുള്ള ചരിത്ര സാധ്യതയിലേക്കാണ് ഈ സൂചനകൾ നമ്മെ നയിക്കുന്നത്.

ഓണാട്ടുകരയിലെ അമ്മദേവതമാർ

നീരൊഴുക്കു തോടുകളും സമൃദ്ധമായ പാടങ്ങളും തോട്ടങ്ങളും കാലകളും കരികളും നിറഞ്ഞ ഓണാട്ടുകര അമ്മദൈവാരാധന യ്ക്ക് കീർത്തികേട്ട പ്രദേശമാണ്. രോഗദേവതകളും രണദേവത കളും ധനദേവതകളും ധാന്യദേവതകളും ഇവിടെ നിറഞ്ഞുനിൽ ക്കുന്നു. ചെട്ടികുളങ്ങരയമ്മയെ രോഗദേവതയായാണ് പ്രാചീനർ ആരാധിച്ചിരുന്നത്.

ഓണാട്ടുകരദേശത്തെ കാർഷിക സമൃദ്ധി അമ്മദൈവങ്ങളുടെ കേദാരമായിരുന്നു ഈ മണ്ണെന്നതിന്റെ നിദർശനമായി വർത്തിക്കു ന്നു. ദുർഗ്ഗാക്ഷേത്രങ്ങളെയും ഭദ്രകാളിക്ഷേത്രങ്ങളെയും ഒന്നിച്ച് ദേ വീക്ഷേത്രങ്ങളെന്നു വിളിക്കുകയാണെങ്കിൽ തിരുവിതാംകൂർ ദേവ സ്വം ബോർഡിന്റെ കീഴിൽമാത്രം ഓണാട്ടുകരയിൽ എഴുപത് ദുർ ഗ്ഗാക്ഷേത്രങ്ങളുമുണ്ട് (ആർ. രാമചന്ദ്രൻ നായർ, തിരുവിതാംകൂറി ലെ ക്ഷേത്രങ്ങൾ, അവതാരിക, ഭാഗം 3, പേജ് 36). ഇതര സ്വകാര്യ ദേവസ്വങ്ങളും കുടുംബക്ഷേത്രങ്ങളും പരിഗണിച്ചാൽ എണ്ണം ഇതി നുമെത്രയോ ഇരട്ടിയാകും.

തട്ടകത്തമ്മ

ഓണാട്ടുകരയുടെ പരദേവതയോ തട്ടകത്തമ്മയോ ആണ് ചെട്ടി കുളങ്ങര ഭഗവതി. ശ്രീഭദ്രകാളിയാണ് ഇവിടുത്തെ പ്രതിഷ്ഠ. ദേവ വൃക്ഷമെന്നറിയപ്പെടുന്ന വരിക്കപ്ലാവിൽ നിർമ്മിച്ചതാണ് ഭഗവതി യുടെ ഇപ്പോഴുള്ള വിഗ്രഹം. ദാരികനിഗ്രഹം കഴിഞ്ഞുവരുന്ന ഉഗ്രരൂ പിണിയായ ഭദ്രകാളി (കാലത്തെ-time-ഭദ്രമാക്കുന്നവൾ) യുടെതാ ണ് ഈ വിഗ്രഹം (വിഗ്രഹം-വിശേഷേണ ഗ്രഹിപ്പിക്കുന്നത്). ചതുർ ബാഹുക്കളോടുകൂടി വാളും ദാരികത്തലയും തളികയും തുറിച്ചക ണ്ണുകളും നീണ്ടനാവുമെല്ലാം വിഗ്രഹത്തിൽ സ്പഷ്ടമാണ്. ബഹു വേര സമ്പ്രദായത്തിലുള്ള പൂജാവിധികളാണിവിടെയുള്ളത്.

പൂജകൾ

ദിവസവും അഞ്ചുഭനേരം പൂജകൾ ഇവിടെ നടത്തിവരുന്നു. പ്ര ഭാതത്തിൽ സരസ്വതി സങ്കൽപത്തിൽ ധ്യാനിച്ച്, ഭഗവതിക്ക് തൃമ

ധുരവും ചെറുപായസവും മലരും നിവേദിക്കുന്നു. മധ്യാഹ്നത്തിൽ ലക്ഷ്മിദേവിയായി സങ്കൽപിച്ച് കൂട്ടുപായസം വഴിപാടായി നടത്തുന്നു. സായാഹ്നത്തിൽ മഹേശ്വരി (ദുർഗ്ഗ അഥവാ കാളി) സങ്കൽപത്തിൽ നെയ്പ്പായസം, നെയ്യപ്പം എന്നിവ നിവേദ്യമായി സമർപ്പിക്കുന്നു. ദുർഗ്ഗാഭഗവതിക്ക് രൗദ്രഭാവം കൂടിയുള്ളതിനാൽ രക്തപുഷ്പാഞ്ജലി, കുങ്കുമാർച്ചന, കുരുതി എന്നിവയും പ്രധാന വഴിപാടായി നടത്തപ്പെടുന്നു. കുരുതിതർപ്പണം എല്ലാമാസവും ഭരണി നാളിലാണ് നടക്കുന്നത്. മുമ്പ് നടത്തിവന്ന ജന്തുബലിക്ക് പകരമായാണ് ഈ ചടങ്ങ് എന്നാണ് കരുതുന്നത് (തിരുവിതാം കൂറിലെ ക്ഷേത്രങ്ങൾ, ഡോ. മധുദേവന്നായർ, പേജ് 255).

ചെട്ടികുളങ്ങര: സ്ഥലപരിചയം

ആലപ്പുഴ ജില്ലയിലെ മാവേലിക്കര താലൂക്കിൽ കണ്ണമംഗലം വില്ലേജിലാണ് ചെട്ടികുളങ്ങര ക്ഷേത്രം (9°13'39''N 76°30'54''E) സ്ഥിതിചെയ്യുന്നത്. കായംകുളം മാവേലിക്കര സംസ്ഥാനപാതയിൽ, തട്ടാരമ്പലത്തിനും ഭഗവതിപ്പടിയ്ക്കും മധ്യേ വലതു (കിഴക്കു) വശത്തായി ക്ഷേത്രം കാണാം. ക്ഷേത്രത്തിലേക്ക് കായംകുളത്തുനിന്നും ഏഴുകിലോമീറ്ററും തട്ടാരമ്പലത്തുനിന്നും രണ്ടു കിലോമീറ്ററും ദൂരമുണ്ട്. കിഴക്കോട്ടാണ് ക്ഷേത്രത്തിന്റെ ദർശനം. തിരുവിതാംകൂർ ദേവസ്വം ബോർഡിന്റെ അധീനതയിലാണ് ഇപ്പോൾ ക്ഷേത്രം. ചെട്ടികുളങ്ങര ശ്രീഭദ്രകാളിക്ഷേത്രമെന്നായിരുന്നു പഴയകാലരേഖകൾ. ഇപ്പോൾ സ്ഥലസൂചകത്തിലും പറയെഴുന്നള്ളത്ത്-ഉത്സവം തുടങ്ങിയവയുടെ അറിയിപ്പുകളിലും മറ്റും 'ചെട്ടികുളങ്ങര ഭഗവതിക്ഷേത്ര'മെന്നായിമാറിയിട്ടുണ്ട്. ശബരിമല കഴിഞ്ഞാൽ നടവരവിൽ രണ്ടാമത്തെയോ മൂന്നാമത്തെയോ സ്ഥാനം ഈ ക്ഷേത്രത്തിനുണ്ട്.

ചെട്ടികുളങ്ങര: സ്ഥലനാമനിരുക്തി

ഒരു പ്രദേശത്തിനു പേരു ലഭിക്കുന്നതിനു പല കാരണങ്ങളുണ്ട്. അതിലൊന്നാണ് അവിടെ ചരിക്കുകയും സ്വാധീനിക്കുകയും ചെയ്ത ജനസമൂഹം. അത്തരം ജാതി-സമൂഹങ്ങളുടെ കൂട്ടായ്മകൾ സ്ഥലപ്പേരുകൾക്കു കാരണമായിത്തീരാറുണ്ട്. ഓണാട്ടുകരയിൽ തന്നെയുള്ള തട്ടാരമ്പലം, തട്ടാവഴി, വേലഞ്ചിറ, പറയരുകാലാ, കുറത്തികാട്, പുലക്കടവ്, കുറവൻകോണം, ഈഴക്കടവ്, പടനായർ കുളങ്ങര, കണിയാമുറി, തുടങ്ങിയ നാട്ടുപേരുകളുടെ ഉത്ഭവത്തിന് കാരണം ഇത്തരം സമുദായങ്ങളുടെ - കൂട്ടായ്മകളുടെ സ്വാധീനമാണ്. അതുപോലെ, ചെട്ടികുളങ്ങര എന്ന സ്ഥലപ്പേരിനു പിന്നിലും ആ ദേശത്തു ചരിക്കുകയും ജീവിക്കുകയും ചെയ്ത ഒരു വിഭാഗം ജനതയാണ്. ചെട്ടികൾ എന്നാണ് അവർ അറിയപ്പെട്ടത്. പ്രാചീന കായംകുളം രാജ്യത്തെ വണിക്കുവർഗ്ഗക്കാർ ചെട്ടികളായിരുന്നുവെന്ന് കറുപ്പുംവീട്ടിൽ ഗോപാലപിള്ള സൂചിപ്പിക്കുന്നു (കേരള മഹാചരിത്രം, പേജ് 360). അത്രമേൽ പ്രാധാന്യമുള്ള ആ സമൂഹത്തിന്റെ സ്വാധീനമാണ് സ്ഥലപ്പേരിൽ നിഴലിക്കുന്നത്.

പേരും വേരും

'ചേട്' എന്ന ക്രിയാധാതുവിൽ നിന്നുണ്ടായ നാമപദമാണ് ചെട്ടി എന്നത്. ചെട്ടികൾ അതിന്റെ ബഹുവചന രൂപമാണ്. 'കച്ചവടക്കാർ', 'വ്യാപാരികൾ', 'വർത്തകർ' എന്നെല്ലാം പറയുന്നത് ഈ കൂട്ടരെയാണ്. വീരരാഘവ പട്ടയത്തിൽ 'ലോകപെരുംചെട്ടി' എന്നത് ഒരു ബഹുമതിയായാണ് രേഖപ്പെട്ടിട്ടുള്ളത്. ചേരമാൻ പെരുമാൾ ഇരവി കോർത്തനു നൽകിയ ബഹുമതിയാണത്. ഇന്നു പ്രബലമായ പലസമുദായങ്ങൾക്കും മുമ്പുതന്നെ ചെട്ടികൾ ശ്രദ്ധേയരായിരുന്നുവെന്നാണിതു കാണിക്കുന്നത്.

സംഘകാല കേരളത്തിലെ പ്രമുഖരായിരുന്ന, കർഷക സമൂഹമായിരുന്ന, വെള്ളാളരിലെ ഒരു വിഭാഗമാണ് ഈ ചെട്ടികൾ. അവർ ചാതുർവർണ്ണമോ ജാതിവ്യവസ്ഥയോ സ്വീകരിച്ചിരുന്നവരായി രുന്നില്ല. ജലസേചനമാർഗ്ഗങ്ങളാൽ കൃഷി ചെയ്യുന്നവർ (വേൾ+

ആളർ) എന്ന പേര് കിട്ടിയ വെള്ളാളരിൽ നൂറ്റിപ്പന്ത്രണ്ട് ഉപവിഭാഗങ്ങൾ ഉണ്ടായിരുന്നു.

എന്നാൽ, പത്താം നൂറ്റാണ്ടിലെ ബ്രാഹ്മണാധിപത്യം വെള്ളാളരെ മൂന്നുകൂട്ടം 'വൈശ്യ'രായി തിരിച്ചു. അങ്ങനെ, ഭൂഉടമകളായ പിള്ളമാർ, മുതലിയാർ എന്നിവർ 'ഭൂവൈശ്യ'രായി. മറ്റൊരു വിഭാഗം 'ഗോവൈശ്യർ' എന്നറിയപ്പെട്ടു. ഗോപാലകരായ യാദവർ എന്ന ഇടയരായിരുന്നു ഇക്കൂട്ടർ. 'ധനവൈശ്യ'രാണ് മൂന്നാമത്തെ വിഭാഗം. അവരാണ് കച്ചവടക്കാർ അഥവാ വർത്തകരായത്. സാക്ഷാൽ ചെട്ടികൾ. തമിഴ്നാട്ടിലെ കാവേരി പൂംപട്ടണമായിരുന്നു അവരുടെ ജന്മദേശം. അവർ പ്രാചീന കൊല്ലത്തേയ്ക്ക് കുടിയേറി കുരക്കേണി കൊല്ലം പടുത്തുയർത്തി. ആലപ്പുഴയും പത്തനംതിട്ടയുമെല്ലാം പ്രാചീനകാലത്ത് കൊല്ലം ജില്ലയുടെ ഭാഗമായിരുന്നു. ചിലർ പാലായിലെത്തി. പാലാ അങ്ങാടി നിർമ്മാതാക്കൾ അവരാണ്. മറ്റു ചിലർ തെക്കൻ തിരുവിതാംകൂറിലെ, നാഞ്ചിനാട്ടിലെ ഇരണിയൽ എന്ന സ്ഥലത്തേക്കും പോയി. ചേപ്പാട്, മാന്നാർ തുടങ്ങിയ പ്രദേശങ്ങളിൽ അവരുടെ പിന്മുറക്കാർ ഇപ്പോഴുമുണ്ട്. മാന്നാറിലെ പത്തിയൂരേത്ത് കുടുംബം ഈ പാരമ്പര്യത്തിന്റെ തുടർച്ചയാണ്. വെള്ളാളരുടെ പുരോഹിതർ ആയിരുന്ന 'കുരുക്കൾ' വിഭാഗം പപ്പട വിൽപനയാൽ സമുദായഭ്രഷ്ടരായപ്പോൾ 'വീരശൈവർ' എന്ന ശൈവവിഭാഗമായി. മാവേലിക്കര, തഴക്കര, ചെട്ടികുളങ്ങര തുടങ്ങിയ പ്രദേശങ്ങളിൽ അവരിൽ പലരും 'പിള്ള' എന്ന വാൽ വഹിക്കുന്നതായി ഡോ. കാനം ശങ്കരപ്പിള്ള ചൂണ്ടിക്കാട്ടുന്നു (കിളിപ്പാട്ട് മാസിക). ശേഷിച്ചവരിൽ നല്ല പങ്കും ഇന്ന് മറ്റു സമുദായങ്ങളായി അറിയപ്പെടുന്നു. ചെട്ടികുളങ്ങരയിൽ ഒന്നോ രണ്ടോ കുടുംബങ്ങൾ മാത്രം പഴയപേരിൽ തുടരുന്നു.

പ്രാചീനമായ ഒരു കച്ചവട സമൂഹമാണ് ചെട്ടികൾ അഥവാ വണിക്കുകൾ എന്നു സൂചിപ്പിച്ചല്ലോ. ചെട്ടിപ്പിള്ളമാരെന്നും ഇവർ അറിയപ്പെട്ടു. ശ്രേഷ്ഠികൾ എന്ന് സംസ്കൃതത്തിലും ഇവർ രേഖപ്പെടുന്നു. ഈ കച്ചവടസംഘ സമൂഹങ്ങൾ അധിവസിച്ചിരുന്ന പ്രദേശമാകയാലാണ് ചെട്ടികുളങ്ങര എന്ന പേര് ഈ പ്രദേശത്തിന് കൈവന്നതെന്നാണ് സ്ഥലനാമനിരുക്തി സൂചിപ്പിക്കുന്നത്. ചെട്ടികാട്, ചെട്ടികുളങ്ങര, ചെട്ട്യാരേത്ത് എന്നിങ്ങനെ ഈ സമൂഹവുമായി ബന്ധപ്പെട്ട് ധാരാളം സ്ഥലപ്പേരുകൾ കാണാം. 'കുളങ്ങര' എന്നതിന്, 'കുളത്തിന്റെ കര' എന്ന അർത്ഥം മാത്രമല്ല ഉള്ളത്. 'ഗ്രാമം' എന്ന അർത്ഥവും അതിനുണ്ട്. (ഉദാ. പത്തനംതിട്ട ജില്ലയിലെ കുളങ്ങര). ചെട്ടികുളങ്ങരയ്ക്ക് തൊട്ടടുത്തുള്ള കൈതതെക്കുകരയിലെ 'ചെട്ട്യാരേത്ത്'

എന്ന സ്ഥലവും അതിനു തെക്കായി, കരയുടെ അതിർത്തിയിൽ ചെറിയപത്തിയൂരിന്റെ ഭാഗമായി ഇന്നുള്ള 'മണിഗ്രാമ'ത്തിൽ (വണിക്ഗ്രാമം/ പൊരുനില പുരയിടത്തിൽ) എന്ന പറമ്പുപേരും ഈ പ്രദേശത്തിന്റെ വാണിജ്യ പാരമ്പര്യത്തെയും ചെട്ടിയാർ സമൂഹത്തിന്റെ സ്വാധീനത്തെയും അടയാളപ്പെടുത്തുന്നു. മാത്രമല്ല, മണിഗ്രാമത്തിൽപുരയിടവും പരിസരപ്രദേശങ്ങളും ഇപ്പോഴും നാട്ടുവഴക്കത്തിൽ ചന്തയെന്നാണ് അറിയപ്പെടുന്നത്.പൊരുനിലച്ചന്തയെന്നു പഴമക്കാർ പ്രദേശത്തെ സംബോധന ചെയ്യുന്നു. ചുനക്കര തിരുവൈരൂർ ക്ഷേത്രത്തിലെ ഒരു ദാരുശിൽപം ചെട്ടികളുമായി ബന്ധപ്പെട്ടതാണ്. മധുര മീനാക്ഷിയുടെ പ്രേമഭക്തി പരീക്ഷിക്കാൻ വളവിൽക്കുന്ന ഒരു ചെട്ടിയായി എത്തുന്ന സുന്ദരേശ്വര ശിവന്റെ കഥയാണ് ദാരുശിൽപമായി പ്രദക്ഷിണവഴിയിൽ നമുക്കു കാണാനാവുന്നത്. എന്നല്ല, ഓണാട്ടുകരയിൽ ഈ സമുദായത്തിന് ഒരുകാലത്ത് വലിയ സ്വാധീനമുണ്ടായിരുന്നുവെന്നാണ് ഇതിൽനിന്നും മനസ്സിലാക്കാനാവുന്നത്.

പ്രാദേശികമായി ചിലർ കരുതുംപോലെ, ചെട്ടികൾ ഈ ദേശത്തേക്ക് വന്നുവെങ്കിലും അതിനെ ഒരുതരത്തിലും അധിനിവേശമാണെന്നുകരുതാനാവില്ല. കാരണം, കേരളമെന്ന സങ്കൽപംതന്നെ ഇല്ലാതിരുന്ന കാലത്ത്, തമിഴരും മലയാളികളും ഒന്നായി പരിഗണിക്കപ്പെട്ടു. പ്രാചീന തമിഴകത്തിന്റെ ഭാഗമായിരുന്നു നമ്മുടെ ദേശവും. ഭാഷയും സംസ്കൃതിയും വരെ ഒന്നായിരുന്നു. പതിനാലാം നൂറ്റാണ്ടിൽപ്പോലും നമ്മുടെ പ്രദേശത്ത് ചെന്തമിൾ സംസാരിക്കുന്നവരുണ്ടായിരുന്നതായി കണ്ടിയൂർമറ്റം പടപ്പാട്ട് തെളിവുനൽകുന്നു. 'ചെന്തമിൾചോരും പുതിയകാവുള്ളോരും' എന്ന് കവിതയിൽ സൂചിപ്പിക്കുന്നു. 'മദിരാശികൾ' എന്ന് ഇന്നും ഉത്തരേന്ത്യക്കാർ, നമ്മെ വിളിക്കുന്നത് തമിഴും മലയാളവും ഒന്നായിക്കിടന്ന ആ പ്രാചീന ഭൂതകാലത്തിന്റെ ഓർമ്മയിലാണ്. മാത്രമല്ല, ഇന്ന് തമിഴരുടെ സ്വന്തമായ, സംഘകാലത്തെ പലകൃതികളും രചിച്ചത് ഇന്നത്തെ കേരളത്തിൽ വെച്ചാണ്. ചിലരെങ്കിലും കരുതുന്നതുപോലെ ഇന്നത്തെ തമിഴ് നാട്ടിൽ വെച്ചല്ല അവയുണ്ടായതെന്നതും പരിഗണിക്കണം.

'ചെട്ടി' എന്നത് ഇന്നൊരു വ്യവസായിക നാമമായും മാറിയിട്ടുണ്ട്. തമിഴ്നാട്ടിലെ കാരക്കുറിച്ചി, 'ചെട്ടിനാട്' എന്നാണറിയപ്പെടുന്നത്. ചെട്ടിനാട് സിമന്റ്, ചെട്ടിനാട് ചിക്കൻ, ചെട്ടിനാട് ഭോജനശാലകൾ, ചെട്ടിനാട് തൂണുകൾ, ഫർണീച്ചറുകൾ എല്ലാം ഏറെ പ്രസിദ്ധം. മലയാ, സിംഗപ്പൂർ എന്നിവിടങ്ങളിലെ 'ചെട്ടിനാട് വീടുകൾ' ലോക പ്രസിദ്ധമാണ് (ഡോ. കാനം ശങ്കരപ്പിള്ള).

ചെട്ടികുളങ്ങര: സ്ഥലനാമപുരാണം

ചെട്ടികുളങ്ങരയുടെ സ്ഥലനാമ നിഷ്പത്തിയെപ്പറ്റി നാട്ടുകാർക്കിടയിൽ നിലനിൽക്കുന്ന ഐതിഹ്യം മറ്റൊന്നാണ്. ശ്രീനിപട്ടത്താനം ഇപ്രകാരം രേഖപ്പെടുത്തുന്നു:

'ഈ സ്ഥലത്തിന് ചെട്ടികുളങ്ങര എന്ന പേര് കിട്ടാൻ കാരണം

അന്ന് ഇന്നത്തെ ക്ഷേത്രക്കുളം നിൽക്കുന്ന ഭാഗത്ത് കുശവന്മാർ, ചെട്ടികൾ തുടങ്ങിയവരായിരുന്നു താമസിച്ചിരുന്നത്. ഇല്ലത്ത് ദേവി പ്രത്യക്ഷപ്പെട്ട ദിവസം വൈകുന്നേരം അവിടെയുള്ള ഒരു ചെട്ടിയുടെ ഭവനത്തിൽ ചെല്ലുകയും രാത്രിയായിപ്പോയതിനാൽ തനിക്ക് അവിടെ കഴിയുവാൻ അനുവാദം നൽകണമെന്ന് അഭ്യർത്ഥിക്കു കയും ചെയ്തു. പക്ഷേ വീട്ടുടമ അതുസമ്മതിച്ചില്ല. മാത്രമല്ല, യുവതിയെ ചൂലു കൊണ്ടടിച്ച് പുറത്താക്കുകയും ചെയ്തു. യുവതിയെ ആട്ടി പുറത്താക്കുന്നത് കണ്ട അവിടെയുള്ളവർ മുഴുവൻ ആർത്തു ചിരിച്ചു. 'എന്നെ അപമാനിച്ചതിനുള്ള ശിക്ഷ നിങ്ങൾക്കു കിട്ടും' എന്നു പറഞ്ഞ് യുവതി അപ്രത്യക്ഷയായി. ചുരുക്കം ദിവസങ്ങൾക്കകം അവിടെ മ(വ)സൂരി പടർന്നു പിടിക്കുകയും അവർ മുഴുവൻ ചത്തൊടുങ്ങുകയും ചെയ്തു. അന്ന് ആട്ടിപ്പുറത്താക്കിയ വീട്ടുകാരുടെ വീടിരുന്ന സ്ഥലത്ത് പിന്നീട് കുളംതോണ്ടി. അങ്ങനെ ചെട്ടിയുടെ വീടിരുന്ന സ്ഥലം കുളമായതിനാൽ ചെട്ടികുളമായിട്ടും കുളക്കര ചെട്ടികുളങ്ങര ആയും മാറിയെന്നാണ് കഥ' (കേരളത്തിലെ ക്ഷേത്രങ്ങളും ദിവ്യാത്ഭുത രഹസ്യങ്ങളും, പേജ് 81-82, മാസ് പബ്ലിക്കേഷന്സ്, കിളികൊല്ലൂർ, ഫെബ്രുവരി 1987).

ചെട്ടികുളങ്ങര: സ്ഥലനാമചരിത്രം

ചെട്ടികുളങ്ങര ഭഗവതീക്ഷേത്രവുമായി ബന്ധപ്പെട്ട് പതിമൂന്നു കരകളാണുള്ളത്. ചെട്ടികുളങ്ങര പഞ്ചായത്തിലെ പ്രദേശങ്ങൾ കൂടാതെ മാവേലിക്കര മുനിസിപ്പാലിറ്റിയിലെ ഏതാനും ഭാഗങ്ങൾ കൂടി ഈ കരകളിൽപ്പെടുന്നു. ഈരേഴ-തെക്ക്; വടക്ക്, കൈത- തെക്ക്; വടക്ക്, കണ്ണമംഗലം-തെക്ക്; വടക്ക്, പേള, കടവൂർ, ആഞ്ഞിലിപ്ര, മറ്റം-വടക്ക്; തെക്ക്, മേനാമ്പള്ളി, നടക്കാവ് എന്നിങ്ങനെയാണ് പതിമൂന്നു കരകളുടെ ക്രമം.

ഈരേഴ: കരകളുടെ പേരിന്റെ പൊരുളടരുകൾ കാർഷികവൃത്തിയുടെ പൂർവ്വിക സ്മരണയിലേക്കാണ് നമ്മെ നയിക്കുന്നത്. ഒന്നാമത്തയും രണ്ടാമത്തെയും കരകൾ ഈരേഴയെന്നറിയപ്പെടുന്നു. 'ഈര-ഏല'യാണ് ഈരേഴയാവുന്നത്. ഈരയെന്നാൽ ഒരിനം നെൽവിത്താണ്. ആൾപ്പൊക്കത്തിൽ വളരുന്ന ഒരിനം പുല്ലിനും ഈരയെന്നു പറയും (കോഞ്ഞാട്ട). ഇത് വണ്ടിക്കാളകൾക്ക് വളരെയിഷ്ടമായിരുന്നു. ഈർപ്പം നിറഞ്ഞഭൂമി, നീരൊഴുക്കുള്ള സ്ഥലം, നനഞ്ഞമണ്ണ് എന്നൊക്കെയും നിഘണ്ടുക്കൾ ഈരയ്ക്ക് അർത്ഥം പറയുന്നു. ഏലയ്ക്ക് കൃഷിയിടം, വയൽ എന്നെല്ലാമാണർത്ഥം. ഈരനെൽ വിത്തുകൾ കൃഷിചെയ്തിരുന്ന വയലേലകൾ നിറഞ്ഞ പ്രദേശമാണ് ഈരേഴ. അഥവാ ഈരപ്പുല്ലുകൾ നിറഞ്ഞ പ്രദേശം. 'ഈരു' എന്നതിനു രണ്ടുതവണ എന്നർത്ഥമാണുള്ളത്. മണ്ണാൻമാരുടെ നാടൻപാട്ടുകളിൽ, വിശേഷിച്ചും തിരണ്ടുപാട്ടിൽ ഈയർത്ഥത്തിൽ പ്രയോഗമുണ്ട് (ചുമ്മാർചൂണ്ടൽ, നാടൻപാട്ട്, 146, 1979). ആ നിലയ്ക്ക് രണ്ടാംതവണയും കൃഷിയിറക്കുന്ന (ഇരുപ്പൂ) നിലമെന്ന അർത്ഥത്തിലും ഈരേഴയെന്ന പ്രയോഗം സാധുവായിത്തീരുന്നു. കരകളായി തിരിച്ചപ്പോൾ ദിക്കുകളെ സൂചിപ്പിക്കുന്ന, തെക്കെന്നും (9°13'03''N 76°31'14''E) വടക്കെന്നുമുള്ള (9°13'59''[3] 76° 31'11''E) അനുബന്ധ വിശേഷണം ഈരേഴയോടു ചേർന്നു പൂർവ്വപദമായി നിലകൊണ്ടുവെന്നു മാത്രം.

ഈരേഴക്ക് ഒട്ടും അകലെയല്ലാത്ത സ്ഥലമാണ് പൊന്നേഴ. പൊന്നേഴയും കൃഷിയിടം തന്നെ. പൊന്നം എന്ന നെൽവിത്തിനം വി

തച്ചിരുന്ന/സമൃദ്ധമായി വിളഞ്ഞിരുന്ന സ്ഥലം പൊന്നേഴ. അങ്ങനെ നോക്കുമ്പോൾ അടിസ്ഥാനപരമായി കാർഷികവൃത്തിയുമായി ബന്ധപ്പെട്ട പ്രദേശമാണ് ചെട്ടികുളങ്ങരയും പരിസര പ്രദേശങ്ങളുമെന്ന് സ്ഥലനാമങ്ങൾ സൂചന നൽകുന്നുണ്ട്. ഈരേഴയിലെ കമുകുംവിള(കമുകിൻ തോപ്പ്/ തോട്ടം) യെന്ന സ്ഥലപ്പേരും ഇതിനോടുചേർത്തു വായിക്കാം.

ചെട്ടികുളങ്ങരയുൾപ്പെടുന്ന കണ്ണമംഗലം വില്ലേജിനോടുചേർന്നുകിടക്കുന്നതാണ് പെരുങ്ങാല. പെരിങ്ങാലയും (പെരും+കാല) വലിയ വയൽക്കൂട്ടങ്ങളെ സൂചിപ്പിക്കുന്നു. ചെട്ടികുളങ്ങരയിലെ ചില കരകളും പെരിങ്ങാല വില്ലേജിൽപ്പെടുന്നു. തൊട്ടടുത്ത പത്തിയൂരും ഒരു കാർഷിക ഗ്രാമമാണ്. 'പത്ത്' എന്നത് നെല്ലാണ്. പത്തിനെ അഥവാ നെല്ലിനെ നിറച്ചു സൂക്ഷിച്ചുവെക്കുന്ന അറയായതുകൊണ്ടാണ് (പേടകം) നെല്ലറയ്ക്ക് പത്തായമെന്ന പേരുണ്ടായത്. നെൽവിത്തുകൾ പാകിമുളപ്പിക്കുന്ന തറയെ, (നിലം/പണ) പത്തിയെന്നു പഴമക്കാർ വിളിച്ചിരുന്നു. വയൽവരമ്പും പത്തിയാണ്. പാക്കുതറകളും വയൽ വരമ്പുകളും നിറഞ്ഞ പ്രദേശമായിരുന്നു ഒരുകാലത്ത് പത്തിയൂർ. പത്തിയൂരിന്റെ ഭാഗമായിരുന്ന മേനാമ്പള്ളി, നടയ്ക്കാവ് തുടങ്ങിയ പ്രദേശങ്ങൾ ഇന്ന് ചെട്ടികുളങ്ങരയിലെ പന്ത്രണ്ടും പതിമൂന്നുംകരകളാണ്. പണ്ടുകാലത്ത് പത്തിയൂർ ഭഗവതിയുടെ ആറാട്ടുനടന്ന പെരുങ്കുളം ഇന്നത്തെ മറ്റംതെക്കുകരയിലെ പത്തിച്ചിറയിലെ ഇലഞ്ഞിമൂടുമുക്കിനു പടിഞ്ഞാറുവശത്തായിരുന്നു. റവന്യൂ രേഖകളും ഇത് സൂചിപ്പിക്കുന്നു. ഇപ്പോൾ അത് നാൽപതുസെന്റായി ചുരുങ്ങിയിട്ടുണ്ട്. ചെട്ടികുളങ്ങര ഭഗവതി വടക്കോട്ടുള്ള കരകളിലേക്ക് സഞ്ചരിക്കമ്പോൾ ഇലഞ്ഞിമൂടിനുസമീപം വെച്ച് മേളം അയഞ്ഞ് മന്ദഗതിയിലാകുന്നത് പത്തിയൂർ ഭഗവതിയോടുള്ള ബഹുമാനാർത്ഥമാണ്.

കൈത: അതിരുകൾ തിരിച്ചറിയാൻ പഴയകാലത്ത് നട്ടുപിടിപ്പിച്ചിരുന്ന ഒരു സസ്യ ഇനമാണ് കൈത. കൈത തെക്കും (9°13'21" N76°30'37"E) വടക്കും (9°13'39"N76°31'01"E) ഒരുകാലത്ത് കൈതച്ചെടികൾ ധാരാളം ഉണ്ടായിരുന്നതായി പഴമക്കാർ സാക്ഷ്യപ്പെടുത്തുന്നു. പുലയരിലെ ഒരുവിഭാഗമാണ് കൈതപ്പുലയർ. കൈത ഓലകൊണ്ട് പായനെയ്യുന്നതിൽ നിപുണരായിരുന്നു അവർ. അവരുടെ അധിവാസ മേഖലയായിരുന്നു ഒരുകാലത്ത് ഈ പ്രദേശമെന്നും സ്ഥലനാമത്തിൽനിന്നും മനസ്സിലാക്കാം.

കണ്ണമംഗലം: സ്ഥലനാമങ്ങളോടു ചേർന്നു നിൽക്കുന്ന പല

പദ ങ്ങളും ആധുനിക തലമുറയുടെ നിത്യവ്യവഹാരത്തിൽ കാണാത്തതോ പുതിയ അർത്ഥം ഉൾക്കൊള്ളുന്നതോ ആയിരിക്കും. കണ്ണമംഗലത്തിലെ കണ്ണം അത്തരമൊരു വാക്കാണ്. ഉറവ, ദ്വാരം, ഊറ്റ തുടങ്ങിയ അർത്ഥങ്ങളുള്ള പദമാണ് കണ്ണം. തെലുങ്കിൽ കന്നം എന്നെഴുതി കണ്ണം എന്നു വായിക്കും. ചെറിയ രന്ധ്രം, സുഷിരം എന്നാണ് കണ്ണം എന്നതിന്റെ അർത്ഥം. (ഉദാ. കണ്ണഞ്ചിരട്ട, കണ്ണാപ്പ) മണ്ണിനടിയിൽനിന്ന് വെള്ളം ഊറിയൊഴുകിയുറച്ചുണ്ടായ ഭൂമിയാണത്. കണ്ണമംഗലം എന്ന സ്ഥലപ്പേരിന്റെ ഉത്ഭവകാലത്തെ പ്രകൃതിയുടെ അവസ്ഥയെ ആ വാക്ക് സൂചിപ്പിക്കുന്നു. ചതുപ്പേറിയ ദേശം നിരപ്പായി മാറിയതിന്റെ സൂചന സ്ഥലപ്പേരിലുണ്ട്.

'മംഗലം' എന്നത് നിരപ്പായ ഭൂമിയാണ്. വെള്ളം മണ്ണിനടിയിലൂടെ ഊറിയുറഞ്ഞ് വാസയോഗ്യമായ നല്ലഭൂമിയായിത്തീർന്ന പ്രദേശമാണ് കണ്ണമംഗലം. കണ്ണമംഗലം ക്ഷേത്രത്തിനു ചുറ്റുമുള്ള വഴികൾ നോക്കിയാൽ നീരൊഴുക്കുപാത പിൽക്കാലത്ത് നടവഴിയായി മാറിയതാണെന്നു മനസ്സിലാക്കാം. ക്ഷേത്രത്തിന്റെ നാലുവഴികളും ചരിഞ്ഞഭൂമിയാണെന്നുകാണാം. ഇത് ഈ അർത്ഥകൽപനയെ സാധൂകരിക്കുന്നു.

മുക്കണ്ണനായ ശ്രീപരമേശ്വരന്റെ ക്ഷേത്രം സ്ഥിതിചെയ്യുന്ന സ്ഥലം എന്ന അർത്ഥത്തിലാണ് കണ്ണമംഗലം എന്ന സ്ഥലനാമം രൂപപ്പെട്ടതെന്നാണ് 'കണ്ടിയൂർമറ്റം' പടപ്പാട്ടുകാരന്റെ അഭിപ്രായം.

'കണ്ണുമൂന്നുള്ളരൻ നണ്ണിയേവാഴുമ/ക്കണ്ണമംഗലം വാഴും വന്മ ചേരുംപട' എന്നാണ് കണ്ണമംഗലത്തു നിന്ന് ഓണപ്പടയിൽ പങ്കെടുക്കാൻ പോരാളികൾ എത്തിയതിനെക്കുറിച്ച് കണ്ടിയൂർമറ്റം പടപ്പാട്ടിലെ പരാമർശം.

കണ്വമഹർഷിയുമായി ബന്ധപ്പെട്ട ഐതിഹ്യവും കണ്ണമംഗലം എന്ന സ്ഥലപ്പേരിനോടുചേർത്ത് നിലനിൽക്കുന്നുണ്ട്. അതുപ്രകാരം കണ്വമഹർഷി തപസ്സുചെയ്ത പ്രദേശമായതിനാലാണ് കണ്ണമംഗലം എന്ന പേരുണ്ടായതെന്നാണ് വിശ്വാസം. ക്ഷേത്രപരിസരത്തുള്ള ശാർങ്ങത്ത് എന്ന വീട്ടുപേർ/പറമ്പുപേർ ഉണ്ടായതിനു കാരണം കണ്വശിഷ്യനായ ശാർങ്ങധരൻ താമസിച്ചിരുന്നതിനാലാണെന്നാണ് വിശ്വാസികൾ കരുതുന്നത്.

ചരിത്രപരമായും കണ്ണമംഗലത്തിനു പ്രാധാന്യമുണ്ട്. കായംകുളം രാജാവിന്റെ വിശ്വസ്തനായ മന്ത്രിയും സേനാനായകനുമായിരുന്ന എരുവയിൽ അച്യുതവാര്യരുടെ ഇഷ്ടദേവതയും ഉപാസനാമൂർത്തിയുമായിരുന്നു കണ്ണമംഗലത്തപ്പൻ. മാർത്താണ്ഡവർമ്മയ്ക്കെ

തിരെ ഡച്ചുകാരുടെ സഹായം ഉറപ്പാക്കിയതും അദ്ദേഹം തന്നെയായിരുന്നു. പലതവണ കായംകുളത്തോടേറ്റുമുട്ടിയ വേണാടിന് പരാജയമനുഭവിക്കേണ്ടി വന്നത് അച്യുതവാര്യരുടെ സാമർത്ഥ്യത്താലായിരുന്നുവെന്നത് സുവിദിതമായിരുന്നു. അതിനാൽ ഏതുവിധേനയും അദ്ദേഹത്തെ അവസാനിപ്പിച്ചാലേ തനിക്ക് വിജയിക്കാനാവൂയെന്ന് മാർത്താണ്ഡവർമ്മ മനസ്സിലാക്കി.

രാജാവിന്റെ വിശ്വസ്ഥനായമന്ത്രി രാമയ്യൻ ഇതിനകം മാവേലിക്കര (മാടത്തിൻകൂർ)യിൽ താമസമാക്കി. പ്രച്ഛന്ന വേഷത്തിൽ ഓടനാട്ടിലുടനീളം സഞ്ചരിച്ചു കായംകുളത്തിനെതിരെ കരുക്കൾ നീക്കി. പലരെയും പ്രലോഭിപ്പിച്ച് വശത്താക്കി. എന്നാൽ അച്യുതവാര്യർ കായംകുളം രാജാവിനെ ചതിക്കാനും ഒറ്റുകൊടുക്കാനും തയ്യാറായില്ല. അതിനാൽ രാമയ്യനും അച്യുതവാര്യരെ അവസാനിപ്പിക്കാൻ അവസരം നോക്കിയിരുന്നു.

തന്റെ ഉപാസനാമൂർത്തിയായ, കണ്ണമംഗലത്തപ്പനായ, ശ്രീപരമേശ്വരനുമുന്നിൽ വളരെനേരം വാര്യർ നിരായുധനായിരുന്നു ധ്യാനിക്കുമെന്ന് രാമയ്യൻ മനസ്സിലാക്കി. ആയുധം കയ്യിലുള്ള വാര്യരെ പരാജയപ്പെടുത്താനാവില്ലെന്ന അനുഭവവും രാമയ്യനും കൂട്ടർക്കുമുണ്ടായിരുന്നു. അങ്ങനെ ഒരുദിവസം അവസരം ഒത്തുവന്നു. അതൊരു ശനിയാഴ്ചയായിരുന്നു.

അച്യുതവാര്യർ ക്ഷേത്രത്തിൽകടന്ന് ആയുധം താഴെവെച്ച് ധ്യാനനിരതനായതും ചാരൻ വാർത്ത രാമയ്യന്റെ കാതിലെത്തിച്ചു. കാത്തുനിന്ന രാമയ്യൻ ദളവയും കൂട്ടരും ഉടൻതന്നെ ക്ഷേത്രം വളഞ്ഞ് എരുവയിൽ അച്യുതവാര്യരെ ആക്രമിച്ചു. അവരുടെ അപ്രതീക്ഷിത ആക്രമണത്തിൽ പ്രതിരോധിക്കാനാകുംമുമ്പ് വെട്ടേറ്റ് അറ്റകയ്യുമായി ഇറങ്ങിയോടിയ വാര്യർ ക്ഷേത്രത്തിനു തെക്കുപടിഞ്ഞാറെ പറമ്പിലാണ് വീണുമരിച്ചതെന്നാണ് പുരാവൃത്തം. അച്യുതവാര്യരുടെ ധീരതയെയും ജീവത്യാഗത്തെയും ഉപജീവിച്ച് കൊടുങ്ങല്ലൂർ കുഞ്ഞിക്കുട്ടൻ തമ്പുരാനും ഹരിപ്പാട് രാമവാര്യരും രചിച്ച കവിതകളിൽ ഈ സംഭവം സൂചിപ്പിക്കുന്നുണ്ട്.

ചെട്ടികുളങ്ങരയമ്മയുടെ പിതൃസ്ഥാനീയനാണ് കണ്ണമംഗലത്തപ്പനെന്നാണ് സങ്കൽപം. ദൈവങ്ങൾക്ക് മാനവിക മുഖമാണിവിടെ. അതിന്റെ മമതാബന്ധങ്ങൾ അനുഷ്ഠാനങ്ങളിൽ തെളിയുന്നു. ഈ സങ്കൽപത്തിലൂടെത്തന്നെ ചെട്ടികുളങ്ങരക്ഷേത്രത്തിനുംമുമ്പേതന്നെ കണ്ണമംഗലംക്ഷേത്രം പ്രസക്തമായിരുന്നുവെന്നു സ്പഷ്ടമാകുന്നു. മാത്രമല്ല, ചെട്ടികുളങ്ങരയ്ക്കുമുമ്പേ കണ്ണമംഗലത്തിനാ

യിരുന്നു കീർത്തി. അതിനാൽ കണ്ണമംഗലത്തിനുവില്ലേജ് പദവിയും ലഭിച്ചിരുന്നു. ശിവരാത്രി ഇവിടെ സവിശേഷമായി ആഘോഷിക്കുന്നു. ചെട്ടികുളങ്ങരഭഗവതി ശിവരാത്രിദിവസം ഈ ക്ഷേത്രത്തിലേക്ക് എഴുന്നള്ളി എത്തുന്നതും ഭക്തർക്ക് ആഹ്ലാദകരമായ അനുഭവമാണ്. തെക്കെന്നും (9°13'08''N76°30'04''E) വടക്കെന്നും (9°13'52''[3]76°30'38''E) രണ്ടുകരകളായി കണ്ണമംഗലം ദേശം നിലകൊള്ളുന്നു. ഭഗവതിക്ക് ഈ കരയിലെ പറയെടുപ്പുത്സവം ശിവരാത്രി ദിവസമാണ്. ഉച്ചകഴിഞ്ഞാണ് ഭഗവതി പിതൃദർശനാത്തിനായി ചെട്ടികുളങ്ങരയിൽനിന്നും പുറപ്പെടുന്നത്.

പേള: വൃക്ഷങ്ങൾ പലപ്പോഴും സ്ഥലപ്പേരിനു കാരണമാകാറുണ്ട്. പൈനുമ്മൂട്, ആലുമ്മൂട്, ആഞ്ഞിലിമൂട്, മാമ്മൂട്, അത്തിക്കയം, വെട്ടിക്കോട്, പനച്ചമൂട് എന്നിവയെല്ലാം ഇങ്ങനെയുണ്ടായ പേരുകളാണ്. അതുപോലെ പേലവൃക്ഷ (ഒരിനം പഞ്ഞിമരം)ത്തിൽനിന്നും പേളയെന്ന പറമ്പുപേരു രൂപപ്പെട്ടുകയും പിന്നീടത് സ്ഥലപ്പേരായി വളരുകയും ചെയ്തു. ഭാഷാശാസ്ത്രത്തിലെ ല, ള വിനിമയമനുസരിച്ച് പേളയായി വ്യവഹാരത്തിലുറച്ചു. എന്നാൽ മറ്റൊരു നിരീക്ഷണവും നിലവിലുണ്ട്. ഇലവുമരത്തിന് പൂളയെന്നാണ് പ്രാചീനർ വ്യവഹരിച്ചിരുന്നത്. ഇലവുമരങ്ങൾ ധാരാളം കാണപ്പെട്ട ദേശമായ തിനാൽ പേളയെന്നു (9°14'39''N76°32'59''E) സ്ഥലപ്പേരു സിദ്ധിച്ചു. രണ്ടു നിരീക്ഷണത്തിലും വൃക്ഷത്തിനുള്ള പ്രാധാന്യം ശ്രദ്ധേയമാണ്.

ഭൂപരമായും പേളയെന്ന പേരുരൂപപ്പെടാനിടയുണ്ട്. പേലം എന്നൊരു പഴയ പ്രയോഗമുണ്ട്. കഷണം, ചെറിയഭാഗം എന്നൊക്കെയാണതിനർത്ഥം കൽപിച്ചിരിക്കുന്നത്. ഭൂപരമായി നോക്കിയാൽ ചതുപ്പിനോടോ വെള്ളക്കെട്ടിനോടോ ചേർന്നു നിൽക്കുന്ന തുണ്ടുഭൂമി ചെറിയ കരഭാഗമായിരുന്നിരിക്കാം പേളയെന്ന ഭൂപ്രദേശം. പിൽക്കാലത്ത് ചതുപ്പുകൾ അപ്രത്യക്ഷമായിട്ടും സ്ഥലപ്പേരു നിലനിന്നതാവാം. അക്കാലത്തെ പ്രസിദ്ധമായ കടവിനോടു ചേർന്ന ചെറിയഭാഗവുമാകാമിത്. അല്ലെങ്കിൽ ശ്രീപർവ്വതം അങ്ങാടിയുടെ സാമീപ്യത്തിൽനിന്നും ഈ പേരുയിർക്കൊള്ളാം.

കടവൂർ: കടവുള്ള ഊരാണ് കടവൂർ (9°14'18''[3]76°30'16''E). പതിനാലാം നൂറ്റാണ്ടിലേതെന്നുകരുതുന്ന ഉണ്ണുനീലി സന്ദേശത്തിൽ വളരെ പ്രാധാന്യത്തോടെ വിവരിക്കുന്ന അങ്ങാടിയാണ് ശ്രീപർവ്വതം. തട്ടാരമ്പലത്തിനും കണ്ടിയൂരിനും മധ്യേയാണതെന്ന് കരുതപ്പെടുന്നു. കായംകുളം അക്കാലത്തേ അറിയപ്പെടുന്ന കമ്പോളമാ

യിരുന്നു. ജലമാർഗ്ഗമായിരുന്നു അന്നത്തെ ചരക്കുനീക്കങ്ങൾ. കായംകുളത്തെ കമ്പോളത്തിൽ നിന്നും തട്ടാരമ്പലത്തിനടുത്തുള്ള ശ്രീപർവ്വതം അങ്ങാടിയിലേക്ക് ചരക്കുകൾ കൊണ്ടുവരികയും കൊണ്ടുപോവുകയും ചെയ്തിരുന്ന പ്രാചീന തുറമുഖമായിരുന്നിരിക്കണം കടവൂർ. ഐതിഹ്യപ്രകാരം ഭഗവതി ചെട്ടികുളങ്ങര ദേശത്ത് കാലുകുത്തിയ പ്രദേശം കൂടിയാണ് കടവൂർ.

ആഞ്ഞിലിപ്ര: 'ആഞ്ഞിലിപ്ര' (9°15'02''^{3}76°30'52''E)എന്ന സ്ഥലനാമവും വൃക്ഷത്തിൽ നിന്നും രൂപപ്പെട്ട ഒന്നാണ്. വലുപ്പമോ, ശാഖാസമൃദ്ധിയോ, പഴക്കമോ തുടങ്ങി ഏതെങ്കിലും പ്രത്യേകതകളുള്ള ഒരു ആഞ്ഞിലിമരത്തിൽ നിന്നുയിർക്കൊണ്ട പേരാണത്. ആഞ്ഞിലിപുരമാണ് ആഞ്ഞിലിപ്ര ആയതെന്നാണ് ഡോ. എം. ജി ശശിഭൂഷൺ അഭിപ്രായപ്പെടുന്നത്.

മരച്ചുവട്ടിലും വൃക്ഷത്തണലുകളിലും പ്രാദേശിക ചന്തകൾ കൂടുന്നതായിരുന്നു പോയനൂറ്റാണ്ടുകളിലെ കച്ചവടരീതി. ആഞ്ഞിലിപ്ര കരയിലെ പുതുശ്ശേരി-പുതിയചേരി-പുതുതായി ഈ ദിക്കിൽ വന്നുകൂടിയ കച്ചവട സംഘത്തിന്റെ, ജനവിഭാഗത്തിന്റെ അധിവാസ സ്ഥാനമോ കച്ചവടസ്ഥാനമോ ആവാമെന്നാണ് അനുമാനിക്കപ്പെടുന്നത്. ഒരുപക്ഷേ, കടവൂരിനും കരിപ്പുഴതോടിനുമടുത്തുള്ള പുതുശ്ശേരിയാവാം ഉണ്ണുനീലി സന്ദേശത്തിൽ പരമാർശിക്കുന്ന ശ്രീപർവ്വതം അങ്ങാടി. കണ്ടിയൂരും, തട്ടാരമ്പലവും പുതുശ്ശേരിയിൽ നിന്ന് അകലെയല്ലെന്നതും പ്രസ്താവ്യമാണ്. പിൽക്കാലത്ത് ഹൈദറുടെയും ടിപ്പുവിന്റെയും പടയോട്ടക്കാലത്തും അല്ലാതെയും കോലത്തുനാട്ടിൽനിന്നും കൊങ്കണ ദേശത്തുനിന്നും ഓണാട്ടുകരയിലേക്ക് ആളുകൾ കുടിയേറിയതായി ചരിത്രകാരന്മാർ പറയുന്നുണ്ട്. ആ പുതുജനതവഴിയായിരിക്കണം ആഞ്ഞിലിപ്രയ്ക്കടുത്തായി പുതുശ്ശേരി (ചേരി/ഗ്രാമം) രൂപപ്പെട്ടത്. അതല്ലെങ്കിൽ കാവേരി പൂംപട്ടണത്തുനിന്നുള്ളവരുടെ സെറ്റിൽമെന്റിൽ നിന്നും പുതിയചേരി രൂപംകൊള്ളാം. തട്ടാരമ്പലവും പരിസരവും അത്തരം ആളുകൾ നിറഞ്ഞപ്രദേശമായിരുന്നതും ശ്രദ്ധേയമാണ്.

മറ്റം: ഭൂപ്രകൃതിയുടെ അടിസ്ഥാനത്തിൽ രൂപപ്പെട്ട ഒരു സ്ഥലപ്പേരാണ് മറ്റം എന്നു കരുതാം. താഴ്ന്ന, നിരപ്പായഭൂമിയാണ് മറ്റം എന്നറിയപ്പെടുന്നത്. ഗുണ്ടർട്ടിന്റെ നിഘണ്ടു അത് വ്യക്തമാക്കുന്നുണ്ട്. ആറിന്റെയോ സമുദ്രത്തിന്റെയോ കരയിലെ പരന്ന ഭൂമിയാണ് മറ്റം. അച്ചൻ കോവിലാറിന്റെ കരയിലാണ് മറ്റമെന്നതും ഈ അർത്ഥവിചാരത്തെ സാധൂകരിക്കുന്നു. ആറ്ററികെയും മറ്റുമുള്ള കണ്ടം (ശ്രീ

കണ്ഠേശ്വരം, ശ.താ., 1405) എന്നും മറ്റത്തിനർത്ഥം കൽപ്പിക്കപ്പെട്ടിരിക്കുന്നു. കന്നുകാലികളുടെ മേച്ചിൽസ്ഥലം, താണഭൂമി എന്നിങ്ങനെയും ഇതിനർത്ഥമുണ്ട് (അതേപുസ്തകം). പുഴവക്കത്തുകിടക്കുന്ന താണഭൂമിയെന്നും മൈതാനമെന്നും മറ്റമെന്നതിന് അർത്ഥമുള്ളതായി കോമാട്ടിൽ അച്യുതമേനോൻ പറയുന്നത് ശ്രദ്ധേയമാണ് (കൊച്ചിയിലെ സ്ഥലനാമങ്ങൾ, പേജ് 138). മുകുന്ദപുരം താലൂക്കിലെ മറ്റത്തൂരിനും ഈ പ്രത്യേകതകൾ ഉള്ളതായി അദ്ദേഹം ചൂണ്ടിക്കാട്ടുന്നു.

ഉണ്ണുനീലിസന്ദേശം സൂചിപ്പിക്കുന്ന ശ്രീപർവ്വതം അങ്ങാടിയുടെ ഭാഗമായിവർത്തിച്ച പ്രദേശം കൂടിയാവാം മറ്റം. ചരക്കുനീക്കത്തിനും മറ്റും സൗകര്യപ്രദമായരീതിയിൽ ഉൾപ്രദേശങ്ങളെ അച്ചൻകോവിലാറിനോടും കായംകുളം കായലിനോടും ബന്ധിപ്പിക്കുന്ന കരിപ്പുഴത്തോടും കടവൂരും മറ്റത്തോടു തോളുചേർന്ന പ്രദേശങ്ങളാണ്. കായംകുളം രാജാവിന്റെ നര്യങ്ങമണ്ണൂർ കൊട്ടാരവും അച്ചൻകോവിലാറിന്റെ കരയിലാണെന്നതും അനുസ്മരിക്കാം.

ഭൂപരമായി പുതുശ്ശേരിയോടൊട്ടിക്കിടക്കുന്ന മറ്റം കേന്ദ്രമാക്കിയുള്ള പ്രസിദ്ധമായ ഒരു കമ്പോളത്തെക്കുറിച്ച് കണ്ടിയൂർമറ്റം പടപ്പാട്ടിൽ വിശദീകരിക്കുന്നുണ്ട്. വിഷുമാറ്റം എന്ന കച്ചവട സമ്പ്രദായം നിലനിന്ന സ്ഥാനമായതിനാലാണ് മറ്റം എന്ന പേരു വന്നത് എന്നാണ് ഇതിലെ സൂചന. മറ്റവും രണ്ടുകരകളാണ്. വടക്കാണ് (9°15'01''N76°32'03''E) ആദ്യത്തെക്രമം. തെക്കുകരയെ (9°14'48''[3]76°31'13E) രണ്ടാമതായാണ് പരിഗണിക്കുന്നതെന്ന സവിശേഷതയുമുണ്ട്.

പുഴയുംവയലും നിറഞ്ഞ പ്രദേശമാകയാൽ മറ്റംകരകളിൽ കാർഷികവൃത്തിയുമായി ബന്ധപ്പെട്ട പ്രാചീന ഗോത്ര സമൂഹങ്ങൾക്ക് സ്വാധീനമുണ്ട്. മറുതയക്ഷിയുടെ കാവും മറ്റംവടക്കുകരയിലുണ്ട്. ഇപ്പോൾ അത് മഹാദേവക്ഷേത്രമെന്നാണ് അറിയപ്പെടുന്നത്. കെട്ടുകാളകൾ അണിനിരക്കുന്ന കുഭത്തിലെ അശ്വതിയുത്സവം ഇവിടുത്തെ പ്രധാന വിശേഷമാണ്.

മേനാമ്പള്ളി: ചരിത്രപരമായി രൂപംകൊണ്ട ഒരു സ്ഥലനാമമാണ് മേനാമ്പള്ളി (9°12'16''[3]76°31'04''E). മേനാവ്, പള്ളി എന്നിങ്ങനെ രണ്ടുഘടകപദങ്ങളായി മേനാമ്പള്ളി എന്നസംജ്ഞയെ വിഭജിക്കാം. മേനാവിന് പല്ലക്ക് എന്നും പള്ളിക്ക് സ്ഥലം എന്നും അർത്ഥമുണ്ട്. ഓടനാടിന്റെ തലസ്ഥാനം പതിനാലാം നൂറ്റാണ്ടോടെ എരുവയിലേക്ക് വരുന്നതോടെയാണ് ഈ സ്ഥലപ്പേരിന്റെ ഉത്ഭവം

എന്നു കരുതാം. എരുവയിലെ കൊട്ടാരത്തിന്റെ കിഴക്കുഭാഗത്താ യുള്ള നടവഴിയാണ് നടക്കാവ് എന്ന സൂചന ഉണ്ണുനീലി സന്ദേശ കാവ്യം തരുന്നുണ്ട്. മേനാമ്പള്ളിയോടു ചേർന്നു സ്ഥിതിചെയ്യുന്ന സ്ഥലം കൂടിയാണത്. ആ നിലക്ക് രാജകീയാവശ്യങ്ങൾക്കുള്ള മേനാവ് (പല്ലക്ക്) നിർമ്മിക്കൽ, സംരക്ഷണം തുടങ്ങിയവ നടന്നി രുന്ന സ്ഥലം എന്നതിൽ നിന്നാവാം മേനാമ്പള്ളിയുടെ പിറവി.

കരുത്തരും കായിക ശേഷിയുള്ളവരുമായ ഒരുകൂട്ടം ആളുകളെ നാഗർകോവിൽ പരിസരത്തുനിന്ന് പല്ലക്കു ചുമക്കുന്ന ആവശ്യത്തി ലേക്ക് കായംകുളം രാജ്യത്ത് കൊണ്ടുവന്ന് താമസിപ്പിച്ചതായി ചരി ത്ര സൂചനകൾ ഉണ്ട്. തണ്ടാൻമാരെന്നാണ് (തണ്ട് ചുമക്കുന്നവർ, തണ്ട്-പല്ലക്ക്) അവരെ അറിയപ്പെട്ടത്. പിൽക്കാലത്ത് രാജഭരണ വും ഫ്യൂഡലിസവും ജനാധാപത്യത്തിലേക്ക് നടന്നടുത്തപ്പോൾ പല്ല ക്കുചുമക്കുന്നവർക്ക് തൊഴിൽ നഷ്ടപ്പെട്ട് അധഃസ്ഥിതരാക്കപ്പെട്ട ജനതയാണവർ. ആ നിലയ്ക്ക് അവരുടെ അധിവാസ കേന്ദ്രമെ ന്ന നിലയിലും മേനാമ്പള്ളി വർത്തിച്ചിരിക്കാം. മാർത്താണ്ഡവർമ്മ യുടെ കാലത്ത് യുദ്ധത്തിൽപ്പെട്ട് തെങ്ങുകയറ്റത്തൊഴിലാളികളെ ല്ലാം മരിച്ചതായ ഒരൈതിഹ്യം ഈ ജനതയോടുചേർന്ന് നിലനിൽ ക്കുന്നുണ്ട്. ആ പ്രശ്നം പരിഹരിക്കാൻ പിന്നീട് തിരുവട്ടാർ എന്ന സ്ഥലത്തുനിന്നും ആളുകളെ കൊണ്ടുവന്നതായി നാട്ടുവഴക്കമുണ്ട്. അവർക്കു 'മൂപ്പർ' സ്ഥാനവും മാർത്താണ്ഡവർമ്മ നൽകിയതായാ ണ് കരുതപ്പെടുന്നത്. ചെട്ടികുളങ്ങര ക്ഷേത്രവുമായി ഈ സമുദാ യത്തെ ബന്ധിപ്പിക്കുന്ന ഒരു പുരാവൃത്തവും നിലവിലുണ്ട്.

മേനാമ്പള്ളിയിൽ ഒരു പടനിലം ഉണ്ടായിരുന്നതായി ചിലർ സങ്കൽപിക്കുന്നുണ്ട്. കാന്റർ വിഷർ പാതിരി സൂചിപ്പിക്കുന്ന, കായം കുളത്തിനു വടക്കുള്ളപടനിലം മേനാമ്പള്ളിയിലായിരുന്നെന്നാണ് ഡോ. എംജി ശശിഭൂഷൺ കരുതുന്നത് (എംജി. ശശിഭൂഷൺ, കാ യംകുളത്തിന്റെ കാണാക്കഥ, പേജ് 23, 81, 83, 84, 85, 86). മേനാ മ്പള്ളിയിലെ 'കുറുങ്ങാട്ട്' പടനിലമായിരുന്നു അതെന്നാണ് അദ്ദേ ഹം ഉറപ്പിക്കുന്നത്. പ്രദർശനത്തിനുവേണ്ടി പയറ്റു നടന്നിരുന്ന സ്ഥ ലമാണതെന്നും അദ്ദേഹം കരുതുന്നു. ഓച്ചിറ, കണ്ടിയൂർ പടനില ങ്ങളിലും ഇത്തരം പോരാട്ടം നടന്നിരുന്നതായി ഡോ. എം.ജി ശശി ഭൂഷൻ പറയുന്നു.

എന്നാൽ, 1720-ൽ കന്റർവിഷർ പടയാളികളുടെ മത്സരപ്പയറ്റുക ണ്ട സ്ഥലം എരുവയ്ക്കു പടിഞ്ഞാറുള്ള കുറുങ്ങാട്ടുപടനിലമാണ്. കായംകുളം എംഎസ്എം കോളജിനു വടക്കായി പടനിലത്തിന്റെ

ഓർമ്മകൾ ചില പറമ്പുപേരുകളിൽ ഇപ്പോഴും നിലനിൽക്കുന്നുണ്ട്. ദേശീയപാതക്കരികിലെ പടനിലം ജംങ്ഷൻ, ഏതാനും വീട്ടുപേരുകൾ എന്നിവ പടനിലമെന്നാണ് ഇന്നും അറിയപ്പെടുന്നത്. അവിടുത്തെ ശഹീദാർ പള്ളിയുടെ പഴയപേരു കുറുങ്ങാട്ട് പള്ളിയെന്നാണ്. ശഹീദാർപള്ളിയെപ്പറ്റി പുരാവൃത്തങ്ങൾ പലതുണ്ടെങ്കിലും കായംകുളം രാജാവിനുവേണ്ടി ശഹീദായ (വീരമരണംവരിച്ച) യുദ്ധവീരന്മാരെ തള്ളിക്കളയാനാവില്ല. കായംകുളത്തെ സഹായിക്കാനെത്തിയ റാവുത്തർ പോരാളികളുടെ ജീവത്യാഗത്തിന്റെ സ്മരണയാലാവണം അവിടം ശഹീദെന്നറിയപ്പെടുന്നത്. ഈ പള്ളിപ്പറമ്പിന്റെ പഴയ റെവന്യൂരേഖകളിലും കുറുങ്ങാട് കുറുകിക്കിടക്കുന്നു. അങ്ങനെ നോക്കുമ്പോൾ, വിഷർ സൂചിപ്പിക്കുന്ന കുറുങ്ങാട്ടുപുരയിടം മേനാമ്പള്ളിയിലേതല്ലെന്നുറപ്പിക്കാം.

ബുദ്ധവിഹാരത്തിന്റെയോ ബൗദ്ധവിദ്യാകേന്ദ്രത്തിന്റെയോ സാന്നിധ്യവും മേനാമ്പള്ളിയെന്ന പേരിനുകാരണമാവാമെന്ന നിരീക്ഷണവുമുണ്ട്.

പത്തിയൂരിന്റെ ഭാഗമായിരുന്നു ഒരുകാലത്ത് മേനാമ്പള്ളിക്കര. പിൽക്കാലത്താണ് അത് ചെട്ടികുളങ്ങരയോടു ചേർന്നത്. ചില അനുഷ്ഠാനങ്ങളിൽ ഈ ബന്ധം ഇപ്പോഴും നിലനിർത്തിപ്പോരുന്നുണ്ട്. മേനാമ്പള്ളി കരയുടെ എതിരേൽപ്പുത്സവം നടക്കുന്ന ദിവസം ഭഗവതിപ്പടിമുക്കിൽ നിന്നും പത്തിയൂർ ഭഗവതീക്ഷേത്രത്തിലേക്ക് രാവിലെ ഉരുളിച്ച നടക്കുന്നു. ക്ഷേത്രത്തിലെത്തുന്ന കരക്കാർ പത്തിയൂരമ്മയക്ക് വഴുപാടും ദക്ഷിണയും സമർപ്പിച്ചുമടങ്ങുന്നു. അതിനുശേഷം മാത്രമാണ് ഉച്ചകഴിഞ്ഞ് ചെട്ടികുളങ്ങര ക്ഷേത്രത്തിലേക്ക് ഉരുളിച്ച നടത്തിവരുന്നത്.

നടയ്ക്കാവ്: നടവഴിയാണ് നടക്കാവ് (9°11'11''[3]76°30'23''E). നടവഴിയിൽ തണലേകാനായി നടുന്ന മരങ്ങളുടെകൂട്ടം നടക്കാവാകും. മേനാമ്പള്ളിയെന്ന പേരുണ്ടായതുപോലെ, എരുവയിൽ കൊട്ടാരം വന്ന ശേഷമാവും നടക്കാവെന്ന സ്ഥലപ്പേരും രൂപപ്പെട്ടത്. വള്ളിപ്പടർപ്പുകൾ നിറഞ്ഞ നടക്കാവിന്റെ ദൃശ്യചാരുത സന്ദേശകാവ്യകാരൻ അവഗണിക്കാനാവാത്ത വിധമായിരുന്നല്ലോ.? ആ നിലക്കൊക്കെ കൊട്ടാരത്തിനു മുന്നിലെ നടവഴി, കൊട്ടാരനിവാസികൾക്കും മറ്റും നടക്കാനും വിശ്രമിക്കാനുമുള്ള ചെറിയ ഉദ്യാനം എന്ന നിലയിലാവണം നടക്കാവ് എന്നപേര് ഉരുവം കൊള്ളുന്നത്. നടക്കാവിനു പടിഞ്ഞാറായാണല്ലോ കായംകുളം രാജാവിന്റെ എരുവയിലെ കൊട്ടാരം നിലനിന്നത്. ഉണ്ണുനീലി സന്ദേശം ഈ സൂചന

യാണ് നൽകുന്നത്. എന്നാൽ ഇന്നു നടക്കാവെന്നറിയപ്പെടുന്ന പ്രദേശങ്ങൾക്കും പടിഞ്ഞാറുഭാഗമായിരിക്കണം പതിനഞ്ചാം നൂറ്റാണ്ടിലെ നടക്കാവ്. കായംകുളം കമ്പോളം കടന്നു ഉണ്ണുനീലിസന്ദേശത്തിലെ സന്ദേശഹരൻ വടക്കോട്ടുസഞ്ചരിച്ചാണ് കൊട്ടാരത്തിലും നടക്കാവിലുമെത്തുന്നത്. എന്നാൽ ഇന്നത്തെ നടയ്ക്കാവ് പണ്ട് കൊട്ടാരം നിന്ന എരുവമൂടാപാടി പുരയിടത്തിനും ഒരു കിലോമീറ്ററിലധികം കിഴക്കു വടക്കാണെന്നത് പ്രത്യേകം ഓർക്കണം.

ഐതിഹ്യങ്ങൾ

ഐതിഹ്യങ്ങളും പുരാവൃത്തങ്ങളും ഗ്രാമജീവിതത്തിന്റെ സാംസ്കാരിക ചരിത്രവുമായി അത്യധികം ഇഴചേർന്നിരിക്കുന്നുണ്ട്. അവയെ ഗ്രാമീണരുടെ സ്വപ്നങ്ങളായി ഫ്രോയിഡും ഭാഷയുടെ രോഗമായി മുള്ളറും വിലയിരുത്തി. ഗ്രാമനിഷ്കളങ്കത ഐതിഹ്യങ്ങളെയും പുരാവൃത്തങ്ങളെയും അന്ധമായി പിന്തുടരുന്നുവെന്നത് നേരുതന്നെ. എന്നാൽ, അവയിൽ ചരിത്രത്തിന്റെ അടരുകളുണ്ടെന്നത് അനിഷേധ്യമാണ്. എങ്കിലും, ഗ്രാമജീവിതത്തിന്റെ കെട്ടുറപ്പും ജീവിതവീക്ഷണങ്ങളും ഇത്തരം പുരാവൃത്തങ്ങളിൽ തെളി ഞ്ഞു നിൽക്കുന്നുവെന്ന് പൊതുവെ നിരീക്ഷിക്കപ്പെടുന്നു.

'സമൂഹത്തിന്റെയും രാഷ്ട്രത്തിന്റെയും ഗതകാലസ്മരണകൾ ബോധത്തിൽ ഉള്ളവയും അബോധത്തിൽ ഉള്ളവയുമുണ്ട്. ഉപബോധ മനസ്സിലുള്ളവ സ്മൃതികളായും ഐതിഹ്യങ്ങളായും തലമുറ കളിലേക്കുകൈമാറ്റം ചെയ്യപ്പെടുമ്പോൾ, വാഗ്രൂപത്തിലോ ലിഖിത രൂപത്തിലോ ആണു ബോധമനസ്സിലെ ചരിത്രസ്മൃതികളെ പകർന്നു കൊടുക്കുന്നത്. ഏതു രീതിയിലായാലും തലമുറകളായി അവ നില നിർത്തി രാഷ്ട്രജീവിതചൈതന്യം ദൃഢമാക്കിയില്ലെങ്കിൽ അതത് സാമൂഹ്യ ജീവിതം കണ്ണിയറ്റ് അസ്തമിക്കും' (പി. പരമേശ്വരൻ ഭാരതസംഘർഷചരിത്രം, അവതാരിക).

ഓരോ നാട്ടുമ്പുറങ്ങളിലും പലതരം പുരാവൃത്തങ്ങൾ നിലനിൽക്കുണ്ട്. അവയിൽ ക്ഷേത്ര സംബന്ധിയായവയും ധാരാളമുണ്ട്. ക്ഷേത്രോൽപത്തിയെക്കുറിച്ചാണ് ഏറെയും. ഇത്തരം 'ഉൽപത്തി പുരാണ'ങ്ങളെ 'ഉച്ചപുരാവൃത്ത'മെന്നും (higher myths) 'അവച പുരാവൃത്ത'മെന്നും (lower myths)രണ്ടായി തിരിക്കുന്നുണ്ട്. രാജാക്കന്മാർ, പുരാണേതിഹാസങ്ങൾ, ഋഷികൾ, സന്യാസിമാർ തുടങ്ങിയവ ഉച്ചപുരാവൃത്തങ്ങളിലെ കഥാപാത്രങ്ങളും പശ്ചാത്തലവുമാകുന്നു. അവച പുരാവൃത്തങ്ങളിൽ സാധാരണ ജനങ്ങൾ നടുനായകത്വം വഹിക്കുന്നു. ചെട്ടികുളങ്ങരയിലെ ഐതിഹ്യപ്പെരുമകളിൽ അവച പുരാവൃത്തങ്ങൾക്കാണ് പ്രാബല്യവും പ്രാചുര്യവുമെന്നത് ശ്രദ്ധേയമാണ്.

ചെട്ടികുളങ്ങര ക്ഷേത്രോൽപ്പത്തി പുരാവൃത്തം: കഥ ഒന്ന്

ചൊൽക്കഥകളുടെ പെരുമ്പത്തായങ്ങളാണ് ഓരോ ഗ്രാമഹൃദയവും. വാമൊഴിയായും വരമൊഴിയായും ഒഴുകിനടക്കുന്ന ഓർമ്മപ്പെരുക്കങ്ങളാണ് ഇത്തരം കഥകൾ. ഐതിഹ്യമെന്നോ പുരാവൃത്തമെന്നോ ഇതിനെ വിളിക്കാം. ദേശവഴികളിൽ ആഘോഷം നിറക്കുന്ന ഐതിഹ്യപ്പെരുമകൾ ചെട്ടികുളങ്ങര ദേശത്തിനും അന്യമല്ല. കേരളത്തിലെ ഏതൊരുപ്രദേശത്തെയും പോലെ വൈവിധ്യമാർന്ന ഐതിഹ്യങ്ങളാൽ അനുഗൃഹീതമാണിവിടവും. അവയിൽ ദേശനാമോൽപത്തി, ക്ഷേത്രോൽപത്തി തുടങ്ങിയവ സംബന്ധിച്ച കഥകൾ അഥവാ ഉൽപത്തിപുരാവൃത്തങ്ങൾ എറെ ജനകീയമാണ്. ഇത്തരം കഥകൾ ജനഹൃദയങ്ങളെ വിശ്വാസത്തിലേക്ക് ചേർത്തുവെയ്ക്കുന്നു. ചെട്ടികുളങ്ങര ഭഗവതീക്ഷേത്രത്തിന്റെ ഉൽപത്തി സംബന്ധിച്ച പേലവമായൊരു ഐതിഹ്യവഴക്കമുണ്ട്. ആ കഥ ഇങ്ങനെയാണ്:

ഒരിക്കൽ ചെട്ടികുളങ്ങര സ്വദേശികളായ ചില മാന്യന്മാർ തൊട്ടടുത്ത ഗ്രാമത്തിലെ കൊയ്പള്ളികാരാണ്മ ക്ഷേത്രത്തിൽ ഉത്സവത്തിനുപോയി. അവിടെ അവർ അവിടുത്തുകാരാൽ അപമാനിക്കപ്പെട്ടു. ദുഃഖാകുലരായി തിരികെ എത്തിയ അവർ കൊടുങ്ങല്ലൂർ ക്ഷേത്രത്തിൽ പോയി ഭജനമിരുന്നു. അവിടെ വെളിച്ചപ്പാട് ഉറഞ്ഞ് അനുഗ്രഹിച്ച് അവർക്ക് ഒരുപള്ളിവാൾ നൽകി.

അവർ തിരികെ നാട്ടിലെത്തി. ഏതാനും ദിവസങ്ങൾ കഴിഞ്ഞ് ഒരുദിവസം, നേരംവളരെ ഇരുട്ടിയ സമയം. കരിപ്പുഴ കടവിൽ വള്ളമൊതുക്കി വീട്ടിലേക്ക് മടങ്ങാനൊരുങ്ങുന്നതിനിടയിൽ കടത്തുകാരൻ മറുകരയിൽ നിന്നും ഒരു വിളികേട്ടു. ആ വള്ളക്കാരൻ ഒരു ക്രിസ്ത്യാനിയായിരുന്നു. അയാൾ നോക്കുമ്പോൾ മറുകരയിൽ ഒരു സ്ത്രീരൂപം. സുന്ദരിയായ ഒരു യുവതിയായിരുന്നു അവർ. തന്നെക്കൂടി മറുകരയിൽ എത്തിക്കാൻ അവർ വള്ളക്കാരനോട് അഭ്യർഥിച്ചു. അലിവു തോന്നിയ അയാൾ അവരെ ഇക്കരയിലെത്തിച്ചു.

വളരെയേറെ സഞ്ചരിച്ചതുകൊണ്ടാകാം, ക്ഷീണിതയായിരുന്നു

അവർ. അവരെ ഒപ്പംകൂട്ടി അയാൾ മുന്നേ നടന്നു. നടക്കുന്നതിനിടയിൽ അവർക്ക് ചെട്ടികുളങ്ങരയിലാണ് പോകേണ്ടതെന്ന് അയാൾ മനസ്സിലാക്കി. ആഞ്ഞിലിപ്രയിലെ പുതുശ്ശേരി എന്ന പറമ്പിനടുത്ത് എത്തിയപ്പോഴേക്കും സ്ത്രീ വിശന്ന് അവശയായിക്കഴിഞ്ഞു. ഇരുട്ടിനും കനംവെച്ചു. അവരെ ഒരു മരച്ചുവട്ടിൽ ഇരുത്തി അയാൾ അയൽപ്പക്കത്തുനിന്നും വല്ലതും വാങ്ങിവരാൻ പോയി. അലക്കു തൊഴിലാക്കിയ മണ്ണാന്മാരുടെ ഭവനമായിരുന്നു അത്. തിരികെ വന്ന് അയാൾ ഇലതടയിൽ വിളമ്പിയ പുഴുക്കും കഞ്ഞിയും അവർ രുചിയോടെ ഭക്ഷിച്ചു. ക്ഷീണംകൊണ്ട് അവളുറങ്ങിപ്പോയി. കാവലിരുന്ന അയാളും താമസിയാതെ ഉറങ്ങി. നേരംവെളുത്ത് അയാൾ നോക്കുമ്പോൾ ആ യുവതി അവിടെയെങ്ങും ഉണ്ടായിരുന്നില്ല. അയാൾ പരക്കെ അന്വേഷിച്ചിട്ടും ഒരു ഫലവുമുണ്ടായില്ല.

കേരളത്തിലെ ഏറിയകൂറും ദേവീക്ഷേത്രങ്ങളുടെയെല്ലാം നാരായവേരു ചെന്നെത്തുന്നത് കൊടുങ്ങല്ലൂരിലേക്കാണ്. കൊടുങ്ങല്ലൂരമ്മയുടെ മകളോ സഹോദരിയോ ആണു മിക്ക കാളീക്ഷേത്രങ്ങളുമെന്നതാണ് ഒരു വസ്തുത. കൊടുങ്ങല്ലൂർ (മുസ്രിസ് / മുരുചിപട്ടണം) ഒരുപ്രാചീന തുറമുഖവും വാണിജ്യ കേന്ദ്രവുമായിരുന്നുവെന്നത് ശ്രദ്ധേയമാണ്. ചെട്ടിസമൂഹത്തിന്റെ കച്ചവടപശ്ചാത്തലവും കൊടുങ്ങല്ലൂരിന്റെ കച്ചവടപാരമ്പര്യവും ക്ഷേത്രത്തെ സംബന്ധിച്ചും ഇവിടുത്തെ സാമൂഹിക ജീവിതത്തെസംബന്ധിച്ചും പ്രധാനമാണ്.

ദേവീസാന്നിധ്യം: പുരാവൃത്തം
കഥ രണ്ട്

അന്ന് ചെട്ടികുളങ്ങര ദേശത്തുള്ള ഒരു ഇല്ലത്തിൽ പുരമേച്ചിൽ നടക്കുകയായിരുന്നു. ഇന്ന് ക്ഷേത്രം നിൽക്കുന്നതിന് തെക്കേ പറമ്പിലായിരുന്നു നമ്പൂതിരിയുടെ ഇല്ലം. പുരമേച്ചിൽ നടക്കുന്നതിനിടയിൽ അപരിചിതയായ ഒരു യുവതിയെ അവിടെ ആളുകൾ കണ്ടു. മേച്ചിൽക്കാർക്ക് ആഹാരം വിളമ്പുന്നതിനിടയിൽ ആ യുവതിക്കും വീട്ടുകാർ അന്നം നൽകി. കഞ്ഞിയും മുതിരപ്പുഴുക്കും പപ്പടവും മറ്റുമായിരുന്നു വിഭവങ്ങൾ. അതുകഴിച്ചശേഷം കൈകഴുകാൻ വീടിനു വടക്കു വശത്തുള്ള കുളത്തിലേക്കിറങ്ങിയ യുവതി പെട്ടെന്ന് അപ്രത്യക്ഷയായി. അവർ മറയുന്നതുകണ്ട് ഇല്ലത്തെ കന്യക മോഹാലസ്യപ്പെട്ടുവീണു. വിവരം കാട്ടുതീപോലെ നാടാകെ പടർന്നു.

വിവരമറിഞ്ഞെത്തിയ കരയിലെ പ്രധാനികൾ ഭഗവതീ സാന്നിധ്യത്തിന്റെ ലക്ഷണങ്ങളാണിതെന്നു സംശയിച്ചു. അന്നത്തെ രീതിയനുസരിച്ച് കണിയാന്മാരെ വരുത്തി പ്രശ്നം വെച്ചു നോക്കി. കൊടുങ്ങല്ലൂരമ്മയുടെ സാന്നിധ്യം തിരിച്ചറിഞ്ഞ് ക്ഷേത്രം പണിയാൻ തീരുമാനിച്ചു. ദേവീസാന്നിധ്യം കണ്ട സ്ഥലം മൂലസ്ഥാനമായി ഇന്നും ക്ഷേത്രവളപ്പിൽ ആരാധിക്കപ്പെടുന്നു.

മൂലസ്ഥാനത്തെ സംബന്ധിച്ച് മറ്റൊരൈതിഹ്യവും നിലനിൽക്കുന്നുണ്ട്. അതേതാണ്ടിപ്രകാരമാണ്:

'പുരമേച്ചിൽ മേച്ചിൽസ്ഥലത്തുനിന്നും മടങ്ങിയ അമ്മയ്ക്ക് എവിടെയെങ്കിലും ഒന്നിരുന്നാൽ കൊള്ളാമെന്നു തോന്നി. നോക്കുമ്പോൾ തേങ്ങയിട്ടുകഴിഞ്ഞു കൊയ്യാലും ഏണിയുമായി വരുന്ന ഒരു മൂപ്പരെകണ്ടു. അയാൾ മൂന്നാലോല വെട്ടിയിട്ടു കൊടുത്തു. അതു നിലത്തിട്ടിരുന്ന സ്ഥലമാണ് മൂലസ്ഥാനം'.

പലകൂട്ടായ്മകളും പങ്കുവെയ്ക്കുന്ന കഥകളിൽ സ്ത്രീ ഒരു സാന്നിദ്ധ്യമാണെങ്കിലും, അവർ യുവതിയായും വൃദ്ധമാതാവായുമൊക്കെയാണ് കഥകളിൽ പ്രത്യക്ഷപ്പെടുന്നത്.

ഇല്ലവും പുരയും: അർത്ഥസൂചനകൾ

ചെട്ടികുളങ്ങര ക്ഷേത്രോൽപ്പത്തി പുരാവൃത്തത്തിലെ പ്രത്യേക

ശ്രദ്ധവേണ്ട രണ്ടു വാക്കുകളാണ് ഇല്ലവും പുരയും. ഇതിൽ, 'ഇല്ലം' എന്ന വാക്ക് ആധുനികകാലത്ത് ബ്രാഹ്മണ വസതി എന്ന ആശയമാണ് ശ്രോതാവിന്റെ മനസ്സിലുണർത്തുകയെന്നതു വാസ്തവമാണ്. എന്നാൽ, കുത്തിയോട്ടം, കെട്ടുകാഴ്ച തുടങ്ങിയവയിലൂടെ ബൗദ്ധ പാരമ്പര്യം പ്രത്യക്ഷമായിത്തന്നെ അനുഭവവേദ്യമാകുന്ന ഒരു ക്ഷേത്ര സങ്കേതമായതുകൊണ്ട് ഈ വാക്കിനെക്കുറിച്ചു കൂടുതൽ ആലോചനകൾ വേണ്ടിവരുന്നു.

ബൗദ്ധ പാരമ്പര്യത്തിലെ പുരോഹിതനെ 'നമ്പൂതിരോ' (നമ്പു ധീര) എന്നാണ് അറിയപ്പെട്ടിരുന്നത്. ഇളംകുളത്തിന്റെ ഈ നിരീക്ഷണം വളരെ പ്രധാനപ്പെട്ട ഒന്നാണ്. നംബു എന്ന ശബ്ദം ബുദ്ധനെയും നമ്പൂതിരിയെന്നത് ബുദ്ധ സന്യാസിയെയോ ബുദ്ധപ്രഭുവിനെയോ സൂചിപ്പിക്കുന്ന പദമാണെന്നാണ് സി.വികുഞ്ഞുരാമൻ നിരീക്ഷിക്കുന്നത്. 'ബൗദ്ധ രാജാക്കന്മാരുടെ വിശ്വസ്ഥാധികാരികൾ' എന്നയർത്ഥമാണ് ശബ്ദതാരാവലി നംബു ധീരന്മാർ എന്ന പദത്തിനു നൽകിയിരിക്കുന്നത്. നമ്പൂതിരിയെന്നാൽ 'ധീരനായ പ്രമാണി'യെന്ന അർത്ഥത്തിലാണ് കെ.പി. പത്മനാഭമേനോന്റെ അഭിപ്രായം (കേരളചരിത്രം, കെപി പത്മനാഭമേനോൻ). അദ്ദേഹം ആ പദത്തെ ഇങ്ങനെ വിശദീകരിക്കുന്നു:

'one derivation perhaps the least objectionable in said to he from Namboo and Tiri. Namboo is taken to mean either sacred or trusted, (Thamil) and Tiri honorific suffix among Malabar Brahmins'.

നമ്പൂതിരിയെന്നപദം കേരളത്തിനു വെളിയിലുള്ള വൈദികബ്രാഹ്മണരിലാരും ഉപയോഗിച്ചുകാണുന്നുമില്ല (ഈഴവർ ലഘുപഠനം, ടി.കെ പദ്മാകരൻ, പേജ് 62, 1996)

ഇളങ്കുളത്തെയുംമറ്റും മുഖവിലയ്ക്കെടുത്തു ചിന്തിക്കുമ്പോൾ, ബൗദ്ധദേവതയായ താരാദേവിയുടെയോ, പത്തിനീദേവിയുടെയോ അർച്ചകനായ പുരോഹിതനാവണം പുരാവൃത്തകഥയിലെ നമ്പൂതിരി. നംബു ധീരന്മാർ പിൽക്കാലത്ത് ചാതുർവർണ്യത്തിനു വഴങ്ങിയെന്നാണ് ചരിത്രപക്ഷം. അങ്ങനെയൊരു പുരോഹിതന്റെ വാസഗൃഹമായിരിക്കണം കഥയിലെ ഇല്ലം.

എട്ടാം നൂറ്റാണ്ടോടെ കേരളത്തിൽ അധിവാസമുറപ്പിച്ച നമ്പൂതിരിമാർ വസതീനാമങ്ങൾ സ്വീകരിച്ചിരിക്കുന്നത് പ്രാചീന ഗോത്രസമൂഹങ്ങളിൽനിന്നാണെന്ന് നിരീക്ഷിക്കപ്പെട്ടിട്ടുണ്ട്. വി.വി.കെ വാലത്ത്, ടി.എച്ച്.പി. ചെന്താരശ്ശേരി തുടങ്ങിയവർ ഈ അഭിപ്രാ

യത്തെ പിന്തുണക്കുന്നവരാണ്. സംഘസാഹിത്യത്തിലെ സൂചനകളെ വിശ്ലേഷിച്ച് പ്രാചീന ഗോത്രീയരുടെ മാടത്തിൽ നിന്നാണ് 'മഠം' എന്നപേർ ഉൽപ്പാദിപ്പിച്ചെടുത്തതെന്നവർ സിദ്ധാന്തിക്കുന്നു. ഇല്ലം എന്ന പേരും നമ്പൂതിരിമാർ അങ്ങനെ സ്വീകരിച്ചതാണ്.

ടി.കെ. പദ്മാകരന്റെ പ്രസക്തമായ ഒരു നിരീക്ഷണം ഇങ്ങനെയാണ്:

'ഇല്ലം, മന, മഠം എന്നീപേരുകൾ പൊതുവിൽ ഈഴവരും നമ്പൂതിരിമാരും അവരുടെ വാസസ്ഥാനങ്ങൾക്കു നൽകിയിട്ടുള്ളതായിക്കാണാം. ഈഴവരും നമ്പൂതിരിമാരുമല്ലാതെ മറ്റാരും ഈ പേരുകൾ ഉപയോഗിച്ചു വന്നതായി തെളിവുകളില്ല'.

അദ്ദേഹം തുടരുന്നു:

'ഈഴവരെ സംബന്ധിച്ചിടത്തോളം അവർ പണ്ടുമുതൽക്കേ ഇല്ലം, മന, മഠം എന്നീ പേരുകൾ അവരുടെ വാസസ്ഥലങ്ങൾക്കു നൽകിയിരുന്നതായും കാണുന്നു. ഉദാ: കല്ലിങ്കൽ മഠത്തിൽ മൂപ്പനാർ, കല്ലിങ്കൽ മഠത്തിൽ മന്ദനാർ. കേരളത്തിൽ കുടിയേറിപ്പാർത്ത തുളു ബ്രാഹ്മണരും തമിഴ് ബ്രാഹ്മണരും അവരുടെ വാസസ്ഥലങ്ങൾക്ക് യഥാക്രമം ചേരി, തെരുവ് എന്നീ പേരുകളാണു നൽകിയിരിക്കുന്നത്' (ഈഴവർ ലഘുപഠനം, പേജ് 64).

ഈ ചരിത്ര വസ്തുതകളുമായി ചേർത്തു വായിക്കുമ്പോൾ 'ഇല്ലം' നമ്പൂതിരിയുടെ കുത്തകയല്ല. കൊള്ളാമെന്നു തോന്നിയതിനാൽ അവരതെടുത്തു. അങ്ങനെ നോക്കുമ്പോൾ ചെട്ടികുളങ്ങര ക്ഷേത്രത്തിന്റെ ഉൽപത്തി പുരാവൃത്തത്തിലെ 'ഇല്ലം' എന്ന സംജ്ഞ തീർത്തും ബൗദ്ധമാണെന്നു വരുന്നു.

ഈഴവരെ എട്ടില്ലക്കാരെന്നാണ് അറിയപ്പെടുന്നത് (സി. കേശവൻ, ജീവിതസമരം). തിയ്യർക്ക് പത്തില്ലങ്ങളുണ്ട് (കെ.ജി. നാരായണൻ, ഈഴവ തിയ്യ ചരിത്രം). അവരുടെ ഭവനത്തെ ഇല്ലങ്ങൾ എന്നും പറഞ്ഞു വന്നിരുന്നുവെന്നാണിതുകാണിക്കുന്നത്. ബൗദ്ധജനതയായാണ് ഈഴവരെ ചരിത്രം അംഗീകരിക്കുന്നത്. എന്നല്ല, ഈഴവരെന്ന അർത്ഥത്തിൽ ബൗദ്ധരെന്നുപോലും പ്രയോഗമുണ്ട്. കുഞ്ചൻനമ്പ്യാരുടെ കൃതികൾ ഇതിനു സാക്ഷ്യമാണ്. ആ നിലയ്ക്കും ഇല്ലം എന്ന സൂചന ബൗദ്ധ/ഈഴവ അടിസ്ഥാനത്തെ അടിവരയിടുന്നു.

ജാത്യാചാരങ്ങളുടെ പ്രതാപകാലത്ത് ഭാഷയിലും ജാതിപ്രകടമായിരുന്നു. ഇപ്പോൾ നിഘണ്ടുവിലുറങ്ങുന്ന അമൃതേത്തും കരിക്കാടിയുമൊക്കെ അതിന്റെ അവശിഷ്ടങ്ങളാണ്. അത്തരമൊരു

കാലത്തിന്റെ പ്രതിനിധിയാണ് പുര. ഈഴവന്റെ ഭവനത്തിനാണു പുരയെന്നു പറഞ്ഞിരുന്നത് (പി. ഭാസ്കരനുണ്ണി, പത്തൊമ്പതാം നൂറ്റാണ്ടിലെ കേരളം). ഡോ. കെ.കെ. ബാബുരാജ് അതിനെ ശരിവെയ്ക്കുന്നു (അധികരവും ഭാഷയും). ചെട്ടികുളങ്ങരയിലെ നാട്ടുവഴക്കം പുരമേച്ചിലിനെയാണ് നെഞ്ചേറ്റുന്നതെന്നത് ഈയർത്ഥത്തിലാണ് പ്രസക്തമാവുന്നത്.

അങ്ങനെ നോക്കുമ്പോൾ, ഈഴവ/തിയ്യ പാരമ്പര്യമുള്ള ഒരു ബൗദ്ധ പുരോഹിതന്റെ സാന്നിധ്യത്തെയാണ് പുരാവൃത്തത്തിലെ 'ഇല്ലവും പുരയും' പ്രതിനിധീകരിക്കുന്നത്.

ക്ഷേത്രോൽപ്പത്തി പുരാവൃത്തം: മറ്റൊരു കഥ

കാലവും ദേശവും കൂട്ടായ്മയും മാറുന്നതനുസരിച്ച് പുരാവൃത്തങ്ങൾക്ക് ആഖ്യാനഭേദങ്ങളും കണ്ടുവരാറുണ്ട്.

ഓണാട്ടുകരയിൽ പ്രചാരത്തിലുള്ള മറ്റൊരു ആഖ്യാനത്തിലും ചെട്ടികുളങ്ങരയമ്മയുടെ ക്ഷേത്രോൽപത്തിയെക്കുറിച്ചുള്ള സൂചനകളുണ്ട്. ഇപ്പോൾ ചെട്ടികുളങ്ങരയുടെ ഐതിഹ്യമായി പ്രചരിക്കുന്ന കഥകൾക്ക് മുമ്പായിരുന്നു ഈ കഥ നിലവിലിരുന്നതെന്ന് മനസ്സിലാക്കാൻ തക്ക സൂചനകൾ ഈ കഥയിൽ ഉള്ളടങ്ങിയിരിക്കുന്നു. മാത്രമല്ല, പത്തിയൂർ, ചെറിയപത്തിയൂർ തുടങ്ങി മറ്റു ചില ക്ഷേത്രങ്ങളുടെ കൂടി ഉൽപ്പത്തിപുരാണത്തിലേക്ക് ആ കഥ ഇറങ്ങിച്ചെല്ലുന്നുമുണ്ട്.

ആ കഥ ഇങ്ങനെയാണ്:

'പണ്ടുപണ്ടൊരു കാലത്ത്, നിലാവുള്ള ഒരു രാത്രിയിൽ വടക്കേതോദിക്കിലുള്ള മൂന്നു സഹോദരിമാർ നാടുകാണാനിറങ്ങി. സമുദ്രതീരത്തുകൂടി തെക്കോട്ട് അവർ നടന്നു. നടന്നുനടന്ന് അവർ ഓണാട്ടുകരയിലെ പത്തിയൂർ പ്രദേശത്തോളമെത്തി. അപ്പോഴേക്കും നേരം വെളുക്കാറായി. മുന്നിലെ തോടിനു കുറുകെ തെങ്ങുകൊണ്ടുള്ള ഒരു പാലം കണ്ടു. ആ തടിപ്പാലം കടന്ന് രണ്ടാളുകൾ കിഴക്കോട്ടു നടന്നുതുടങ്ങി. അതിനിടയിൽ അവരിലൊരാളുടെ മേൽ തെങ്ങിൻ പൂക്കുല വീണു. നോക്കുമ്പോൾ ഒരാൾ തെങ്ങിലിരുന്ന് കള്ളു ചെത്തുന്നു. അതോടെ അവർ അശുദ്ധരായി. മാത്രമല്ല, ചെത്തുകാരൻ അവരെ കാണുകയും ചെയ്തു. നേരം വെളുത്തു കൂടുതൽ ആളുകൾ തങ്ങളെ കാണും മുമ്പ് അവിടെനിന്നു പോകാമെന്നു പറഞ്ഞ് ആദ്യം പാലം കടന്നവൾ ഒപ്പമുള്ളവളെ കൈപിടിച്ച് കൂടെ ചെല്ലാൻ നിർബന്ധിച്ചു. ഇതുകണ്ട ചേട്ടത്തി പാലം കട

ന്നില്ല. അവർ പടിഞ്ഞാറെ കരയ്ക്കുതന്നെനിന്നു. എന്നാൽ അക്കരെ നിൽക്കുന്ന ചേട്ടത്തിയെ അവിടെ ഉപേക്ഷിച്ചു പോകാൻ ഏറ്റവും ഇളയവൾക്ക് മനസ്സു വന്നില്ല. മടിച്ചു നിന്ന അവളെയുപേക്ഷിച്ച് മറ്റേയാൾ ധൃതിയിൽ യാത്ര തുടർന്നു.

ആ മൂന്നുപേരും ഭഗവതിമാരായിരുന്നു.

പാലം കടക്കാതെ നിന്ന മൂത്ത സഹോദരി പത്തിയൂരമ്മയായി പാലത്തിനു പടിഞ്ഞാറെ കരയിലുറച്ചു. പൂക്കുലകൊണ്ട് അജ്ഞാനപ്പെട്ട ഏറ്റവും ഇളയവൾ ചെറിയ പത്തിയൂരമ്മയായിത്തീർന്നു. ഇതിനിടയിൽ, നേരംവെളുത്തു പോയതുകൊണ്ട് ചെന്നെത്തിയ സ്ഥലത്ത് കുടികൊണ്ട ഭഗവതി ചെട്ടികുളങ്ങരയമ്മയുമായി.

ഓണാട്ടുകരയുടെ പല ഭാഗങ്ങളിലുമുള്ള വിവിധ കൂട്ടായ്മകൾക്കിടയിൽ ഇന്നും ഈ കഥ നിലനിൽക്കുന്നുണ്ട്. കുട്ടനാട്ടിലും ചേർത്തലയിലും, ചാരുമ്മൂട്ടിലുമൊക്കെ ഈ കഥ പ്രചരിച്ചിരുന്നതായി ആവേദകരിൽ നിന്നു മനസ്സിലാക്കാം. നവമി ക്ഷേത്രവിജ്ഞാനകോശത്തിലും (Vol. 1, പേജ് 289, നവമിഭാരതീയപഠനകേന്ദ്രം, 1999) ഈ കഥ പ്രതിപാദിക്കുന്നുണ്ട്.

സാമൂഹികമായും സാമ്പത്തികമായും വിദ്യാഭ്യാസപരമായും ദുർബലരായ ചില ജനതകൾക്കിടയിലും ക്ഷേത്രോൽപ്പത്തി സംബന്ധമായ ചില ഫോക് ലോറുകൾ നിലനിൽക്കുന്നുണ്ട്. വിശേഷിച്ചും കുറവ, പറയ, പുലയ വിഭാഗത്തിൽപ്പെടുന്ന ജനങ്ങളിൽ. അതുപ്രകാരം ചെട്ടികുളങ്ങരയിലേക്ക് ഭഗവതിയെ കൂട്ടിക്കൊണ്ടുവന്നത് തങ്ങളുടെ പൂർവ്വപിതാമഹനായ ഏതോഒരു മന്ത്രവാദിയപ്പൂപ്പനാണ്. ഈരേഴതെക്ക് കോലാക്കോട്ട് കാവിലെ കുര്യാലയിൽ (ഇപ്പോൾ ക്ഷേത്രമായി) കുടികൊള്ളുന്ന ഭഗവതി ഇങ്ങനെ കൂട്ടിക്കൊണ്ടു വന്നതാണെന്നു കുറവർക്കിടയിൽ ഒരു വിശ്വാസമുണ്ട്.

ഈ കുറവ കുടുംബത്തിൽ നിന്നാണ് പണ്ടുകാലത്ത് ഈരേഴതെക്കുകരയിലെ കുതിരകെട്ടുന്നതിനാവശ്യമുള്ള പന്നലുവള്ളി കൊടുത്തിരുന്നത്. ശിവരാത്രി ദിവസം രാവിലെ കുടുംബമൂപ്പൻ കരക്കാഴ്ചയുടെ നേതൃത്വംവഹിക്കുന്നവരെ ഏൽപ്പിക്കുന്ന ചടങ്ങും ഉണ്ടായിരുന്നു. ഏറെക്കാലമായിനിലച്ചുപോയിരുന്ന പ്രസ്തുതചടങ്ങ് അടുത്തകാലത്തായി പുനരാരംഭിച്ചിട്ടുണ്ട്. ചെട്ടികുളങ്ങര ക്ഷേത്രത്തിനു കിഴക്കേവെയലിൽ (ഇപ്പോൾ സത്രം) ഇവരുടെ നേതൃത്വത്തിൽ കുറവരുകളിയും നടത്തിവന്നിരുന്നതായ കേൾവിയും ചിലർ പങ്കുവെയ്ക്കുന്നുണ്ട്. ചടങ്ങുകൾ പുനരാരംഭിക്കണമെന്ന് ദേവപ്രശ്നത്തിൽ പറഞ്ഞതും ചിലരോർക്കുന്നു.

കെട്ടുകാഴ്ചകളുടെ ഭൂമിക

തെക്കൻകേരളത്തിലെ കാവുത്സവങ്ങളിലെ ഒരു പ്രധാന ഇനമാണ് കെട്ടുകാഴ്ചകൾ. കാഴ്ചവേല എന്നും ഇതിനെ അറിയപ്പെടുന്നു. ചിറയിൻകീഴുമുതൽ അമ്പലപ്പുഴ വരെയുള്ള പ്രദേശങ്ങളിലാണ് കെട്ടുകാഴ്ചകളുള്ളത്.

ചെട്ടികുളങ്ങര കൂടാതെ, പകൽക്കുറി, വെളുനല്ലൂർ, ചിറക്കര, ഊഴാക്കോട്, ചാത്തന്നൂർ, ചാമക്കാവ്, ഭരണിക്കാവ്, നീലമ്പേരൂർ, പന്തളം, നൂറനാട്, ചുനക്കര, മാവേലിക്കര, കടവൂർ, ഓച്ചിറ മുതലായ സ്ഥലങ്ങളിലെ ക്ഷേത്രങ്ങളിൽ കെട്ടുകാഴ്ചകൾ ഒരു പ്രധാന ചടങ്ങാണ്. ഇതിൽ ഓച്ചിറ, നൂറനാട് പടനിലങ്ങൾ ഒഴികെ മിക്കതും ഭഗവതീക്ഷേത്രങ്ങളാണ്.

ബുദ്ധമതവുമായി കെട്ടുകാഴ്ചകൾക്ക് ബന്ധമുണ്ടെന്നാണ് പൊതുവേയുള്ളൊരു നോക്കുപാട്.

ബുദ്ധമതം കേരളത്തെ പലതരത്തിൽ പരിപുഷ്ടക്കിയിട്ടുള്ളതായി ചരിത്രകാരനായ എസ്സ്. ശങ്കു അയ്യർ പറയുന്നു. അതു നൽകിയ സംഭാവനകളിൽ പ്രസ്തുത്യമായിട്ടുള്ളവ ക്ഷേത്രങ്ങളിൽ ഉത്സവകാലത്ത് നടത്തിവരുന്ന വിനോദപ്രധാനങ്ങളായ ചടങ്ങുകളാകുന്നുവെന്നും അദ്ദേഹം നിരീക്ഷിക്കുന്നു. 'ക്ഷേത്രങ്ങളിലെ അരങ്ങ്, കെട്ടുകാഴ്ച മുതലായ പുറത്തേപ്പടിത്തരങ്ങൾക്ക് നാം ബൗദ്ധരോടാണ് കടപ്പെട്ടിരിക്കുന്നതെ'ന്നും അദ്ദേഹത്തിനഭിപ്രായമുണ്ട്.

അയ്യർ തുടരുന്നു: 'യുദ്ധഭേരികൾക്കും രഥഗജതുരഗാദികളുടെ പടപ്പോക്കിനും പകരം ജനങ്ങൾക്ക് ആനന്ദം നൽകാനുതകുന്ന ധർമ്മ ഭേരികളും വിമാനദർശനങ്ങളും ആനക്കാഴ്ചകളും അഗ്നിസ്കന്ധങ്ങളും അശോകൻ ഏർപ്പെടുത്തിയെന്ന് അദ്ദേഹത്തിന്റെ നാലാം നമ്പർ ശിലാശാസനത്തിൽ പ്രസ്താവിക്കുന്നുണ്ട്. പാടലീപുത്രത്തിൽ ആണ്ടുതോറും ബുദ്ധജയന്തി സംബന്ധിച്ച് നാലു ചക്രങ്ങളുള്ള രഥങ്ങളുണ്ടാക്കി അവയ്ക്കുമേൽ മുളകൊണ്ടു ചെയ്തതും നാലുംഅഞ്ചും നിലകളുള്ളതും വെള്ളക്കാശ്മീരപ്പട്ടു കൊണ്ടു വിതാനിച്ചതും നാലുമൂലകളിലും ബുദ്ധന്റെയും ബോധി സത്വന്മാരുടെയും രൂപങ്ങൾ വെച്ചതുമായ വിമാനങ്ങൾ ഇണക്കി, ആ രഥങ്ങ

ളെ ആഘോഷപൂർവം തെരുവുകളിൽക്കൂടി വലിച്ചു കൊണ്ടുപോ
കുന്ന കാഴ്ചയെപ്പറ്റി ഫാഹിയാൻ (ചീന സഞ്ചാരി, ക്രി. പി. 390-
414) അദ്ദേഹത്തിന്റെ യാത്രാവിവരണത്തിൽ വർണ്ണിക്കുന്നുണ്ട്.
ഇങ്ങനെയുള്ള രഥങ്ങളെയാണ് അശാകൻ വിമാനങ്ങളെന്നു പറ
യുന്നത്

മധ്യതിരുവിതാംകൂറിൽ ചെട്ടികുളങ്ങര ദേവീക്ഷേത്രത്തിലെ
ഭരണിഉത്സവം സംബന്ധിച്ച് കരക്കാർ കെട്ടി പ്രദർശിപ്പിക്കുന്ന
വലുതും ചെറുതുമായ രഥങ്ങളുടെ ഛായാപടങ്ങൾ തിരുവിതാം
കൂർ ആർക്കിയോളജിക്കൽ സീരീസ് രണ്ടാം വോളിയത്തിൽ ഗോ
പിനാഥറാവു ചേർത്തിട്ടുണ്ട്. ഈ രഥങ്ങൾ ഫാഹിയാൻ വർണ്ണിക്കു
ന്ന ബുദ്ധജയന്തി സംബന്ധിച്ച രഥങ്ങളെയാണ് അനുസ്മരിപ്പിക്കു
ന്നത്. കേരളത്തിൽ ബുദ്ധമതം പ്രചരിച്ചിരുന്ന കാലത്ത് ആ മതാനു
യായികൾ നടത്തിവന്ന രഥോത്സവങ്ങളെ അനുകരിച്ച് തുടങ്ങിയ
വയാണ് ഹിന്ദുക്ഷേത്രങ്ങളിലെ കെട്ടുകാഴ്ചകൾ എന്ന് ഗോപിനാ
ഥറാവു അഭിപ്രായപ്പെടുന്നു.

ചെട്ടികുളങ്ങരയിലെ പതിമൂന്നു കരകൾക്കും പതിമൂന്നു കാഴ്ച
കൾ ഉണ്ട്. മനുഷ്യഭാവനയുടെ ഹിമഗിരിയിൽ സൂക്ഷ്മതയോടെ
യുള്ള കരവേല സൃഷ്ടിച്ചെടുക്കുന്ന മഹാത്ഭുതമാണ് കെട്ടുകാഴ്ച

കൾ. കരകളുടെ ആസ്ഥാനങ്ങളിൽ ഒത്തുകൂടുന്ന കൂട്ടായ്മയാണ് ഇവ കെട്ടിയൊരുക്കുന്നത്. കടവൂർ, ആഞ്ഞിലിപ്ര എന്നിവയൊഴികെ മറ്റെല്ലാ കരകളും സ്വന്തം കരയിലെ ആസ്ഥാനത്തുനിന്നും നിർമ്മാണം നടത്തുന്നു. 'കുതിരകെട്ട്', 'തേരുകെട്ട്' എന്നാണ് ഇതിനു പറയുന്ന നാട്ടുമൊഴി. ചിലക്ഷേത്രങ്ങളിൽ അന്നംകെട്ടും കാളകെട്ടും നടക്കുന്നുണ്ട്. അവയും കെട്ടുകാഴ്ചകൾ എന്നപേരിലാണ് അറിയപ്പെടുന്നത്.

കരുത്തും കരവിരുതും കൈകോർക്കുന്ന സൗന്ദര്യ വിശേഷമാണ് ഓരോ കെട്ടുകാഴ്ചകളും. കൂട്ടായ്മയുടെയും സംഘബോധത്തിന്റെയും കാഴ്ചപ്പെരുക്കങ്ങാണ് ഇങ്ങനെ ഒരുക്കുന്ന ഓരോ കരക്കാഴ്ചയും. ചിട്ടയിലും അച്ചടക്കത്തിലുമാണ് ഉരുക്കളുടെ നിർമ്മാണം പുരോഗമിക്കുന്നത്. ധ്വജയോനിയിൽപ്പെട്ട കണക്കുകളാണ് ഇവയ്ക്കുള്ളത്.

പകർച്ചവ്യാധികളിൽനിന്നും ആപത്തുകളിൽനിന്നും തട്ടകജനതയെ കാത്തുരക്ഷിച്ചുപോരുന്ന നാട്ടുദേവതകളുടെ പ്രീതിക്കുവേണ്ടി കോവിലുകൾക്കുമുമ്പിൽ ദേശവാസികൾ കെട്ടിയൊരുക്കി സമർപ്പിക്കുന്നവയാണ് കെട്ടുകാഴ്ചകൾ എന്നാണ് പാരമ്പര്യവിശ്വാസം.

ശിവരാത്രി നാളിൽ നാടിന്റെ പരദേവതയായ ചെട്ടികുളങ്ങര ഭഗവതിയെ വണങ്ങിയെത്തുന്ന കരകളുടെ ഭാരവാഹികൾ പുണ്യാഹം തളിക്കുന്നതോടെ, കരകളുടെ ആസ്ഥാനങ്ങളിൽ, ദൃശ്യചാരുതയുടെ ആകാശവിസ്മയങ്ങൾ തീർക്കുന്ന ഉരുക്കളുടെ നിർമ്മാണത്തിനു തുടക്കം കുറിക്കുന്നു. തച്ചുശാസ്ത്രത്തിന്റെ മർമ്മമറിഞ്ഞ പെരുംതച്ചന്മാരുടെ നേതൃത്വത്തിലാണു നിർമ്മാണ പ്രവർത്തനങ്ങൾ മുന്നേറുന്നത്. പണി തുടങ്ങുന്ന ദിവസം മുതൽ കുതിരമൂട്ടിൽ വഴുപാടുകഞ്ഞിയും ഉണ്ടാകും. ഒരു ലക്ഷം രൂപാവരെ ചെലവുവരുന്ന രണ്ടും മൂന്നും കഞ്ഞികൾ ഓരോ ദിവസവും സമർപ്പണമായുണ്ടാകും.

തേരും കുതിരയും

കെട്ടുകാഴ്ചകളെ പൊതുവെ രണ്ടായി തിരിക്കുന്നു. ചമയക്കുതിര, എടുപ്പുകുതിര എന്നിങ്ങനെയാണ് ആ വിഭജനം.

മുള തെങ്ങിൻകീറ്, കയർ,വൈക്കോൽ, വെള്ളത്തുണി, വിവിധ നിറത്തിലുള്ള തുണികൾ എന്നിവകൊണ്ട് കുതിരയുടെ രൂപമുണ്ടാക്കി ചക്രമുള്ള വണ്ടിയിൽ വലിച്ചുകൊണ്ടു വരുന്നതാണ് ചമയക്കുതിര. വണ്ടിക്കുതിരയെന്നും പടക്കുതിരയെന്നും ഇതിനു പേരുണ്ട്.

ആദ്യകാലങ്ങളിൽ ആളുകൾ തോളിലേറ്റിയാണ് കാഴ്ചവേലയ്ക്ക് ഉരുക്കൾ ക്ഷേത്രങ്ങളിൽ എത്തിച്ചിരുന്നതെന്നതിനു ചരിത്രസൂചനകളുണ്ട്. സാമൂഹിക പരിഷ്കർത്താവായ മന്നത്തു പത്മനാഭന്റെ ആത്മകഥയിലെ നിരീക്ഷണം ഇതിനുദാഹരണമാണ്.

ചെട്ടികുളങ്ങരയിൽ തേര്, കുതിര എന്നിങ്ങനെയാണ് ഈ കെട്ടുകാഴ്ചകളെ പൊതുവെ പറയുന്നത്. നാലു ചക്രങ്ങളിൽ ഉറപ്പിച്ച ചട്ടങ്ങളിൽ എൺപതടിയോളം ഉയരത്തിൽ നിർമ്മിക്കുന്നവയാണ് കുതിരകൾ. നിർമ്മാണശേഷം വലിയവടം ഉപയോഗിച്ചു വലിച്ചു കൊണ്ടുവരികയാണു ചെയ്യുന്നത്. യഥാർത്ഥ കുതിരയുമായി ഇവ

യ്ക്ക് യാതൊരു സാമ്യവുമില്ല. ജനകീയമായ കരുത്തിൽ കുതിച്ചു പായുന്നവ ആയതിനാലാവണം ഇവയെ കുതിരകൾ എന്നു വിളിക്കുന്നതെന്നാണ് പ്രാദേശികമായ നിരുക്തി. മുമ്പ് കെട്ടുകാഴ്ചയുടെ മുൻഭാഗത്ത് ഒരു കുതിരത്തലയും, പിൻഭാഗത്ത് കുതിരയുടെ വാലും വെച്ചിരുന്നതായി പറയപ്പെടുന്നു.

എന്നാൽ, 'വെളുത്ത കുതിരയെയും കൊമ്പനാനയെയും ബൗദ്ധർ ധർമ്മത്തിന്റെ പ്രതീകങ്ങളായി സ്വീകരിച്ചിരുന്നു. തമിഴകത്തെ അയ്യനാർ കോവിലുകളിലും കേരളത്തിലെ അയ്യപ്പൻ ക്ഷേത്രങ്ങളിലും പൂജാബിംബമായോ കൊടിമരത്തിലെ പ്രതിഷ്ഠയായോ കുതിരയെ കാണാം. 2010-ൽ ഇന്ത്യൻ രാഷ്ട്രപതിയായിരുന്ന പ്രതിഭാ പാട്ടീൽ ചൈന സന്ദർശിക്കവെ ലുവലോങ് പട്ടണത്തിൽ അവർ ഉദ്ഘാടനം ചെയ്ത ബുദ്ധ ക്ഷേത്രത്തിന്റെ പേര് 'കുതിരക്ഷേത്രം' (വൈറ്റ് ഹോഴ്സ് ടെമ്പിൾ) എന്നായിരുന്നു. ഓടനാട്ടിലെ കുതിരകെട്ടിലെ ബൗദ്ധസാന്നിധ്യത്തെ ഇവ അടിവരയിടുന്നു'- എന്നിങ്ങനെ വെള്ളനാട് രാമചന്ദ്രൻ കുതിരയെന്ന പേരിന്റെ സാധുതയെ വിശദീകരിക്കുന്നു.

'ചെട്ടികുളങ്ങരയിൽ ഇരുപതും ഇരുപത്തഞ്ചും അടി പൊക്കത്തിൽ നാലും അഞ്ചും നിലകളിൽ കെട്ടിയുണ്ടാക്കുന്ന രഥങ്ങൾക്ക് കുതിരയെന്നാണ് പേര് പറയുന്നത്. ചില ദിക്കുകളിൽ തോളിൽ വഹിച്ചുകൊണ്ടുപോകുന്ന ചെറിയ രഥങ്ങളെ തേര് എന്നും വിളിക്കുന്നു. ഇവിടെ തേരും ചക്രങ്ങളിൽ ചലിക്കുന്നവയാണ്. ഇമ്മാതിരി കുതിരകളും തേരുകളും കൊല്ലം, ശാസ്താംകോട്ട, നീലംപേരൂർ മുതലായ സ്ഥലങ്ങളിൽ ക്ഷേത്രങ്ങളിലും ഉത്സവകാലങ്ങളിൽ കെട്ടി പ്രദർശിപ്പിക്കാറുണ്ട്. ഗൗതമബുദ്ധന്റെ അഭിനിഷ്ക്രമണത്തെ ബുദ്ധമതാനുയായികൾ കുതിരയുടെ ആകൃതിയിലാണ് പ്രതിരൂപപ്പെടുത്തിയിരിക്കുന്നത്. അതിനെ അനുസ്മരിച്ചായിരിക്കാം ബുദ്ധവിഗ്രഹങ്ങളെ വെച്ചെഴുന്നള്ളിക്കുന്ന രംഗങ്ങൾക്ക് കേരളീയരായ ബൗദ്ധന്മാർ കുതിര എന്ന പേര് കൊടുത്തത്' (ശങ്കു അയ്യർ, കേരളവും ബുദ്ധമതവും).

കെട്ടുകാഴ്ചയുടെ പുരാവൃത്തം

ചെട്ടികുളങ്ങരയിലെ കെട്ടുകാഴ്ചയുടെ ഉത്ഭവത്തെക്കുറിച്ച് നാട്ടുകാർക്കിടയിൽ നിലനിൽക്കുന്ന ഒരു കഥയുണ്ട്. ആവേദകർ പറഞ്ഞുതരുന്ന കഥ ഏതാണ്ട് ഇപ്രകാരമാണ്:

ഒരിക്കൽ തെക്കൻ കൊല്ലത്ത് ഒരുവലിയ തോടുനിർമ്മാണം നടന്നു. തിരുവിതാംകൂറിലെ ഏതോ റാണിയുടെ കാലത്താണത്. തോടു നിർമ്മിക്കുന്നതിന് പണിയാളുകളായി ഓണാട്ടുകരയിൽ നിന്നും പ്രത്യേകിച്ച് ചെട്ടികുളങ്ങരയിൽ നിന്നും ധാരാളം തൊഴിലാളികളെ കൊണ്ടുപോയിരുന്നു. എന്നാൽ, മാസങ്ങൾകഴിഞ്ഞിട്ടും തോടുപണി പൂർത്തിയാക്കാനായില്ല. പണിക്ക് പല തടസ്സങ്ങളുമുണ്ടായിക്കൊണ്ടിരുന്നു. അതിനാൽ അവർക്ക് നാട്ടിലേക്ക് തിരിച്ചു വരാൻ കഴിയാതെ വളരെ നാളുകൾ അവിടെ കഴിയേണ്ടിവന്നു. അതിനിടയിൽ കൊല്ലം, മുളങ്കാടകം ക്ഷേത്രത്തിലെ ഉത്സവം കാണാൻ അവർക്ക് ഇടവന്നു. അവിടെക്കണ്ട കെട്ടുകാഴ്ച അവർക്കു പുതുമയുള്ള അനുഭവമായി. അത് അവരിൽ വളരെയധികം കൗതുകമുണ്ടാക്കിയിരുന്നു. അക്കൊല്ലം ഭരണിക്കുമുമ്പ് നാട്ടിൽ തിരികെ എത്താനായാൽ ചെട്ടികുളങ്ങര അമ്മയ്ക്കുമുന്നിൽ ഇത്തരമൊരു കെട്ടുകാഴ്ച ഉണ്ടാക്കി തങ്ങൾ സമർപ്പിക്കാമെന്ന് അവർ വഴിപാടുനേർന്നു. തങ്ങളുടെ മടക്കം പെട്ടെന്നാക്കിത്തരണമെന്നവർ ഉള്ളുരുകി അമ്മയോടു പ്രാർത്ഥിച്ചു. അവർ ആഗ്രഹിച്ചതുപോലെ, അധികാരികൾ പണി നിർത്തിവെച്ചു. ചെട്ടികുളങ്ങര കുംഭഭരണിക്കു മുമ്പ് നാട്ടിലേക്കുമടങ്ങാനായ തൊഴിലാളികൾ മുളങ്കാടകത്ത് കണ്ടതുപോലെ കെട്ടുകാഴ്ചയൊരുക്കി ഭഗവതിക്കു കാഴ്ചവെച്ചു.

പുരാവൃത്തമെന്ന നിലയിൽ ഓണാട്ടുകരക്കാരുടെയിടയിൽ നിലനിൽക്കുന്ന കഥയുടെ ചുരുക്കമിതാണ്. ഈ ആഖ്യാനത്തിൽ ചില ചരിത്ര വസ്തുതകളും ഒളിഞ്ഞിരിപ്പുണ്ട്.

ചരിത്രപരമായ സാധുത

രാജഭരണകാലത്ത് ചില തൊഴിലാളികൾ രാജഭന്നവനം ചെയ്യ

ണമെന്ന നിർബന്ധമുണ്ടായിരുന്നു. കാഠിന്യമേറിയ തൊഴിലിനായാണ് ഇപ്രകാരം തൊഴിലാളികൾ നിയോഗിക്കപ്പെട്ടിരുന്നത്. തൊഴിലിനു കൂലിയുണ്ടാവില്ല. ആഹാരം മാത്രമായിരുന്നു പ്രതിഫലം. 'ഊഴിയ വേല' എന്നാണ് ഇതിനെ പറഞ്ഞു പോന്നിരുന്നത്. ഈഴവർ മുതൽ താഴേക്കുള്ള തീണ്ടൽ ജാതിക്കാരായിരുന്നു ഇതിനു വിധിക്കപ്പെട്ടിരുന്നത്. കേണൽ മൺട്രോയുടെ ഇടപെടൽ ഉണ്ടാകുന്നതുവരെ ക്രൈസ്തവരും ഊഴിയവേലയ്ക്ക് നിയോഗിക്കപ്പെട്ടിരുന്നു. മൺട്രോയുടെ ഇടപെടൽ അവർക്ക് ആശ്വാസമായിത്തീർന്നു. പൂർണ്ണമായും ആ തൊഴിലിൽ നിന്നും അവർ ഒഴിവാക്കപ്പെട്ടു. ഓണാട്ടുകരയിൽ നിന്നുള്ളവരായിരുന്നു ഊഴിയവേലയ്ക്ക് നിയോഗിക്കപ്പെട്ടവരിൽ ഏറെയും. (നായർ മേധാവിത്വത്തിന്റെ പതനം, റോബിൻ ജെഫ്രി).

റാണി ഗൗരി പാർവ്വതീഭായിയുടെ കാലത്താണ് നാടിന്റെ വികസന പ്രവർത്തനങ്ങളുടെ ഭാഗമായി ഗതാഗത സൗകര്യം വർദ്ധിപ്പിക്കാൻ തീരുമാനിച്ചത്. കരമാർഗ്ഗമുള്ള സഞ്ചാരം അക്കാലത്ത് വിരളമായിരുന്നു. ജലഗതാഗതമായിരുന്നു അന്നുമുഖ്യം. തോടുകളും, നദികളും, കായലുമായിരുന്നു അന്നത്തെ സഞ്ചാരമാർഗ്ഗം. വള്ളങ്ങളായിരുന്നു വാഹനം. ധനസ്ഥിതിയനുസരിച്ച് വള്ളത്തിന്റെ സൗകര്യങ്ങളുമേറും. പാർവ്വതീപുത്തനാർ എന്നറിയപ്പെട്ട തോടിന്റെ കൊല്ലം ഭാഗത്തെ പണിക്കായിരുന്നു ചെട്ടികുളങ്ങരയിലെ തൊഴിലാളികൾ നിയോഗിക്കപ്പെട്ടത്. കൊല്ലംതോടെന്നും പാർവ്വതി പുത്തനാർ അവിടെ തോട് അറിയപ്പെടുന്നുണ്ട്. പൊന്നാനിവരെ നീളുന്നതാണ് പ്രസ്തുത തോട്. തോടുകളും ആറുകളും നദികളും കായലുകളുമായിരുന്നു വ്യാവസായിക പാതയായും സഞ്ചാരത്തിനുള്ള മാർഗ്ഗമായും അന്ന് ഉപയോഗിച്ചിരുന്നത്. കൊല്ലംതോടാണ് കായംകുളത്തുകൂടി കടന്ന് പത്തിയൂർ കരിപ്പുഴ വഴി കുട്ടമ്പേരാറിലേക്കു നീളുന്നത്. അതോടെയാണ് പ്രസ്തുതതോട് കരിപ്പുഴത്തോടെന്നു പ്രസിദ്ധിനേടുന്നത്. 1815 മുതൽ 1829 വരെയായിരുന്നു ഗൗരി പാർവ്വതീഭായിയുടെ ഭരണകാലം. അന്നത്തെ ഊഴിയം തൊഴിലാളികളാണ് ആദ്യമായി കെട്ടുകാഴ്ചയൊരുക്കി ക്ഷേത്രത്തിൽ സമർപ്പിച്ചതെന്നാണ് ഈ പുരാവൃത്തം ചരിത്രപ്പെടുത്തുന്നത്. പിൽക്കാലത്ത് ഈ കെട്ടുരുപ്പടികളുടെ പുരസ്കർത്താക്കളായെത്തിയവർ അതിനെ വിപുലപ്പെടുത്തി ഇന്നത്തെ രൂപത്തിലാക്കി.

കെട്ടുകാഴ്ച: ഘടന

കുതിരക്ക് പ്രധാനമായും അഞ്ച് ഭാഗങ്ങളാണുള്ളത്. ഏറ്റവും ചുവട്ടിലായി ചട്ടം. കെട്ടുകാഴ്ചയുടെ സുപ്രധാന ഭാഗമാണിത്. ഇതിനെ വണ്ടിക്കൂട്ട് എന്നും പറയും. നാലുചാടുകളും നീണ്ടതണ്ടും ചേർന്നഭാഗമാണ് വണ്ടിക്കൂട്ട്. ഏതാണ്ട് ഇരുപടിയോളം നീളവും വീതിയുമുള്ള ചട്ടത്തിന് നാലു മൂലകളിലും അഞ്ചടി ഉയരമുള്ള കൂറ്റൻ ചക്രങ്ങളാണ് (ചാടുകൾ) ഉള്ളത്. സാധാരണയായി ആഞ്ഞിലിത്തടിയാണ് ഇവയുടെ നിർമ്മാണത്തിന് ഉപയോഗിക്കുന്നത്. ചട്ടത്തിലെ നീണ്ടതണ്ടിന് അച്ചുതണ്ടെന്നും പറയും. കുതിരയെ മൊത്തം നിയന്ത്രിക്കുന്ന അച്ചുതണ്ട് ചട്ടത്തിന്റെ പ്രധാന ഭാഗമാണ്.

അടിക്കുതിര, ഇടക്കൂടാരം, പ്രഭട, മേൽക്കൂടാരം എന്നിവയാണ് ഇതരഭാഗങ്ങൾ. ഇവ ഓരോന്നും തയ്യാറാക്കാൻ കുതിരച്ചുവട്ടിൽ പ്രത്യേക സ്ഥലങ്ങളുമുണ്ട്.

അടിക്കുതിര എന്നത് കതിരുകാലും, ഇല്ലിത്തട്ടുകളും ചേർന്നതാണ്. ചട്ടത്തിന്റെ മുകളിൽ സ്ഥാപിച്ചിരിക്കുന്ന ഇതിന് ഏതാണ്ട് അന്പതടി ഉയരം വരും. ചട്ടത്തിനൊപ്പം ചേർന്നു നിൽക്കുന്ന തട്ടു കഴിഞ്ഞാൽ മുകളിൽ പത്തടി ശൂന്യഭാഗമാണ്. ഈ ഭാഗത്തെ മണ്ഡപത്തറയെന്നു വിളിക്കുന്നു. മണ്ഡപത്തറ ഓരോ കുതിരയുടെയും വിസ്മയക്കാഴ്ചയുടെ മാറ്റുരക്കുന്ന ഇടമാണ്. അതിനു മുകളിലാണ് ഇല്ലിത്തട്ടുകൾ തുടങ്ങുന്നത്. ചരിപ്പ്, ദളം, ചരിപ്പ്, അതിനും മുകളിലായി മൂന്നു തട്ടുകൾ. അതുകഴിഞ്ഞുള്ള കതിരുകലിന്റെ ബാക്കി ഭാഗം പ്രഭട പ്രതിഷ്ഠിക്കാനുള്ളതാണ്.

കുതിരകൾക്കെല്ലാം പ്രഭടയുണ്ടായിരിക്കും. നെറ്റിപ്പട്ടത്തിനും ജീവതയ്ക്കും ഇരുപുറത്തും കെട്ടിവെച്ച ചിത്രവർണ്ണാഞ്ചിതമായ ദാരുശിൽപമാണ് പ്രഭട. ദാരുശിൽപങ്ങളുടെ ഒരു സമുച്ചയമാണത്. ശൈലി തീർത്തും കേരളീയമാണ്. തൊട്ടനുഭവിച്ചറിയാനാകുംവിധം ത്രിമാനരൂപമുള്ള ചെറിയ ചെറിയ ശിൽപങ്ങളായി കൊത്തിയുണ്ടാക്കിയ രൂപങ്ങൾ അലകുകൊണ്ടുള്ള ചട്ടത്തിൽ ഉറപ്പിച്ചാണ് പ്രഭടയെന്ന ബ്രഹദ്രൂപമാക്കിയെടുക്കുന്നത്. ഈ രൂപങ്ങൾ പലവർണ്ണങ്ങൾ കൊണ്ട് മോടിപിടിപ്പിച്ചിരിക്കും. പ്രഭടയുടെ മധ്യഭാഗത്താ

യി നെറ്റിപ്പട്ടം ഉറപ്പിക്കും. തേരുകൾക്ക് പ്രഭടയുണ്ടാവുകയില്ല.

കുതിരയ്ക്ക് സമകോണാകൃതിയിലുള്ള മധ്യഭാഗത്തിനു താഴെ അഞ്ചുനില എടുപ്പുകളും മുകളിൽ ഏഴുനില എടുപ്പുകളുമുണ്ട്. ഏഴുനിലകൾ ശ്രീബുദ്ധന്റെ ഛത്രങ്ങളെ പ്രതിനിധാനം ചെയ്യുന്നു എന്നും കുതിരയെക്കാൾ പൊക്കം കുറഞ്ഞ, മൂന്നുനിലകൾ മാത്രമുള്ള, തേർ ശ്രീബുദ്ധന്റെ വാഹനമായി പരിഗണിക്കാമെന്നുമാണ് പണ്ഡിതന്മാരുടെ അഭിപ്രായം.

'ചിറയിൻകീഴ് മുതൽ അമ്പലപ്പുഴവരെ നടപ്പുള്ള കുതിരകെട്ട് തുടങ്ങിയ കെട്ടുകാഴ്ചകൾ ബുദ്ധമതോത്സവത്തിന്റെ അവശിഷ്ടങ്ങളാണ്. പകൽക്കുറി, ചിറക്കര, ഊഴാക്കോട്, ചാത്തന്നൂർ, ചെട്ടികുളങ്ങര മുതലായ ക്ഷേത്രങ്ങളിലെ ഒരു പ്രധാന ചടങ്ങാണിത്. ഈ മാതിരിയുള്ള കുതിരകെട്ട് ഫാഹിയാൻ എന്ന ചൈനീസ് സഞ്ചാരി പട്നയിൽ കണ്ടതായി വർണ്ണിച്ചിട്ടുണ്ട്. അതിൽനിന്ന് ഉത്തരഭാരതത്തിലും ബുദ്ധമതത്തിന് പ്രാബൽയമുണ്ടായിരുന്ന കാലത്ത് കെട്ടുകാഴ്ച നിലനിന്നിരുന്നു എന്ന കാര്യം വ്യക്തമാകുന്നു (സംസ്കാരത്തിന്റെ നാഴികക്കല്ലുകൾ, ഇളംകുളം കുഞ്ഞൻപിള്ള).

മേൽക്കൂടാരവും നാമ്പും

പിരമിഡിന്റെ ആകൃതിയിൽ കെട്ടുകാഴ്ചയുടെ ഏറ്റവും മുകളിൽ കാണുന്ന ഭാഗമാണ് മേൽക്കൂടാരം. അതിനു മുകളിലേക്ക് ഉർന്നുനിൽക്കുന്ന ശിൽപഭംഗിയുള്ള സ്തംഭമാണ് നാമ്പ്. താഴികക്കുടത്തിന്റെ പല അടുക്കുകൾപോലെ നാമ്പുയർന്നു നിൽക്കുന്നു.

അലങ്കാരം

തട്ടുകളിൽ വെള്ളവിരിച്ചതിനുശേഷം മുകളിൽ പച്ചയും ചെമപ്പും തുണികൾ പടിപ്പിച്ച് ഭംഗിവരുത്തുന്നു. തട്ടുകളിൽ തൂക്കും വൈരക്കൊടിയും ഉറപ്പിക്കലാണ് അടുത്തഘട്ടം. അലങ്കാരങ്ങൾ പിടിപ്പിച്ചു കഴിഞ്ഞാൽ തയ്യാറാക്കിയിരിക്കുന്ന ഭാഗങ്ങൾ കപ്പിയും കയറു

മുപയോഗിച്ച് യഥാസ്ഥാനങ്ങളിൽ ഉറപ്പിക്കുന്നതോടെ കുതിരയുടെ നിർമ്മാണം പൂർത്തിയാവുന്നു. മരക്കൊമ്പിൽ കയറി കപ്പികെട്ടാൻ വൈദഗ്ധ്യം വേണം.

തുള്ളിച്ചാടുന്ന പാവക്കുട്ടികൾ, ഭദ്രകാളിമുടി, ഇതൾവിരിയുന്ന താമര, ഗരുഡൻ, സരസ്വതീദേവിയുടെ ദാരുശിൽപം, ശ്രീചക്രം, ദ്വാരപാലികമാർ, പാർത്ഥസാരഥി, ഗണപതി, പ്രഭടയിലെ കൃഷ്ണലീല, ദക്ഷയാഗം, അനന്തശയനം എന്നിങ്ങനെ ഓരോ കെട്ടുകാഴ്ചയിലും കാണും ഓരോ സവിശേഷമായ സൗന്ദര്യക്കൂട്ട്.

തേരിന്റെ ഘടന

കുതിരയിൽ നിന്നും വ്യത്യസ്തമാണ് തേരുകളുടെ നിർമ്മാണ രീതി. ഇതിന് മുകളിലേക്കു വരുന്തോറും ചെറുതാകുന്ന മൂന്നു കുറ്റിയറകളുണ്ട്. രണ്ടുചരിപ്പുകളും മേൽക്കൂടാരവും, അതിനോടു ചേർന്ന തട്ടുകളുമാണു തേരുകൾക്കുള്ളത്. ഓരോ ചരിപ്പുകൾക്കു മുകളിലും രണ്ടു വീതം തട്ടുകളുണ്ടാകും. കൂടാതെ ചട്ടത്തോട്ടു ചേർന്നു നിൽക്കുന്ന രണ്ടു തട്ടുകളും തേരിനുണ്ട്. കുതിരകൾക്കെന്നപോലെ തേരുകൾക്കും അച്യുതണ്ടുണ്ട്.

ചട്ടത്തേരും വേലത്തേരും

ഇതുകൂടാതെ, വെൺമണി ചാമക്കാവിൽ മേടമാസത്തിലെ വിഷുവിനോടനുബന്ധിച്ചരങ്ങേറുന്ന കെട്ടുകാഴ്ചയുത്സവത്തിൽ രണ്ടുതരം കെട്ടുരുപ്പടികളുണ്ട്. ചട്ടത്തേരും വേലത്തേരുമെന്നാണ് അവ അറിയപ്പെടുന്നത്. ചെട്ടികുളങ്ങരയിലും കാർത്തികപ്പള്ളി വലിയകുളങ്ങരയിലും പല്ലന ശ്രീപോർക്കലി ക്ഷേത്രത്തിലും പുതുപ്പള്ളി ദേവികുളങ്ങരയിലും മറ്റും കാണുന്നതുപോലെ വണ്ടിക്കൂട്ടിലുറപ്പിച്ചവയാണു ചട്ടത്തേരുകൾ. വേലകളിയുടെ തട്ട് ഉള്ളവയാണ് വേലത്തേരുകൾ. ഇതിൽ നിന്നുകൊണ്ട് യുദ്ധത്തിനുസമാനമായ അംഗവിക്ഷേപങ്ങളോടെ വേലകളി നടത്തും.

ചട്ടത്തിൽ ഘടിപ്പിച്ച ചക്രങ്ങളിലൂടെ വലിച്ചു നീക്കാവുന്നതും മൂന്നു കൂടാരങ്ങൾ ഉള്ളതുമാണു വേലത്തേര്. ഇതു ചാമക്കാവിന്റെ തനതു സൗന്ദര്യശാസ്ത്രവും തച്ചുശാസ്തവുമാണ് വിളംബരംചെയ്യുന്നത്. അച്ചുതണ്ടിൽ കറങ്ങുന്നതാണീ തേരുകൾ. അഭിമുഖം നിൽക്കുന്ന ഇത്തരം രണ്ടു തേരുകളിൽ നിന്നാണ് പരിശീലനം നേടിയ കലാകാരന്മാർ വേലകളിക്കുന്നത്.

കുതിരപ്പുരയും തേരുപുരയും

ഉരുവിന്റെ സാധന സാമഗ്രികൾ സൂക്ഷിക്കുവാൻ പ്രത്യേകം ഇടങ്ങളുണ്ട്. കുതിരപ്പുരയെന്നും തേരുപുരയെന്നുമാണ് അവയെ വിളിച്ചിരുന്നത്. കരയിലെ ധനികരായ ആളുകളുടെ സഹായത്താലായണ് വളരെപ്പണ്ട് ഇവസൂക്ഷിച്ചിരുന്നത്. ഈ മഹത്തുക്കൾ ഇരുപതാംനൂറ്റാണ്ടിന്റെ പ്രാരംഭ ദശകങ്ങളിൽ ഉടലെടുത്ത സമുന്നത സമുദായിക സംഘടനകളുടെ ഭാഗമായതോടെ ഉരുക്കളുടെ സംരക്ഷണം കരയോഗങ്ങളുടെ നിയന്ത്രണത്തിലായി. കരകളിൽ കുതിരപ്പുരകളും തേരുപുരകളും പിറന്നു. കാലപ്പഴക്കംവന്ന ഇത്തരം കുതിരപ്പുരകൾ അടുത്ത കാലത്തായി പുനർനിർമ്മിക്കപ്പെട്ടു. അതോടെ, കുതിരപ്പുരകൾക്ക് കുതിരമാളികയെന്നു പേരുപറഞ്ഞു തുടങ്ങി. മിക്കവാറും കുതിരപ്പുരകൾ കരകളുടെ ആസ്ഥാനത്തുതന്നെയായിരിക്കും. എന്നാൽ കടവൂർകരയുടെ തേരുപുര കൈതവടക്കുകരയിലെ ചാലേത്ത് മുക്കിലാണ്. ആഞ്ഞിലിപ്രകരയുടെ തേരുപുര ക്ഷേത്രാങ്കണത്തിലുമാണ് സ്ഥിതി ചെയ്യുന്നത്.

കരകളുടെ ആസ്ഥാനത്ത് വിവിധ ഭാഗങ്ങളായി നിലത്തു വെച്ചു നിർമ്മിക്കുന്നവ കെട്ടുകാഴ്ചയുടെ ഭാഗങ്ങൾ പിന്നീട് കൂട്ടിച്ചേർക്കുകയാണ് ചെയ്യുന്നത്. ഇങ്ങനെ താഴെവെച്ചുണ്ടാക്കുന്ന കെട്ടുകാഴ്ചയുടെ ഭാഗങ്ങളെ യഥാസ്ഥാനങ്ങളിലുറപ്പിക്കാൻ കരക്കാരാശ്രയിച്ചിരുന്നത് ആകാശംമുട്ടെ വളർന്നു പന്തലിച്ചു നിന്നിരുന്ന കൂറ്റൻ മരങ്ങളെയായിരുന്നു. വലിയ പൊക്കമുള്ള ഇത്തരം മരങ്ങൾ, മിക്കവാറും മാവുകൾ, ഉള്ള സ്ഥലങ്ങളിലായിരുന്നു, ആദ്യകാലങ്ങളിൽ കരകളുടെ കെട്ടുകാഴ്ചാനിർമ്മാണം നടന്നിരുന്നതെന്നു പറയുന്നതാണു വാസ്തവം. കുതിരമാവെന്നാണ് ഇവയെ അറിയപ്പെട്ടിരുന്നത്. ഏകദേശം പത്തോപന്ത്രണ്ടോ വർഷങ്ങൾക്കു മുമ്പുവരെ ആകാശംമുട്ടെ വളർന്നു നിൽക്കുന്ന പിടിമുറ്റാത്ത മാവുകൾ കരകളിൽ ധാരാളമുണ്ടായിരുന്നു. ഇത്തരം വൻമരങ്ങൾ കാലക്രമേണ ദ്രവിച്ചും കടപുഴകിയും നശിച്ചതോടെയാണ് ആധുനികസംവിധാനങ്ങൾ ഏർപ്പെടുത്തിത്തുടങ്ങിയത്. മരങ്ങൾക്കുപകരം ഇപ്പോൾ ഭീമൻ ടവറുകളെയാണ് ആശ്രയിക്കുന്നത്.

കരകളും കാഴ്ചകളും

ഈരേഴ തെക്ക്, ഈരേഴ വടക്ക്, കൈത തെക്ക്, കൈത വടക്ക്, പേള, നടക്കാവ് എന്നിങ്ങനെ ആറുകരകളിൽ നിന്ന് കെട്ടുകുതിരകളും, കണ്ണമംഗലം തെക്ക് കണ്ണമംഗലം വടക്ക്, കടവൂർ, ആഞ്ഞിലിപ്ര, മേനാമ്പള്ളി എന്നീ അഞ്ചു കരകൾക്ക് തേരും മറ്റംവടക്ക് കരയ്ക്ക് രൗദ്രഭീമനും മറ്റം തെക്കുകരയ്ക്ക് ഹനുമാനും പാഞ്ചാലി യുമാണ് കെട്ടുകാഴ്ചകൾ.

മറ്റംവടക്കുകരയുടെ കെട്ടുകാഴ്ചയായ, 'ഏകചക്രയിൽ ബകന് ചോറുമായി പോകുന്ന ഭീമന്റെ രൂപം' അതീവസുന്ദരവും ശ്രദ്ധേയവുമാണ്. ഉടുത്തുകെട്ടി, ഉത്തരീയങ്ങളും ചാർത്തി, ഒരുകാലിൽ മറുകാൽ കയറ്റിവെച്ച്, കുതിച്ചുചാടുന്ന രണ്ടു പോത്തുകളെ ഒരു കൈകൊണ്ട് തെളിച്ച്, മറ്റേകയ്യിൽ കൊടികെട്ടിയ ഗദപിടിച്ച്, മേൽമീശ പിരിച്ചുവെച്ച്, ചിരിച്ച്, കവിൾതുടുത്ത്, കണ്ണുതുറിച്ച്, കിരീടമണിഞ്ഞ ശിരസ്സിനുപിന്നിൽ കേശഭാരമഴിഞ്ഞുചിന്നി വരുന്ന ഭീമന്റെ രൂപം അതിഗംഭീരമാണ്. കണ്ണുകളുടെ തീഷ്ണതയും നിശ്ചയദാർഢ്യവും അനുപമം. കഥകളിയുടെ ചമയങ്ങളോട് ഈ ഉരുവിന് ആധർമ്മണ്യം കാണാം. ചമയവും മുഖത്തെഴുത്തും ശിരോലങ്കാരവും വസ്ത്രവും നഖങ്ങളുമെല്ലാം കഥകളിയിലെ രൗദ്രവേഷത്തെ അനുസ്മരിപ്പിക്കും.

ഭീമന്റെ ആകരത്തിനു പന്ത്രണ്ടടി പൊക്കമാണുള്ളത്. ഇതൊരു ദാരുശില്പമാണ്. തല, ഉടൽ, കൈകാലുകൾ എന്നിങ്ങനെ പ്രത്യേകം പ്രത്യേകം അവയവങ്ങളായി ഇളക്കിമാറ്റാവുന്ന രൂപത്തിലാണ് നിർമ്മിതി. ഇവ ഘട്ടംഘട്ടമായി കൂട്ടിച്ചേർക്കാനാകും വിധമാണുള്ളത്. ശിരസ്സിനു അഞ്ചടിയാണുയരം. ഒറ്റത്തടിയിലുള്ള ഉടലിന് ഏഴടി പൊക്കമുണ്ട്. എൺപതിഞ്ചാണു ഉടൽവണ്ണം. മൂന്നരടണ്ണോളം ഭാരവുമുണ്ട്. നൂറ്റിയിരുപതു വെള്ളമുണ്ടും നൂറ്റിയൻപതു സാരിയുമാണ് ഉടുത്തുകെട്ടിനു വേണ്ടിവരുന്നത്. ഹനുമാന്റെ ദാരുശില്പത്തിനും ഏകദേശം രണ്ടര ടണ്ണോളം ഭാരംവരും.

തിരുവനന്തപുരം ശ്രീപത്മനാഭസ്വാമി ക്ഷേത്രത്തിലും, ചേർത്തല കാർത്ത്യായനിക്ഷേത്രത്തിലും പന്തളം കുരമ്പാല പുത്തൻകാ

വ് ഭഗവതിക്ഷേത്രത്തിലുമുള്ള ഭീമന്റെ കെട്ടുകാഴ്ച ശ്രദ്ധേയമാണ്. നീലംപേരൂരിൽ പടയണിക്ക് വനവാസക്കാലത്തേതെന്നവിധം വനവാസിയുടെവേഷത്തിൽ ഹിഡുംബിയോടൊപ്പം ഗദാധാരിയായ ഭീമനെക്കാണാം. പന്തളം കുരമ്പാലയിൽ അർജ്ജുനനും ഭീമനൊപ്പമുണ്ട്. വെൺമണി ചാമക്കാവിൽ വിഷുവുത്സവത്തോടനുബന്ധിച്ചവതരിപ്പിക്കുന്ന കെട്ടുകാഴ്ചയിൽ ഭീമനും അർജ്ജുനനും പാഞ്ചാലിയും അണിനിരക്കുന്നു.

മറ്റം തെക്കുകരയുടെ ഹനുമാൻ ഗംഭീര നയനനാണ്. കഥകളിയുടെ വേഷവിധാനങ്ങൾ ഈ ഉരുവിനെയും ആസ്വാദകരുടെ കണ്ണുകൾക്ക് വിരുന്നാക്കുന്നു. മറ്റം തെക്കുകരയിലെ പ്രധാനകാഴ്ചയാണിത്. സർവ്വാഭരണ വിഭൂഷിതയായ പാഞ്ചാലിയെയും ഈ കരയിൽനിന്ന് ക്ഷേത്രത്തിലേക്ക് ആനയിക്കുന്നുണ്ട്. കെട്ടുകാഴ്ച നീങ്ങുന്നതിനനുസരിച്ച്,

'പണിക്കത്തിപ്പെണ്ണേ- അയ്യയ്യാ
പണിക്കൻ വന്നെടി-അയ്യയ്യ
കിണ്ടീംവെള്ളോം അയ്യയ്യാ
കിണ്ണത്തീച്ചോറ് അയ്യയ്യാ'

എന്നിങ്ങനെയുള്ള വായ്ത്താരി ഉയർത്തിയിരുന്നതായി പഴമക്കാർ ഓർക്കുന്നു.

ഹനുമാൻ, പാഞ്ചാലി എന്നിവയ്ക്കും ശിൽപഭംഗിയുണ്ട്. ഹനുമാൻ കെട്ടുകാഴ്ചയിൽ ഇടംപിടിക്കുന്നതിനു മുമ്പ് 'കടൂർക്കചനെ'യായിരുന്നു ഈ കരയിൽനിന്ന് എഴുന്നള്ളിച്ചിരുന്നതെന്ന് പഴയരേഖകൾ സൂചിപ്പിക്കുന്നു (കേരള സഞ്ചാരം, കാട്ടാടക്ക ദിവാകരന്, സെഡ് ബുക്സ്, മുംബൈ, 2005). നാട്ടിലെ പഴമക്കാരുടെ നാവിലും ഓർമ്മകളിലും കടൂർക്കചൻ നിലനിൽക്കുന്നുണ്ട്. 1960 കളിലെ പുനർനിർമ്മാണത്തിനു ശേഷമാണ് കടൂർക്കചന്റെ മുഖം ഹനുമാനിലേക്ക് പരിവർത്തിപ്പിച്ചതെന്നാണ് അനുമാനം. എന്നാൽ 1948-ലാണ് കടൂർക്കചന്റെ മുഖം മിനുക്കി ഹനുമാനാക്കിയതെന്നാണ് ദീർഘകാലം കരയുടെ ഭാരവാഹിയായിരുന്ന ശിവശങ്കരപ്പിള്ളയുടെ ഓർമ്മ.

പ്രാചീന ഗോത്രസമൂഹങ്ങളിൽ ഭീമൻ കാർഷിക ദേവനായി ആരാധിക്കപ്പെട്ടിരുന്നു. ഇന്നും ഭാരതത്തിലുടനീളമുള്ള പ്രാചീന ഗോത്രസമൂഹത്തിന്റെ കാർഷികവേലകൾ ഭീമനെസ്മരിച്ചുകൊണ്ടാണ് ആരംഭിക്കുന്നത്.

മഹാഭാരതത്തിന്റെ ഗോത്ര/നാടോടി പാരമ്പര്യം, വംശീയഗാ

നങ്ങൾ, അനുഷ്ഠാനങ്ങൾ, വിനോദപ്പാട്ടുകൾ, സ്ഥലനാമങ്ങൾ എന്നിവയോടെല്ലാം ചേർന്നാണ് ഒരു ജനതയുടെ സാംസ്കാരിക അനുഭവമായി പരിണമിക്കുന്നത്. ഹിമാലയത്തിന്റെ പ്രാന്തപ്രദേശങ്ങൾ, കാശ്മീർ, മഹാരാഷ്ട്ര, ഹിമാചൽപ്രദേശ്, തമിഴകം, കർണ്ണാടകം, കേരളം എന്നിവിടങ്ങളിലെ പ്രാദേശിക/നാടോടി ആഖ്യാനങ്ങളിൽ പലതിലും മഹാഭാരത കഥാപാത്രങ്ങളെ തങ്ങളുടെ പൂർവ്വികരായിക്കണ്ട് ഗോത്രജനത ആരാധിക്കുന്നു (കെ.എസ്സ്. സിംഗ്). മധ്യേന്ത്യയിലെ പ്രാദേശിക സംസ്കൃതികളിൽ ഭീമൻ നായകനും പൂർവ്വികനുമാണ്. അവരുടെ സംസ്കാര പ്രതീകമായി മാറുകയാണ് ഭീമൻ.

ദക്ഷിണ കോസലത്തിലെ പ്രാദേശിക വംശങ്ങൾ കാർഷിക സംസ്കാരത്തിന്റെ പ്രതീകമായാണ് ഭീമനെ ആരാധിക്കുന്നത് (മഹേന്ദ്ര കുമാർ മിശ്ര). വന്യമൃഗങ്ങളിൽ നിന്ന് കൃഷിയെ സംരക്ഷിക്കുന്നവനായും, മഴയുടെ ദേവനായും പൂർവ്വികനായും ജനത ഭീമനെ സ്വീകരിക്കുന്നു. തങ്ങളുടെ പ്രദേശങ്ങളിലെവിടെയൊക്കെയോ ഭീമൻ ഒളിച്ചു താമസിച്ചിരുന്നതായും അവർ സങ്കൽപിക്കുന്നു. അവിടങ്ങളിലെല്ലാം ഹിഡുംബിയും ഘടോൽക്കചനും തദ്ദേശീയരുടെ ആരാധനാപാത്രങ്ങളായിത്തീരുന്നത് പതിവു കാഴ്ചയാണ്. അത് ഹിമാലയത്തിലായാലും കേരളത്തിലായാലും ഇന്നും മാറ്റമില്ലാതെ തുടരുന്നുണ്ട്. അതാണ്, ആ ബൃഹദ് പാരമ്പര്യമാണ്, ഓണാട്ടുകരയിലെ ഭീമൻ/കടൂർക്കചൻ നമ്മെ പഠിപ്പിക്കുന്നത്.

ഇരുപതാം നൂറ്റാണ്ടിന്റെ പ്രാരംഭകാലങ്ങളിൽ ഭീമനും കടൂർക്കചനും നിൽക്കുന്ന രൂപത്തിലായിരുന്നുവെന്നാണ് ഇലഞ്ഞിമൂട്ടിൽ ഡോ. ജോസഫ് ഡാനിയൽ സാക്ഷ്യപ്പെടുത്തുന്നത്.

കാഴ്ചക്കണ്ടത്തിൽ

കെട്ടുകാഴ്ചകൾ ദേവീ സന്നിധിയിലെത്തി ദർശനം നടത്തുന്നതിനും വയലിൽ അണിനിരക്കുന്നതിനും പാരമ്പര്യവഴക്കമുണ്ട്. കരകളുടെ ക്രമമനുസരിച്ചാണിത് നടക്കുന്നത്. കെട്ടുകാഴ്ചകൾ നിരക്കുന്ന വയലിന് കാഴ്ചക്കണ്ടമെന്ന പേരാണ് നാട്ടുവ്യവഹാരത്തിലുള്ളത്.

ചെട്ടികുളങ്ങര ക്ഷേത്രത്തിനുമുന്നിൽ വലതുഭാഗത്തായാണ് കാഴ്ചക്കണ്ടം. ഇരുപ്പൂക്കൃഷിനടന്നിരുന്ന വയലാണ് കാഴ്ചക്കണ്ടം. അറുപതുസെന്റുവരുന്ന വിസ്തൃതിയിതിനുണ്ട്. കുഭഭരണിദിവസം കരകളിൽനിന്നും ക്ഷേത്രത്തിലേക്കാനയിക്കപെടുന്ന കെട്ടുകാഴ്ചകൾ, ക്ഷേത്രനടയിലെ ദർശനത്തിനുശേഷം അണിനിരക്കുന്നത് ഈ കാഴ്ചക്കണ്ടത്തിലാണ്.

ഇരുട്ടുനിറഞ്ഞ കാഴ്ചക്കണ്ടം തീവെട്ടിയുടെ വെള്ളിവെളിച്ചത്തിലുണരുന്ന രംഗവേദിയായിത്തീരുന്നു. കറുകറുത്ത ഇരുട്ടിന്റെ ഒരുവലിയ കാൻവാസിൽ പ്രകൃതികോരിനിറക്കുന്ന ദൃശ്യവിസ്മയം. വെളുപ്പു സ്വാത്വികതയെയും ചെമപ്പു രജോഗുണത്തേയും പ്രതിനിധീകരിക്കുമ്പോൾ, ഇരുട്ടിന്റെ കാളിമ തമസ്സാകുന്നു. അനുഷ്ഠാനങ്ങളിൽ, വിശേഷിച്ചും ഭദ്രകാളീ പ്രീതികരമായവയിൽ നിണം - ദാരികനെ പ്രതിനിധീകരിക്കുന്നു. ആ നിലയ്ക്കും ഈ രൂപകത്തിന് അർത്ഥവിശാലതയുണ്ട്. ഇരുട്ടുകാളിയായും രൂപണം ചെയ്യപ്പെടുന്നു.

കുത്തിയോട്ടത്തിൽ അനുവാദകർ, അനുഷ്ഠാപകർ, അവതാരകർ, ആസ്വാദകർ എന്നിങ്ങനെ നാലു തലങ്ങളുണ്ട്. ഈ നാലു തലങ്ങൾക്കും അതിന്റേതായ ധർമ്മമുണ്ട്. കെട്ടുകാഴ്ചയുടെ രംഗവേദിയായ കാഴ്ചക്കണ്ടത്തിനുചുറ്റും കൂടുന്നവരിൽ ഒറ്റവിഭാഗമേയുള്ളൂ. ഇവിടെ പലഘട്ടങ്ങളിലായി ഉരുവിനെ കെട്ടിയൊരുക്കി കാഴ്ചക്കണ്ടത്തിലെത്തിക്കുന്നതുവരെയുള്ള ചിട്ടയാർന്ന പ്രവർത്തനത്തിൽ മുഴുകിയവർതന്നെയാണ് ആസ്വാദനത്തിന്റെ ഉന്മത്തതയിൽ ദർശനസൗഭാഗ്യത്തിന്റെ സായൂജ്യത്തിലലിയുന്നത്.

ഇരുട്ടും വെളിച്ചവും ഉരുവിന്റെ ഭീമാകാരത്വവും വായ്ത്താരികളും വായ്ക്കുരവയും-എല്ലാംകൂടി ഭക്തിയും ഭയവും അത്ഭുതാദ

രവും കലർന്ന ഒരാലക്തികാനുഭൂതിയിലേക്ക് ആസ്വാദകരെയും അനുഷ്ഠാപകരെയും ഉയർത്തുന്നു. വാസ്തവത്തിൽ, കാഴ്ചക്കണ്ടത്തിൽ അണിനിരക്കുന്ന കെട്ടുകാഴ്ചകൾക്കു ചുറ്റും നിൽക്കുന്ന ആസ്വാദകരാകട്ടെ, ആ അനുഷ്ഠാന നാടകത്തിന്റെ അനുഷ്ഠാപകും അനുവാദകരും കൂടിയായ, അതേ കൂട്ടായ്മതന്നെയാണെന്നതും ശ്രദ്ധേയമാണ്.

ക്ഷേത്രൈതിഹ്യവുമായി ബന്ധപ്പെട്ട കുമ്പളത്തു കുടുംബത്തിന്റെ വകയായിരുന്നു മുമ്പ് ഈ വയൽ. പിന്നീട് ക്ഷേത്രത്തിനായി പിന്മുറക്കാർ എഴുതിനൽകി.

കാഴ്ചക്കണ്ടം ഒരുക്കൽ

ഉത്സവത്തോടനുബന്ധിച്ച് കൊയ്ത്തു കഴിഞ്ഞു കിടക്കുന്ന വയൽ പൂട്ടിയിടും (ഉഴുതുമറിക്കും). ഉണങ്ങുമ്പോഴേക്കും കട്ട (ഉറച്ച മൺ കഷണം)തല്ലിയുടക്കും. കച്ചിക്കുറ്റിയുംമറ്റും ഇടഞ്ഞുമാറ്റി വൃത്തിയാക്കും. പല്ലുചെരുപ്പും മറ്റുമാണ് ഇതിനുപയോഗിച്ചിരുന്ന കാർഷികോപകരണം. കാളകളെയോ പോത്തുകളെയോ ഉപയോഗിച്ചായിരുന്നു പണ്ടു നിലമുഴുതിരുന്നത്. പകരം ഇപ്പോൾ ട്രാക്ടറും ട്രില്ലറും വന്നു.

ആറു കരയിൽനിന്നും കുതിരകളും അഞ്ചു കരകളിൽനിന്നു തേരുകളും കാഴ്ചയായെത്തുന്നു. ഈരേഴ തെക്കും വടക്കും, കൈത തെക്കും വടക്കും, പേളയും നടയ്ക്കാവുമാണ് കുതിരകളെ കെട്ടുന്നത്. കണ്ണമംഗലം തെക്കും വടക്കും കടവൂർ, ആഞ്ഞിലിപ്ര, മേനാമ്പള്ളി എന്നീകരകളും തേരാണ് ഒരുക്കുന്നത്.

ചെട്ടികുളങ്ങരക്ഷേത്രം കൂടാതെ, ആലപ്പുഴയിലെയും കൊല്ലത്തെയും പലക്ഷേത്രങ്ങളിലും കെട്ടുകാഴ്ചകൾ നിലവിലുണ്ട്. തൃക്കടവൂർ, മുളങ്കാടകം, പോരുവഴി, ഓച്ചിറ, നൂറനാടു പടനിലം, വലിയകുളങ്ങര, മാവേലിക്കര മറുതാച്ചിനട, മറ്റം മഹാദേവർക്ഷേത്രം, കൊയ്പള്ളി കാരാഴ്മ, പന്തളം കുരമ്പാല, വെണ്മണി ചാമക്കാവ്, നീലംപേരൂർ തുടങ്ങിയ സ്ഥലങ്ങളിലെ കെട്ടുകാഴ്ചകൾ ശ്രദ്ധേയമാണ്.

ചട്ടമ്പിസ്വാമികളും ചെട്ടികുളങ്ങരയും

നവോത്ഥാന നായകരിൽ പ്രഥമഗണനീയന്മാരിൽ ഒരാളായ ശ്രീ ചട്ടമ്പിസ്വാമികൾ നല്ലൊരു കലാസ്വാദകൻകൂടിയായിരുന്നു. പലകുറി അദ്ദേഹം കെട്ടുകാഴ്ചകൾക്ക് സാക്ഷിയായിരുന്നുവെന്ന് കെ.എസ്സ് ഉണ്ണിത്താൻ സൂചിപ്പിക്കുന്നു (ചെട്ടികുളങ്ങര ക്ഷേത്രം, 1993). കരയിലെ ചില പ്രധാന വീടുകളിലെ അതിഥിയായാണ് അദ്ദേഹം ഭരണിയുത്സവത്തിൽ പങ്കുകൊണ്ടിരുന്നത്. സ്വാമികളുടെ ജന്മനക്ഷത്രവും ഭരണിയായിരുന്നല്ലോ.

കാഴ്ചക്കണ്ടത്തിൽ കെട്ടുകാഴ്ചകൾ ഇറക്കുന്നതുസംബന്ധിച്ച് അക്കാലത്ത് കരകളുടെ നേതൃത്വത്തിലുള്ളവർതമ്മിൽ ചില തർക്കങ്ങൾ ഉണ്ടാവാറുണ്ടായിരുന്നതായി ഉണ്ണിത്താൻ പറയുന്നു. അത്തരംതർക്കങ്ങളിൽ മധ്യസ്ഥനായി സ്വാമികൾ ഇടപെട്ടിരുന്നതായി കേൾവിപ്പാടുമുണ്ട്. സ്വാമികളുടെ വാക്കുകൾക്ക് വിലമതിപ്പുനൽകുംവിധം അദ്ദേഹം പലവീട്ടുകാരുമായും ഹൃദയബന്ധം പുലർത്തിയിരുന്നു. അതുകൊണ്ടുതന്നെ പിൽക്കാലത്ത് കൈതവടക്കുകരയിൽ അദ്ദേഹത്തിന് ഒരുസ്മാരകവും ഉയർന്നു.

കുതിരയിലെ പാവക്കുട്ടികൾ

ഈരേഴ തെക്കുകരയിലെ കുതിരയുടെ സവിശേഷത കുതിരയുടെ ഇടക്കൂടാരത്തിൽ ആടിക്കളിക്കുന്ന സുന്ദരികളായ രണ്ടു പാവക്കുട്ടികളാണ്. സന്താനസൗഭാഗ്യത്തിനും കുഞ്ഞുങ്ങളുടെ ബാലാരിഷ്ടതകൾ മാറുന്നതിനും പാവകൾക്ക് ഉടയാടകൾ ചാർത്തുന്നത് ഫലപ്രദമണെന്നാണ് വിശ്വാസം.

ഇതേക്കുറിച്ച് നിലവിലുള്ള പുരാവൃത്തം ഇങ്ങനെയാണ്:

സന്താനസൗഭാഗ്യമില്ലാതെ വിഷമിച്ചിരുന്ന ഈരേഴതെക്കുകരയിലെ ഒരു വീട്ടുകാർ കെട്ടുകാഴ്ചയിൽ രണ്ടു പാവക്കുട്ടികളെ നിർമ്മിച്ച് വ്രതാനുഷ്ഠാനങ്ങളോടെ ഉടയാടകളണിയിച്ച് കുതിരയ്ക്കുമുന്നിൽ സമർപ്പിച്ചു. സമർപ്പിച്ചു. ഇടവങ്കോട് ആശാരിമാരായിരുന്നു പാവക്കുട്ടികളെ അവർക്കായി നിർമ്മിച്ചു നൽകിയതെന്നാണു കരുതപ്പെടുന്നത്. അവരുടെ അനപത്യദുഃഖത്തിന് അതോടെ അറുതി വരികയും സന്താനഭാഗ്യം ലഭിക്കുകയും ചെയ്തു. തുടർന്നു നാട്ടുകാരിൽ പലരും പാവകൾക്കു പുത്തൻ ഉടയാടകൾ സമർപ്പിച്ചു തുടങ്ങി. അവർക്കും ഫലസിദ്ധിയുണ്ടായതോടെ ഇതൊരാചാരമായി മാറി.

പട്ടുതുണിയാണ് പാവകൾക്ക് ഉടയാട നിർമ്മിക്കാൻ ഉപയോഗിക്കുന്നത്. ഏകദേശം മൂന്നുമീറ്ററോളം തുണിയാണ് ഇതിനുവേണ്ടത്. വിദഗ്ധമായ രീതിയിൽ ഇവ തുന്നിയെടുക്കുന്നു. ഈരേഴതെക്ക് പുതുക്കാട്ട് മധു ഈ കലയിൽ ശ്രദ്ധേയനാണ്.

പാവക്കുട്ടികളെ സമർപ്പിച്ചവീട്ടിൽ ചെറിയ ആരാധനാലയവും പാവകൾക്കായുണ്ട്. ശിവരാത്രി മുതൽ ഭരണിവരെ ഇവിടുത്തെ നട തുറക്കും. ഈ ക്ഷേത്രനടയിലും കുതിരച്ചുവട്ടിലും നിരവധി പേർ പാവകൾക്കായി പുതുവസ്ത്രങ്ങൾ സമർപ്പിച്ച് സായൂജ്യ മടയുന്നു. വെറ്റില, അടയ്ക്ക, പുകയില, നാണയം, പുതിയ ഉടയാട എന്നിവ നാക്കിലയിൽ വെച്ചാണ് സമർപ്പിക്കുന്നത്. കുതിരയിലെ ഇടക്കൂടാരത്തിൽ പാവകളെ ഉറപ്പിക്കാനും പിന്നീട് അവയെ സംരക്ഷിക്കാനുമുള്ള ചുമതല ഈ വീട്ടുകാർക്കാണ്.

കെട്ടുകാഴ്ച: സഞ്ചാരവഴികൾ

കൃഷിയെല്ലാം കൊയ്തൊഴിയുന്നതോടെയാണ് ഭരണിയുത്സവത്തിനു കൊടിയേറുന്നത്. ഇടവിളകളായി വയൽ നിറഞ്ഞുനിൽക്കുന്ന എള്ളിൻ പാടങ്ങളിലൂടെയാണ് തേരോട്ടം. ഓണാട്ടുകരയുടെ എള്ളിന് ഔഷധവീര്യമേറും. ഭൗമസൂചികയിൽപ്പെട്ട എള്ളാണിപ്പോൾ നമ്മുടേത്. എന്നാൽ എള്ളിന്റെ സമൃദ്ധി പഴങ്കഥയായിരിക്കുന്നു. ആറുകരകളിലെ കാഴ്ചകൾ ക്ഷേത്രമണയുന്നത് വയലുകൾ താണ്ടിയാണ്. എള്ളു വിസ്മൃതിയേലേക്കാണ്ടെങ്കിലും ആ പാത യ്ക്കുമാത്രം മാറ്റമില്ല. ചെളിയും പശിമയുമുള്ള വയലുകളിലൂടെയുള്ള യാത്ര കഠിനമായ മനുഷ്യാധ്വാനത്തിന്റെ പിന്തുണയോടെയാണ്.

ഈരേഴതെക്ക് : കമുകുംവിളമുക്കിന് കിഴക്കുള്ള ഈരേഴതെക്ക് കരയുടെ ആസ്ഥാനത്തിനടുത്ത വയലിലാണ് കുതിരയെകെട്ടുന്നത്. ഏതാണ്ട് രണ്ടുകിലോമീറ്ററിനടുത്ത് ദൂരം വടക്കോട്ട് വയലിലൂടെയാണ് കുതിര നീങ്ങുന്നത്. ക്ഷേത്രത്തിനു കിഴക്ക് അഞ്ചുമുറിക്കടയുടെ സമീപത്തുവെച്ച് പ്രധാന റോഡിലേക്ക് കയറി പടിഞ്ഞാറേക്കു തിരിഞ്ഞ് കിഴക്കേ നടയിലൂടെയാണ് കെട്ടുകാഴ്ച ക്ഷേത്രദർശനത്തിനെത്തുന്നത്.

ഈരേഴവടക്ക് : കരയുടെ ആസ്ഥാനത്തിനുമുന്നിലെ വയലിലാണ് കെട്ടുകാഴ്ച ഒരുക്കങ്ങൾ പൂർത്തിയാവുന്നത്. ഏകദേശം ഒരു കിലോമീറ്റർ തെക്കോട്ട് വയലിലൂടെ സഞ്ചരിച്ച് മണ്ഡപത്തിനു കിഴക്കു വശത്തു വെച്ച് ക്ഷേത്രം റോഡിൽ പ്രവേശിക്കുന്ന കുതിര പടിഞ്ഞാറേക്ക് തിരിഞ്ഞ് കിഴക്കേ നടയിലൂടെ ക്ഷേത്രത്തിലെത്തുന്നു.

കൈത തെക്ക് : ചെട്ട്യാരേത്ത് മുക്കിനു തെക്കുകിഴക്കേ വയലിൽവെച്ചാണ് കൈത തെക്കുകരയുടെ കുതിര നിർമ്മിക്കുന്നത്. തൊട്ടുചേർന്ന മണാലിൽ പുരയിടത്തിലാണ് കുതിരപ്പുര. വയലിലൂടെ കിഴക്കോട്ടു സഞ്ചരിച്ച് ചന്തയ്ക്കു തെക്കുവശത്ത് ചുന്തിലേത്ത് വെച്ച് റോഡിലേക്ക് പ്രവേശിക്കുന്നു. വടക്കോട്ടു സഞ്ചരിച്ച് തെക്കേ നടയിലൂടെ ക്ഷേത്രത്തിലെത്തി ദർശനം നടത്തുന്നു. 60-70 വർഷ ങ്ങൾക്കുമുമ്പ് തെക്കെനടയ്ക്കു തെക്കുള്ള നീരൊഴുക്കു

തോടിനുസമീപം വെച്ച് കിഴക്കോട്ടുതിരിഞ്ഞ് കാഴ്ചക്കണ്ടത്തിലെത്തി ക്ഷേത്രദർശനം നടത്തുന്നതായിരുന്നു പതിവ്. വീടുകൾ ആയതോടെ പാതമാറി. തെക്കേനടയിലൂടെയാണ് ഇപ്പോൾ ക്ഷേത്രദർശനത്തിന് കരക്കാഴ്ച എത്തുന്നത്.

കൈത വടക്ക് : തട്ടയ്ക്കാട്ടുപടിയ്ക്കലുള്ള കരയുടെ ആസ്ഥാനത്തെ കുതിരപ്പുരയ്ക്കുമുന്നിലിട്ടാണ് കെട്ടുകാഴ്ച ഒരുക്കുന്നത്. കുതിരയാണ് ഈ കരയുടെത്. തട്ടാരമ്പലം-കായംകുളം റോഡിലൂടെ തെക്കോട്ടു സഞ്ചരിച്ച് വടക്കേനടയിലൂടെ ക്ഷേത്രത്തിൽ പ്രവേശിക്കുന്നു.

കണ്ണമംഗലം തെക്ക് : കണ്ണമംഗലം ക്ഷേത്രനടയിൽ ഇട്ടാണ് തേരുനിർമ്മാണം. റോഡിലൂടെ ഇരുനൂറുമീറ്റർ കിഴക്കോട്ട് സഞ്ചരിച്ച് ഇടത്തോട്ടുതിരിഞ്ഞ് വയലിലേക്കിറങ്ങുന്നു. രണ്ടുകിലോമീറ്ററോളം വയലിലൂടെ സഞ്ചരിച്ച് പാട്ടത്തിൽ ജംങ്ഷനുസമീപംവെച്ച് റോഡു മുറിച്ച് വീണ്ടും വടക്കോട്ട് വയലിലൂടെ രണ്ടുകിലോമീറ്ററോളം സഞ്ചരിച്ച് നമ്പിയത്ത് പടിഞ്ഞാറുവശത്തുകൂടി ചാലേത്ത് മുക്കിലേ റോഡിൽ പ്രവേശിക്കുന്നു. പടിഞ്ഞാറെ നടയിലൂടെ ക്ഷേത്രത്തിലെത്തുന്നു. തുടർന്ന് ക്ഷേത്രദർശനത്തിനുശേഷം കാഴ്ചക്കണ്ടത്തിൽ ഇറങ്ങുന്നു.

കണ്ണമംഗലം വടക്ക്: മൂലക്കാട്ടുചിറയിലുള്ള കരയുടെ ആസ്ഥാനത്തിനുമുന്നിലെ റോഡിൽ വെച്ച് തേരുകെട്ടുന്നു. കെട്ടുകാഴ്ച നിർമ്മാണം നടക്കുന്ന ഒരാഴ്ചക്കാലം അതുവഴിയുള്ള വാഹനഗതാഗതം വഴിതിരിച്ചു വിടുകയാണ് പതിവ്. ജനങ്ങൾ അതിനോട് പൂർണ്ണമായും സഹകരിക്കുകയും ചെയ്യുന്നു. പൂർത്തിയാകുന്ന കെട്ടുകാഴ്ച റോഡിൽ നിന്ന് കിഴക്കേ വയലിലൂടെ ഒന്നരകിലോ മീറ്റർ സഞ്ചരിച്ച് ചാലേത്ത് പടിഞ്ഞാറെ റോഡിലേക്ക് കയറുന്നു. ചെട്ടികുളങ്ങര വടക്കേത്തുണ്ടം റോഡിലൂടെയാണ് പിന്നീട് സഞ്ചാരം.

പടിഞ്ഞാറെ നടയിലൂടെ ക്ഷേത്രത്തിൽ പ്രവേശിച്ച് ദർശനം നടത്തുന്നു.

പേള: പത്തിച്ചിറ പനച്ചമൂടിനടുത്ത് കണ്ണമംഗലം യു.പി. സ്കൂളിനോടുചേർന്നുള്ള കുതിരപ്പുരയിലാണ് ഉപകരണങ്ങൾ സൂക്ഷിക്കുന്നത്. പനച്ചമൂട് ജംഗ്ഷനിലുള്ള ടവറിനരികിലായാണ് കുതിര കെട്ടുനടക്കുന്നത്. തട്ടാരമ്പലം കായംകുളം റോഡിലൂടെ രണ്ടുകിലോമീറ്ററോളം തെക്കോട്ടു സഞ്ചരിച്ച് വടക്കേനടയിലൂടെ ക്ഷേത്രത്തിൽ പ്രവേശിക്കുന്നു.

കടവൂർ: ചാലേത്ത് മുക്കിലെ (ജംങ്ഷനിലെ) കരയുടെ ആസ്ഥ

പുരക്കരികിലാണ് കടവൂരിലെ തേരുനിർമ്മാണം നടക്കുന്നത്. വളവുകളും തിരിവുകളും കൂടുതലായതിനാൽ കടവൂർകരയിലെ കെട്ടുകാഴ്ചയൊരുക്കുന്നത് കൈത വടക്കുകരയിൽ അവർ വിലയ്ക്കു വാങ്ങിയ കടവൂരിന്റെ സ്വന്തം മണ്ണിലിട്ടാണ്. പൂർത്തിയാകുന്ന ഉരു ഒരുകിലോമീറ്ററോളം കിഴക്കോട്ട് സഞ്ചരിച്ച് പടിഞ്ഞാറെനടയിലൂടെ ക്ഷേത്രത്തിൽ പ്രവേശിക്കുന്നു.

ആഞ്ഞിലിപ്ര : ചെട്ടികുളങ്ങര ക്ഷേത്രത്തിലെ ഗണപതിയമ്പലത്തിനടുത്തിട്ടാണ് തേരുകെട്ടുന്നത്. ഊഴമനുസരിച്ച് ദർശനം നടത്തി കാഴ്ചക്കണ്ടത്തിലിറങ്ങി യഥാസ്ഥാനത്തിറക്കുന്നു. കരയുടെ ആസ്ഥാനത്തുനിന്ന് ക്ഷേത്രത്തിലേക്ക് കെട്ടുകാഴ്ചയുമായി സഞ്ചാരം പ്രയാസമായതിനാലാണ് ക്ഷേത്രാങ്കണത്തിൽ ഇട്ട് ഒരുക്കുന്നത്.

മറ്റം വടക്ക് : മറ്റം വടക്ക് ആൽത്തറയിലാണ് ഭീമന്റെ കെട്ടുകാഴ്ച യുടെ ഒരുക്കങ്ങൾ നടക്കുന്നത്. കെട്ടുകാഴ്ച റോഡുവഴി അര കിലോമീറ്ററിലധികം തെക്കോട്ടു സഞ്ചരിച്ച് തട്ടാരമ്പലം ജംങ്ഷനിലെത്തുന്നു. തുടർന്ന് കായംകുളം റോഡിൽ പ്രവേശിച്ച് മൂന്നു കിലോമീറ്ററോളം മുന്നോട്ടുനീങ്ങി വടക്കേനടയിലൂടെ ക്ഷേത്രത്തിലെത്തുന്നു.

മറ്റം തെക്ക് : മറ്റം തെക്കുകരയുടെ ഹനുമാനും പാഞ്ചാലിയുമടങ്ങുന്ന കെട്ടു കാഴ്ച പത്തിച്ചിറയിലെ തേരുപുരയ്ക്കു മുന്നിൽ വെച്ച് അണിയിച്ചൊരുക്കുന്നു. പൂർത്തിയാവുന്ന കാഴ്ച രണ്ടു കിലോമീറ്ററോളം തട്ടാരമ്പലം കായംകുളം റോഡിൽ തെക്കോട്ടു നീങ്ങി വടക്കേ നടയിലൂടെ ക്ഷേത്രത്തിൽ എത്തി ദർശനം നടത്തുന്നു. കുറ്റിയിൽവീടിന്റെ മുന്നിലുണ്ടായിരുന്ന വലിയ വാളൻപുളിമരത്തിന്റെ ചുവട്ടിലാണ് പണ്ടുകാലത്തു ഉരു കെട്ടിയൊരുക്കിയിരുന്നത്. പിന്നീട് പത്തിച്ചിറ സ്കൂളിനു പടിഞ്ഞാറുവശത്തുള്ള ആഞ്ഞിലിച്ചുവട്ടിലേക്കുമാറി. ഇപ്പോൾ നായരുകുളത്തിനരികിലായി നിർമ്മിച്ച ടവറിനരികിലാണ് ഒരുക്കങ്ങൾ നടക്കുന്നത്.

മേനാമ്പള്ളി : കൂനംകുളങ്ങര (കൂനം-ചെറിയ) ജംങ്ഷനുകിഴക്കേ വയലിലാണ് മേനാമ്പള്ളിക്കരയുടെ തേരു കെട്ടുന്നത്. വയലിലൂടെ ഈരേഴ തെക്കുകരയുടെ പാതപിന്തുടർന്ന് വടക്കോട്ടു സഞ്ചരിക്കുന്നു. അഞ്ചുമുറിക്കടയ്ക്കു സമീപംവെച്ച് ക്ഷേത്രം റോഡിലേക്ക് കയറി പടിഞ്ഞാറേക്കു വന്ന് കിഴക്കേ നടയിലെത്തുന്നു.

നടയ്ക്കാവ് : തട്ടാരമ്പലം - കായംകുളം റോഡിൽ തട്ടാവഴി മുക്കിനുള്ള കരയുടെ ആസ്ഥാനത്തുവെച്ച് കുതിരയുടെ നിർമ്മാണ നടക്കുന്നു. മൂന്നര-നാലുകിലോമീറ്റർ വടക്കോട്ടു സഞ്ചരിച്ച് തെക്കേനടവഴി ക്ഷേത്രത്തിൽ പ്രവേശിക്കുന്നു. ദർശനം നടത്തി കാഴ്ചക്കണ്ടത്തിൽ യഥാസ്ഥാനത്ത് നിലയുറപ്പിക്കുന്നു.

ശൈലികൾ പ്രയോഗങ്ങൾ

ചെട്ടികുളങ്ങര കെട്ടുകാഴ്ചയും ഉത്സവാദികളും മലയാളഭാഷയ്ക്കു സംഭാവന നൽകിയ ചില ശൈലികളുമുണ്ട്. സാധാരണ മനുഷ്യരുടെ ജീവിതവുമായി വിടുത്തെ ഉത്സവാദികൾ എത്രമാത്രം അഭേദ്യമായി ബന്ധപ്പെട്ടിരിക്കുന്നു എന്നതിന്റെ ഉദാഹരണങ്ങൾ കൂടിയാണിത്. നിത്യജീവിതത്തിലെ നന്മകളെയും തിന്മകളെയും വ്യവഹരിക്കപ്പെടുന്ന, സാംസ്കാരിക പരിസരവുമായി ബന്ധപ്പെടുത്തി ആഖ്യാനിക്കാനുള്ള, സമൂഹമനസ്സിന്റെ അബോധത്തിലുള്ള പ്രവർത്തനങ്ങളുടെ പ്രതിഫലനങ്ങളാണ് ഇത്തരം ശൈലികളിൽ നിറഞ്ഞു നിൽക്കുന്നത്.

'കെട്ടുവൃത്തി', 'കടവൂർ പോഴത്തം', 'ഇരുത്തിക്കെട്ടിയ ഭീമൻ', 'തേരുപാഞ്ഞ കണ്ടംപോലെ' തുടങ്ങി പഴമനസ്സുകളിൽ തത്തിക്കളിക്കുന്ന പല ശൈലികളും ചെട്ടികുളങ്ങരയുടെ സാംസ്കാരിക തനിമയെ ദ്യോതിപ്പിക്കുന്നവയാണ്.

'കെട്ടുവൃത്തി'

കുറ്റമറ്റരീതിയിൽ ഒരാൾ ഒരുപ്രവൃത്തി ചെയ്താൽ മുതിർന്നരുടെ നാവിൽ നിന്നുവീഴുന്ന പ്രയോഗമാണിത്. കുതിരയും തേരും കെട്ടിയൊരുക്കുന്നതുമായി ബന്ധപ്പെട്ടുണ്ടായതാണെന്നു സ്പഷ്ടം.

'കടവൂർ പോഴത്തം'

ഒരുകാലത്ത് കടവൂർ കരയിൽനിന്നും കെട്ടുകാഴ്ചകളും എതിരേൽപ്പുത്സവവും വളരെ പ്രയാസപ്പെട്ടാണ് ക്ഷേത്രത്തിൽ എത്തിച്ചേരുന്നത്. സുഗമമായ പാതയിലൂടെ മാത്രമേ കെട്ടുകാഴ്ചയുടെ വിസ്മയശിൽപങ്ങൾ ക്ഷേത്രത്തിലേക്ക് ആനയിക്കാനാവുമായിരുന്നുള്ളൂ. വളവുകളും തിരിവുകളുമുള്ള വഴികൾ ഇക്കാര്യത്തിൽ കരക്കാർക്ക് വളരെ പ്രയാസമുണ്ടാക്കിയിരുന്നു. അതുമൂലം കെട്ടുകാഴ്ചയും എതിരേൽപ്പുത്സവങ്ങളും ക്ഷേത്രത്തിൽ എത്താൻ പ്രയാസപ്പെട്ടു. തന്മൂലം ചടങ്ങുകൾ മുടങ്ങാതിരിക്കാനും ആചാര ങ്ങളും വഴക്കങ്ങളും പിന്തുടരാനും മാത്രമാണ് അന്നൊക്കെ ശ്രദ്ധി ച്ചത്. തേരുകെട്ടിന് പലപോംവഴികളും നോക്കിയിരുന്നു. എങ്കിലും മിക്ക

പ്പോഴും എതിരേൽപ്പുത്സവം ശുഷ്കമായിരുന്നു. അതിൽ ദൃശ്യവിസ്മയങ്ങൾ കൊതിച്ച രസികന്മാരുടെ പ്രതീക്ഷകൾക്കൊത്ത് ഉയരാൻ പലപ്പോഴും കഴിയാത്തതിന്റെ നിരാശയും പ്രതിഷേധവു മാണ് 'കടവൂർപോഴത്തം' എന്ന ചൊല്ലിന്റെ അടിസ്ഥാനം.

'ഇരുത്തിക്കെട്ടിയ ഭീമൻ'

നല്ല, ഘനഗംഭീരന്മാരായി ചമഞ്ഞൊരുങ്ങി മറ്റുള്ളവരുടെ ശ്രദ്ധ ആകർഷിക്കുമാറ് കാലിന്മേൽ കാലുമൊക്കെ കയറ്റിവെച്ച് പ്രദർശന വസ്തുപോലെയിരിക്കുന്ന അഴകിയ രാവണന്മാരെ കളിയാക്കാൻ പഴമക്കാർ പ്രയോഗിക്കുന്ന ശൈലി. മറ്റം വടക്കുകരയിലെ ഭീമനാണ് ശൈലിയുടെ ഉത്ഭവത്തിനു കാരണം.

'തേരോടിയകണ്ടം പോലെ'

ആകെ അലങ്കോലമാകുക എന്ന അർത്ഥത്തിൽ പ്രയോഗത്തിലുള്ള ശൈലിയാണ് തേരോടിയ കണ്ടം എന്നത്. തേരും കുതിരയും പിടിച്ചുകൊണ്ടുപോകുമ്പോൾ കൂട്ടായ്മയുടെ ചവിട്ടും രഥചക്രങ്ങളുടെ തിരിയലും കൊണ്ട് കണ്ടങ്ങൾ ഉഴുതുമറിച്ചപോലെ വികൃതമായിക്കിടക്കും. നാട്ടുനൈപുണികളുടെ നിരീക്ഷണ പടുത്വം ഈ ശൈലിയിൽ നിറഞ്ഞു നിൽക്കുന്നു.

'ആഞ്ഞിലിപ്രക്കരയുടെ ആഞ്ഞിലിത്തിരി'

സാമ്പത്തികമായി ബലഹീനതയുണ്ടായിരുന്ന കാലത്ത് ആഞ്ഞിലിപ്രാ കരയിൽനിന്നുള്ള ഉത്സവ ഘോഷയാത്രയ്ക്ക് വേണ്ടത്ര മോടിയുണ്ടായിരുന്നില്ല. കാഴ്ചയും കുറവായിരിക്കും. അതിനാൽ മറ്റുകരയിലെ ആളുകൾ കളിയായി പറഞ്ഞു വന്നിരുന്നതാണ് ഈ ശൈലി. 'ആഞ്ഞിലിത്തിരികത്തിക്കുക'യെന്നാണ് നാട്ടുമൊഴി.

ചെട്ടികുളങ്ങരയിലെ ദാരുശിൽപങ്ങൾ

കേരളത്തിലെ ശിൽപപാരമ്പര്യത്തെക്കുറിച്ചു പറഞ്ഞവരും കുഭരണി ഉത്സവത്തെക്കുറിച്ച് പലപാട് പറയുകയും എഴുതുകയും ചെയ്തവരും വിട്ടുപോയ ഒരു സവിശേഷതയാണ് ചെട്ടികുളങ്ങരയിലെ ദാരുശിൽപങ്ങൾ. എന്നാൽ, കലാനിരൂപകനും പുരാവസ്തു ശാസ്ത്ര നിപുണനുമായ ഡോ. എംജി. ശശിഭൂഷൺ ഈ വിഷയത്തിൽ ശ്രദ്ധേയമായ ചില അറിവടരുകൾ പങ്കുവെയ്ക്കുന്നുണ്ട്. ഓണാട്ടുകരയുടെ എലികകളെ സൂക്ഷ്മാംശങ്ങളോടെ വിശദീകരിക്കാൻ കഴിയുന്നത്ര സ്ഥലപരിചയം അദ്ദേഹത്തിന് ഈ നാടുമായുണ്ട്. അദ്ദേഹത്തിന്റെ നിരീക്ഷണങ്ങളെ ഇങ്ങനെ സംഗ്രഹിക്കാം:

ആനക്കൊമ്പിൽ ഭഗവദ് രൂപങ്ങൾ നിർമ്മിക്കുന്ന ക്ലേശകരമായ നിർമ്മാണകുശലതയെ സ്വാംശീകരിക്കുന്നവയാണ് ഇവിടുത്തെ ദാരുശിൽപങ്ങൾ.

നടവാതിലിന്റെ ഇരുവശങ്ങളിലുമായി കാണുന്ന ദ്വാരപാലികമാർ ക്ഷേത്രാന്തരീക്ഷത്തിന്റെ ഗൗരവം വർദ്ധിപ്പിക്കുന്നു. ഗണപതിപൂജയാണ് ആദ്യശിൽപം. നിവേദ്യം ഒരുക്കുന്നവരേയും പൂജാരിയേയും ചമൽക്കാരഭംഗിയോടെ ആലേഖനം ചെയ്തിരിക്കുന്നു. ഗണപതിപൂജയ്ക്കു തൊട്ടു താഴെയായി പേരേതെന്ന് വ്യക്തമല്ലാത്ത ഒരു രാജാവിന്റെയും രണ്ടു പടയാളികളുടെയും ശിൽപങ്ങളുണ്ട്.

ശിവതാണ്ഡവമാണ് തെക്കേ ചുവരിലെ പ്രധാനശിൽപം. സാധാരണ ശിവതാണ്ഡവ ശിൽപത്തിൽ കാണുന്നതിൽനിന്നും വ്യത്യസ്തമായി ഇതിന് പതിനാറു കൈകളാണുള്ളത്. ദൃശ്യചാരുതയും ചലനാത്മകതയും ഈ ശിൽപത്തെ അനുഗ്രഹിച്ചിരിക്കുന്നു. പാർവ്വതിയെ മുതുകിൽ വഹിക്കുന്ന നന്ദിയാണ് ചെട്ടികുളങ്ങര ശിൽപത്തിലുള്ളത്. ഇതര ക്ഷേത്രങ്ങളിൽ നിന്നു വ്യത്യസ്തമായി കൂടുതൽ മുഴുപ്പുള്ള മുയാലക ശിൽപമാണിവിടെയുള്ളത്. വേതാളപ്പുറത്തിരിക്കുന്ന ഭദ്രകാളി ശാന്തസ്വരൂപയാണ്. ദേവിയുടെ മൃദുഹസിതത്തെ വികൃതമാക്കാത്ത ദംഷ്ട്രകളാണ്. ഭദ്രകാളി ക്ഷേത്രമായതിനാലാവണം ശിൽപിയുടെ മനസ്സ് ഈ ശിൽപത്തിന്റെ ഓരോ സൂക്ഷ്മാംശങ്ങളിലും തുടിച്ചു നിൽപുണ്ട്. ഭദ്രകാളി എന്ന ആശയം ദ്യോതി

പ്പിക്കാനായി ബ്രഹ്മാവിന്റെയും വിഷ്ണുവിന്റെയും മഹേശ്വരന്റെയും രൂപങ്ങൾ ഇതിനു ചുവട്ടിലായി ചിത്രീകരിച്ചിട്ടുണ്ട്.

തെക്കു പടിഞ്ഞാറെ മൂലയിൽ, വേട്ട നടത്തുന്ന ശാസ്താവിനെ ചിത്രീകരിച്ചിരിക്കുന്നു. ദക്ഷിണാമൂർത്തിയുടെ ഒരു ശിൽപവും ഇവിടെയുണ്ട്.

തുടർന്നുള്ളവയിൽ ഗജേന്ദ്രമോക്ഷമാണ് കൂടുതൽ വശ്യം. പോരാട്ടത്തിന്റെ തീവ്രത, ഇളകുന്ന താമരയിലകളുടെ ചിത്രീകരണത്തിലൂടെ ധ്വനിപ്പിക്കുന്നു. നരസിംഹമൂർത്തിയാണ് പടിഞ്ഞാറു ഭാഗത്തെ അവിസ്മരണീയ ശിൽപം. ഗോപികാ വസ്ത്രാപഹരണവും സുന്ദരയക്ഷിയുമാണ് തുടർന്നുള്ളവയിൽ ആകർഷകം. ഒരുകാൽ കമുകിൽ ചാരിയാണ് യക്ഷിയമ്മയുടെ നിൽപ്. വേണുഗോപാലകൃഷ്ണന്റെ ശിൽപമാണ് ഈ ഭാഗത്തെ ചേതോഹര സൃഷ്ടി. മൃത്യുഞ്ജയ മൂർത്തിയായ ശിവനും മഹിഷാസുരവധം കഴിഞ്ഞ ദുർഗ്ഗയുമാണ് വേണുഗോപാല ശിൽപത്തെ പിന്തുടരുന്നത്.

അനന്തശയനശിൽപമാണ് വടക്കേഭിത്തിയെസമ്പന്നമാക്കുന്നത്. പഞ്ചരാത്ര വിധാനപ്രകാരമാണ് ഇതിന്റെ ചിത്രീകരണം. ചുവട്ടിലായി ദശാവതാരങ്ങളെയും കാണാം. അതിനു ചുവട്ടിലായി പല്ലക്കിലെഴുന്നള്ളുന്ന ഒരു തമ്പുരാനെയും അദ്ദേഹത്തിന്റെ മന്ത്രിയേയും ചിത്രീകരിച്ചിട്ടുണ്ട്. തേരും കുതിരയും നിർമ്മിച്ച പെരും തച്ചന്മാരുടെ കൈക്കണക്കിലെ വൈദഗ്ധ്യവും ചെട്ടികുളങ്ങര ഭഗവതിയോടുള്ള ഭക്തിയും ഒന്നു ചേരുന്നിടത്താണ് ഇവിടുത്തെ ശിൽപങ്ങൾ അനശ്വരമാവുന്നത് (ഡോ. എം.ജി. ശശിഭൂഷൺ, കേരളത്തിലെ ദാരുശിൽപങ്ങൾ, കേ.ഭാ.ഇ)

പ്രതിഷ്ഠയും സവിശേഷതകളും

ദാരുശിൽപ നിർമ്മാണ വൈദഗ്ദ്ധ്യത്തിൽ കേരളം മുൻകാലങ്ങളിൽത്തന്നെ അതിപ്രശസ്തമായിരുന്നു. ഇവിടുത്തെ മുഖ്യ ദേവാലയങ്ങളുടെയും നാലുകെട്ടുകളുടെയും ഭിത്തികൾ പഴയകാലത്ത് മരത്തിൽമാത്രമേ നിർമ്മിച്ചിരുന്നുള്ളൂവെന്നാണ് കലാനിരൂപകനും പുരാവസ്തുശാസ്ത്രജ്ഞനും ചലച്ചിത്രകാരനുമായ ഡോ. എം.ജി ശശിഭൂഷൺ പറയുന്നത്. ആണ്ടിൽ രണ്ടുതവണ പെയ്യുന്ന കാലവർഷവും വളക്കൂറുള്ളമണ്ണും ചെറുതുംവലുതുമായ പുഴകളും ചേർന്ന് മരത്തെ നമ്മുടെ മുഖ്യ നിർമ്മാണ വസ്തുവാക്കി മാറ്റിയെന്നാണ് അദ്ദേഹം അഭിപ്രായപ്പെടുന്നത്. തേക്ക്, ആഞ്ഞിലി, പ്ലാവ്, ശീലാന്തി, ചന്ദനം, അകിൽ, കരിന്താളി തുടങ്ങിയ മരങ്ങളിൽ സൗകര്യത്തിന് ലഭ്യമായവ ഉപയോഗിച്ചാണ് വീടിന്റെയോ ദേവാലയങ്ങളുടെയോ ഭിത്തികളും ഉത്തരങ്ങളും ദാരുശിൽപങ്ങളും നിർമ്മിച്ചിരുന്നത്. എന്നാൽ പ്രതിഷ്ഠാ വിഗ്രഹങ്ങളും മറ്റു മുഖ്യധാരാ ശിൽപങ്ങളും വരിക്കപ്ലാവിൻ തടിയിൽ പണിയാനാണ് പെരുന്തച്ചൻമാർ ശ്രദ്ധിച്ചിരുന്നതെന്നും അദ്ദേഹം ചൂണ്ടിക്കാട്ടുന്നു.

ചെട്ടികുളങ്ങരയിലെ പ്രധാന ബിംബം ദാരുവിൽ തീർത്തതാണ്. ദാരുവിൽ പൂജാ ബിംബങ്ങൾ നിർമ്മിക്കുന്ന രീതി കേരളത്തിൽ ഒരു കാലഘട്ടത്തിൽ വ്യാപകമായി നിലവിലിരുന്ന ഒരു സമ്പ്രദായമാണ്. ചെട്ടികുളങ്ങര ഭഗവതിയുടെ മൂലസ്ഥാനമെന്നു കരുതപ്പെടുന്ന കൊടുങ്ങല്ലൂരമ്മയുടെ വിഗ്രഹവും പ്ലാവിൽ നിർമ്മിച്ചിട്ടുള്ളതാണ്. പ്ലാവിന്റെ കാതലാണ് വിഗ്രഹമാക്കിത്തീർക്കുന്നത്.

ലക്ഷണമൊത്ത പ്ലാവുകണ്ടെത്തി, അതിനോടനുജ്ഞവാങ്ങി, വ്രതാനുഷ്ഠാനങ്ങളോടെയാണ് മരത്തിൽ വിഗ്രഹം കൊത്തിയെടുക്കുന്നത്. വിഗ്രഹം പൂർത്തിയായ ശേഷവും വൃക്ഷത്തിനു ജീവനോടെ നിലനിൽക്കാനാകുംവിധമാണ് നിർമ്മാണം. കണ്ടിയൂർ ക്ഷേത്രവളപ്പിൽ ഇപ്പോഴും ഇപ്രകാരം ഒരുപ്ലാവു ജീവിക്കുന്നുണ്ട്.

നാലാങ്കൽ കൃഷ്ണപിള്ള കൊടുങ്ങല്ലൂരമ്മയുടെ വിഗ്രഹ നിർമാണത്തെ പറ്റി ഇങ്ങനെ കുറിച്ചിരിക്കുന്നു: ബ്രാഹ്മണാധിപത്യം വന്നപ്പോൾ കണ്ണകിയുടെ വിഗ്രഹം കുറുംബക്കാവിലേക്ക് മാറ്റുകയും

വരിക്കപ്ലാവിന്തടിയിൽ മഹാഭദ്രകാളിയുടെ (മാരിയമ്മൻ) ബിംബം പ്രതിഷ്ഠിക്കുകയും ചെയ്തു (മഹാക്ഷേത്രങ്ങൾക്കു മുന്നിൽ, പേജ് 729).

പെരുവനം മഹാദേവ ക്ഷേത്രത്തിലെ ശ്രീപാർവ്വതി വിഗ്രഹത്തെപ്പറ്റി നാലാങ്കലിന്റെ വിവരണം ഇങ്ങനെയാണ്: ശ്രീപാർവതി യുടെ വിഗ്രഹം വരിക്കപ്ലാവിൻ തടികൊണ്ട് നിർമ്മിച്ചിട്ടുള്ളതാണ്. ഉദ്ദേശം നാലരയടി പൊക്കം വരും. വെള്ളി കൊണ്ടു പൊതിഞ്ഞു സ്വർണ്ണം പൂശിയതാണ് ആ കമനീയ കളേബരം (അതേപുസ്തകം, പേജ് 555).

മാടായിക്കാവ്, ചിറ്റൂർ, തിരുമാന്ധാംകുന്ന് എവിടങ്ങളിലെ വിഗ്രഹങ്ങളും വരിക്കപ്ലാവിൻ തടിയിൽ നിർമ്മിച്ചിട്ടുള്ളതാണ്. (അതേ പുസ്തകം, പേജ് 53). ആലപ്പുഴ കൊറ്റംകുളങ്ങരയിലും ഭദ്രകാളിയുടെ പ്ലാവിൽത്തീർത്ത വിഗ്രഹം കാണാം. കറ്റാനം ഭരണിക്കാവ് ക്ഷേത്രത്തിലും, ചെറുതന കന്യാട്ടുകുളങ്ങര ഭദ്രകാളിക്ഷേത്രത്തിലും വരിക്കപ്ലാവിൻ തടിയിൽ നിർമ്മിച്ച വിഗ്രഹമാണ് ഉള്ളത്. കണ്ടിയൂർ ക്ഷേത്രമതിൽക്കെട്ടിനുള്ളിൽ നിന്ന പ്ലാവ് മുറിക്കാതെയാണ് വിഗ്രഹം കൊത്തിയെടുത്തത്. പിന്നീട് ആ പ്ലാവ് കായ്ച്ചപ്പോൾ, അതേ ഫലം തന്നെ നേദിച്ച ശേഷം മുറിച്ചെടുത്ത് നിർമ്മാണം പൂർത്തീകരിച്ചു. ചെട്ടികുളങ്ങര ഭഗവതിയുടെ ഇപ്പോൾ കാണുന്ന മൂലബിംബവും പ്ലാന്തടിയിൽ തീർത്തതാണ്. ആറന്മുള തോട്ടത്തുമണ്ണിൽ വീട്ടുവളപ്പിൽ നിന്നുള്ള പ്ലാവിന്റെ തടിയാണ് ഇതിനായി ഉപയോഗിച്ചത്.

ബഹുവേര സമ്പ്രദായം

'ശൈലീദാരുമയീ ലൗഹീ
ലേഖ്യാ ലേപ്യാ ച സൈകതീ
മനോമയീ മണിമയീ
പ്രതിമാഷ്ടവിധാ സ്മൃതാ'

ശില, ദാരു, ലോഹം, മണ്ണ് തുടങ്ങി എട്ടുവിധത്തിലുള്ള പ്രതിമകൾ (വിഗ്രഹങ്ങൾ) ക്ഷേത്രശ്രീകോവിലിൽ പ്രതിഷ്ഠിക്കുന്നതായി സ്മൃതികൾ പറയുന്നു (അഗ്നിപുരാണം). മുതുകുളം പാണ്ഡവർകാവ്, പാലക്കാടിനടത്തുള്ള മുലയംപറമ്പ് തുടങ്ങിയ ക്ഷേത്രങ്ങളിൽ വിഗ്രഹം മണ്ണുകൊണ്ടു (മൃണ്മയം) ണ്ടാക്കിയതാണ്. ചെട്ടികുളങ്ങര ഉൾപ്പെടെയുള്ള ക്ഷേത്രങ്ങളിൽ ദാരുവിഗ്രഹവുമാണ്.

ഇത്തരം ക്ഷേത്രങ്ങളിൽ രണ്ടു വിധാനത്തിൽ പൂജാ സംവിധാനം നിലനിൽക്കുന്നുണ്ട്. ഇതിനെയാണ് ബഹുവേര സമ്പ്രദായം എന്ന് അറിയപ്പെടുന്നത്. ബഹുവിധത്തിലുള്ളത് (ഒന്നിലധികം) എന്നാണ് ഇതിന്റെ താൽപര്യം.

ശ്രീകോവിലിൽ മൂലബിംബവും അർച്ചനാബിംബവും ഉള്ള ക്ഷേത്രങ്ങളിലാണ് ബഹുവേര സമ്പ്രദായത്തിലുള്ള പൂജാവിധികൾ നടക്കുന്നത്. ഇതുപ്രകാരം, മൂലബിംബത്തിൽ നിന്ന് അർച്ചനാ ബിംബത്തിലേക്ക് ദേവീചൈതന്യത്തെ ആവാഹിച്ച് പൂജാദികളും അഭിഷേകാദികളും ചെയ്യുന്നു.

ദാരു, കടുശർക്കര തുടങ്ങിയവകൊണ്ടുള്ള ബിംബങ്ങളിൽ ജലാഭിഷേകം നടത്താറില്ല. അത് ബിംബത്തിന് കേടുവരുന്നതിനിടയാക്കും. ദേവി/ദേവന്റെ ബിംബത്തിലേക്ക് നേരിട്ട് അഭിഷേകാദികളും മറ്റും ചെയ്യാൻ കഴിയാത്തതിനാലാണ് അർച്ചനാ ബിംബത്തിൽ അഭിഷേകവും മറ്റും ഇങ്ങനെ നടത്തുന്നത്.

പ്ലാവിന്റെ തടിയിലാണ് ചെട്ടികുളങ്ങര ദേവിയുടെ ചേതോഹരമായ മൂല ബിംബം തീർത്തിരിക്കുന്നത്. ഇവിടുത്തെ മൂലബിംബത്തിൽ നേരിട്ട് നടത്തുന്ന അഭിഷേകമാണ് ചാന്താട്ടം.

ബിംബത്തിന്റെ പരിരക്ഷകൂടി കണക്കിലെടുത്താണ് ചാന്താട്ടം നടത്തുന്നത്. തന്മൂലം അതൊരു സംരക്ഷണ പ്രക്രിയകൂടിയാണ്.

ദിവസവും 'നവകം' ആയിട്ട്, ഒൻപതു കുടങ്ങളിൽ കലശങ്ങളായി പൂജിച്ചാണ് ഭഗവതിക്ക് ചാന്താടുന്നത്.

പ്ലാന്തടിയിലുള്ള ഭഗവതിയുടെ മൂലവിഗ്രഹത്തിനു നാലു തൃക്കൈകളാണുള്ളത്. വാൾ, ഗദ, ദാരികശിരസ്, തളിക എന്നിവയോടു കൂടിയതാണ് ഇത്. ഭദ്രകാളി തന്നെയാണിവിടുത്തെ ദേവതാസങ്കൽപമെന്നാണിതു കാണിക്കുന്നത്.

ചാന്താട്ടം

കുത്തിയോട്ടം, ഗുരുതി തുടങ്ങിയ വഴുപാടുകൾ പോലെ പ്രധാനപ്പെട്ട ഒരുസമർപ്പണമാണ് ചെട്ടികുളങ്ങരയിലെ ചാന്താട്ടവും. വരിക്ക പ്ലാവിൽതീർത്ത ഭഗവതിയുടെ മൂലവിഗ്രഹത്തിലാണ് ചാന്താടുക. വഴുപാടിനുശേഷം പ്രസാദമായും അതു വഴുപാടുകാരനു ലഭിക്കും. ഇഷ്ടകാര്യലബ്ധിയാണ് ചാന്താട്ടത്തിന്റെ ഫലശ്രുതി.

ശ്രീകോവിലിലെ വിഗ്രഹത്തിൽ പൂജാദികളുടെ ഭാഗമായി നിത്യവും അഭിഷേകം നടത്തേണ്ടുണ്ട്. ജലാഭിഷേകമാണു വേണ്ടത്. ചെട്ടികുളങ്ങര ഭഗവതിയുടെ മൂലവിഗ്രഹം ദാരുവിലായതിനാൽ ജലാഭിഷേകം പറ്റില്ല. ജലാംശം തട്ടിയാൽ വിഗ്രഹം ജീർണ്ണിക്കും. അതിനാലാണ് ചാന്ത് ഉപാധിയാക്കുന്നത്. ചാന്ത് ദ്രവരൂപത്തിലാണ്. അതിനാൽ അഭിഷേകിക്കാം. ഒപ്പം അതൊരു സംരക്ഷണ കവചമായി ദാരുവിഗ്രഹത്തെ സംരക്ഷിക്കുകയും ചെയ്യും. ജലാംശത്തിൽ നിന്നു മാത്രമല്ല, തടിയെ ദ്രവിപ്പിക്കുന്ന കൃമികീടങ്ങളുടെ ആക്രമണങ്ങളിൽനിന്നും ദാരുശിൽപത്തെ സംരക്ഷിക്കുകയും ചെയ്യും. നേരിയ തോതിൽ ചാന്ത് നെറ്റിയിൽ തൊടുമ്പോൾ അതിന്റെ ഔഷധവീര്യം ഭക്തനിലേക്ക് സംക്രമിക്കുകയും ചെയ്യും.

വെയിലേൽക്കാതെയും മഴയേൽക്കാതെയും സൂക്ഷിക്കുന്ന തേക്കുതടിയാണ് ചാന്തിന്റെ നിർമ്മാണത്തിലെ പ്രധാനചേരുവ. ഇതിനോടൊപ്പം പച്ചക്കർപ്പൂരം, കുങ്കുമപ്പൂവ്, രാമച്ചം എന്നിവ ചേർത്ത് വാറ്റിയെടുക്കുന്നതാണ് ചാന്ത്.

ദിവസവും ഉച്ചപൂജയ്ക്ക് മുമ്പാണ് ചാന്താട്ടം നടക്കുന്നത്. എന്നാൽ പ്രധാന ആട്ടവിശേഷങ്ങളിൽ ചാന്താട്ടം ഉണ്ടാവുകയില്ല. മുമ്പ് വിശേഷാവസരങ്ങളിൽ മാത്രമായിരുന്ന ചാന്താട്ടം ഇപ്പോൾ നിത്യവും നടക്കുന്നുണ്ട്.

കുതിരമൂട്ടിൽ കഞ്ഞി

ശിവരാത്രി ദിവസംമുതൽതന്നെ, കരയിലെ വീടുകളിൽ നിന്നുമുള്ള എല്ലാ ആൺകുട്ടികളുടെയും പുരുഷന്മാരുടെ സന്നദ്ധസേവനം കെട്ടുകാഴ്ച ഒരുക്കുന്നതിൽ ഉണ്ടാവാറുണ്ട്. ആബാലവൃദ്ധം 'കുതിരച്ചോട്ടി'ലോ 'തേരിൻചോട്ടി'ലോ വിവിധ പണികളിൽ ആയിരിക്കും. എന്നല്ല ഒരാഴ്ച നീളുന്ന ജോലിയാണിത്. കരകളിലെ അറിയപ്പെടുന്ന തച്ചന്മാരുടെ വിദഗ്ദ്ധ നേതൃത്വത്തിലാണ് ഇതു നടക്കുന്നത്. അവരെ സഹായിക്കലാണ് മറ്റുള്ളവർ ചെയ്യുന്നത്. നല്ല കായികാധ്വാനം വേണ്ടിവരുന്ന പണികൾ കൂട്ടായ്മയിലൂടെ വളരെ വേഗം പൂർത്തീകരിക്കുന്നു. വൃത്തിയും ഭംഗിയും വരുത്താൻ കൈക്കണക്കിലും നോട്ടക്കണക്കിലും മനക്കണക്കിലും തിട്ടമുള്ള അനുഭവസമ്പന്നർ ഒപ്പമുണ്ട്.

ഈ ദിവസങ്ങളിൽ പണികളിൽ ഏർപ്പെട്ടിരിക്കുന്നവർക്ക് ഉയർന്ന കാലറികമൂല്യമുള്ള ഭക്ഷണം വഴുപാടായി സമർപ്പിക്കപ്പെടുന്നു. കുതിരമൂട്ടിൽ കഞ്ഞി എന്നാണ് ഇതറിയപ്പെടുന്നത്. ഒരുകാലത്ത് കഞ്ഞി ഓണാട്ടുകരക്കാരുടെ പ്രധാനവിഭവം കൂടിയായിരുന്നു. ദഹിക്കാൻ എളുപ്പം-ക്ഷീണം കൂടാതെ ഏതുജോലിയും ചെയ്യാം. കഞ്ഞിക്കുകൂട്ടായി മറ്റുചിലതുണ്ട്. മുതിരപ്പുഴുക്കാണ് ഇതിലെ പ്രധാന ആകർഷണം. കഞ്ഞിക്കൊപ്പമുള്ള അസ്ത്രം എന്നറിയപ്പെടുന്ന കൂട്ടുകറി ഓണാട്ടുകരയുടെ രുചിവഴക്കമാണ്. നടുധാന്യങ്ങളും പയറും പച്ചക്കറിയുമാണ് അസ്ത്രത്തിന്റെ പ്രധാന ചേരുവകൾ. കടുമാങ്ങഅച്ചാറും പപ്പടവും കൽക്കണ്ടത്തരിയിൽ വിളയിച്ചെടുത്ത അവലും എള്ളുണ്ടയും ഉപ്പേരിയും പഴവും ഒക്കെയടങ്ങുന്നതാണ് വഴുപാട്. വഴുപാടുനടത്തുന്നവരുടെ സാമ്പത്തികസ്ഥിതിയനുസരിച്ച് വിഭവങ്ങൾ ഇനിയും ഏറും. ധനശേഷിയുള്ളവർക്കേ അക്കാലത്ത് ഇതിനൊക്കെ കഴിയുമായിരുന്നുള്ളൂ. മാത്രമല്ല, അന്നൊക്കെ ചോറിന് 'ഒരു കറിയായിരുന്നു കൂട്ടാൻ. ധനശേഷി കുറഞ്ഞവരാണ് ചോറും കൂട്ടാനും കഴിക്കുന്നവർ എന്നായിരുന്നു അന്നൊക്കെ കരുതിയിരുന്നത്.

ഭഗവതിക്കുള്ള വഴുപാടു കഞ്ഞിയായതിനാൽ വലുപ്പച്ചെറുപ്പമി

ല്ലാതെ ഗ്രാമവാസികൾ ചടങ്ങിൽ പങ്കുചേരുന്നു. ക്ഷേത്രത്തിന്റെ കീർത്തി വർദ്ധിച്ചതോടെ വിദൂരങ്ങളിൽ നിന്നുള്ളവരും ഇപ്പോൾ വലിയതോതിൽ പങ്കെടുക്കുന്നു.

ഇലതട

മെടഞ്ഞ ഓലക്കീറ് വെറും നിലത്തിട്ട് അതിന്മേലാണിരിക്കുക. ശേഷം തടവെയ്ക്കും. ബലമുള്ള പച്ചോലക്കാൽ വട്ടത്തിൽ ചുറ്റി ഈർക്കിൽകുത്തി ഉണ്ടാക്കുന്നതാണ് തട. അതിന്മേൽ നാക്കില വെയ്ക്കും. തിളച്ച ചൂടോടെ കഞ്ഞി അതിലേക്കു വിളമ്പും. ചൂടേറ്റു വാടുന്ന വാഴയില ഒരുകുഴിയിലെന്നവണ്ണം തടയിൽ ഒതുങ്ങിയിരിക്കും. പ്ലാവിലയിൽ ഈർക്കിൽ കുത്തിയുണ്ടാക്കുന്ന കുമ്പിൾ ത്തവിയിലാണ് കഞ്ഞി കോരിക്കുടിക്കുന്നത്.

പഴയ കാലത്തു കഞ്ഞിക്കുപയോഗിക്കുന്നതിനുള്ള അരി തയ്യാറാക്കുന്നതു തന്നെ പ്രത്യേക രീതിയിലായിരുന്നു. ഒരുപ്പുഴുക്കനരിയാണ് കഞ്ഞിക്കായി അക്കാലത്ത് എടുത്തിരുന്നത്. ഒരു പുഴുക്കിനുള്ള നെല്ലു തലേദിവസം തന്നെ വലിയ ചെമ്പിലിട്ട് തിളപ്പിച്ചിടും. പിറ്റേന്നാണതു പുഴുങ്ങുന്നത്. അല്ലെങ്കിൽ കുത്തുമ്പോൾ പൊടിഞ്ഞു പോകും. ഇങ്ങനെ കുത്തിയെടുത്ത അരിയാണു നാട്ടിൽ സാധാരണ ആളുകൾ ഉപയോഗിച്ചിരുന്നത്. വഴിപാടുകഞ്ഞിക്കും ഈയരിയായിരുന്നു പതിവ്. അതിനാണു കൂടുതൽ രുചിയും ഉണ്ടായിരുന്നത്. ഇരുപ്പുഴുക്കനരിക്കു വേവും കൂടുതലായിരുന്നു.

'കഞ്ഞികുടിക്കാൻ വകയുണ്ടോ' എന്നത് ഓണാട്ടുകരയുടെ ഒരു സാംസ്കാരിക വ്യവഹാരമാണ്. പഴയകാലത്ത് ധനസ്ഥിതിയുടെ അളവുകോൽ നിശ്ചയിക്കുന്നതിനുള്ള മാനദണ്ഡമായിരുന്നു അത്. പണ്ടുകാലത്തെ വിവാഹാലോചനാവേളയിലാണ് ഇത്തരം ചോദ്യം ഉണ്ടാവുന്നത്. മൂന്നുനേരവും കഞ്ഞികുടിക്കാൻ വകയുണ്ടെന്നു കാരണവന്മാർക്ക് ബോധ്യപ്പെട്ടാലേ അക്കാലത്ത് പെണ്ണിനെ അയക്കാൻ ഓണാട്ടുകരക്കാർ തയ്യാറായിരുന്നുള്ളൂ.

ഫ്യൂഡൽ കാലത്തിന്റെ ഓരോ വിശേഷങ്ങളായി മാത്രമേ ഇതിനെ വിലയിരുത്താനാവൂ. ഏതായാലും കുതിരമൂട്ടിൽ കഞ്ഞി വെറും നിസ്സാരമായിരുന്നില്ലെന്നു സാരം.

ആയുർവ്വേദത്തിൽ

അഷ്ടാംഗഹൃദയം അമരകോശം തുടങ്ങിയ സംസ്കൃത ഗ്രന്ഥങ്ങളിൽ കഞ്ഞിയെപ്പറ്റി വിസ്തരിച്ചു പ്രതിപാദിക്കുന്നുണ്ട്. മണ്ഡം, പേയം, വിലേപി, ചോറ് എന്നിങ്ങനെ പാകമനുസരിച്ച് വ്യത്യസ്ത

പേരുകളിൽ അഷ്ടാംഗഹൃദയത്തിൽ കഞ്ഞി വേർതിരിക്കപ്പെട്ടിരിക്കുന്നു. കഞ്ഞി, ചോറ് മുതലായ കൃതാന്നങ്ങളുടെ ഗുണങ്ങൾ തയ്യാറാക്കുന്ന രീതിയും അവയിൽ ചേരുന്ന പദാർത്ഥങ്ങളുമനുസരിച്ച് ഭിന്നങ്ങളായിരിക്കും. വറ്റില്ലാത്ത കഞ്ഞിത്തെളി (വാർത്ത കഞ്ഞി) മണ്ഡവും; മറ്റു കുറഞ്ഞതും വെള്ളം കൂടിയുമിരിക്കുന്നത് പേയവും (കായക്കഞ്ഞി) വറ്റുകൂടി വെള്ളം കുറഞ്ഞത് വിലേപിയും (കായക്കഞ്ഞി) ആണ്. ദ്രവാംശമില്ലാത്തതാണ് ചോറ്.

ധാന്യത്തിന്റെ പതിനാലിരട്ടി വെള്ളത്തിൽ വേവിച്ചെടുത്ത തെളിയാണ് മണ്ഡം എന്നും വേറെ ചില ആയുർവേദാചാര്യന്മാർ അഭിപ്രായപ്പെടുന്നു.

ഇവയിൽ രോഗികൾക്കും മറ്റും ഏറ്റവും ഗുണകരമായിട്ടുള്ളതു മണ്ഡമാണ്. ധാതുക്കളുടെ സമസ്ഥിതി നിലനിർത്താനും സ്രോതസ്സുകൾക്ക് മാർദ്ദവം നൽകാനും ജഠരാഗ്നിയെ ഉദ്ദീപിപ്പിക്കാനും വാതം ശരിയായ മാർഗത്തിൽ ചലിപ്പിക്കാനും മണ്ഡമാണ് ഉത്തമം എന്ന് ആയുർവേദം അനുശാസിക്കുന്നു. ഏതു ധാന്യം കൊണ്ടുണ്ടാക്കിയ കഞ്ഞിയുടെ തെളിയേയും മണ്ഡം എന്നു പറയും. എന്നാൽ ചികിത്സാവിഷയത്തിൽ മലർകഞ്ഞിയുടെ തെളിക്കാണ് പ്രാധാന്യം. ഇതിനെ ലാജമണ്ഡം എന്ന് പറയുന്നു.

ലാജമണ്ഡം വിശുദ്ധാനം
പഥ്യഃ പാചനദീപനഃ
വാതാനു ലോമനോ ഹൃദ്യഃ
തിപ്പലീനാഗരാന്വിതഃ

എന്നു സുശ്രുതാചാര്യൻ മലർക്കഞ്ഞിയെ വിവരിക്കുന്നു. ഇന്തുപ്പ്, തിപ്പലി, കൊത്തംപാലരി, ചുക്ക് ഇവ ചേർത്തും മലർക്കഞ്ഞി തയ്യാറാക്കാറുണ്ട്.

ചോറിനെ അപേക്ഷിച്ചു കഞ്ഞിക്ക് പോഷകഗുണങ്ങൾ കൂടുതലുണ്ട്. അരിയിൽ അടങ്ങിയിട്ടുള്ള തയാമിനും മറ്റും കഞ്ഞിവെള്ളത്തിൽ കലർന്നിരിക്കുന്നതിനാൽ അത് ഊറ്റിക്കളയുന്നത് നന്നല്ല.

ചരിത്രത്തിൽ

കാലത്തു കാപ്പിയും ചായയും മറ്റും കഴിക്കുന്ന പതിവു പ്രചരിക്കുന്നതിനു മുമ്പു കേരളീയർ കഞ്ഞിയാണു കുടിച്ചിരുന്നത്. ഏഴര നാഴിക രാവുള്ളപ്പോൾ എഴുന്നേറ്റ് ഉണ്ണിയാർച്ച എരിദാഹക്കഞ്ഞി തയ്യാറാക്കിയിരുന്നത് എങ്ങനെയെന്നു വടക്കൻ പാട്ടിലെ ഈ വരികൾ സൂചിപ്പിക്കുന്നു:

'അടിതളി പൂജ കഴിച്ചവളും
എരിദാഹക്കഞ്ഞിക്കു വെള്ളംകോരി
വേഗത്തിൽ പോരുന്ന പെൺകിടാവും
അഴുവൻ കൊണ്ടങ്ങാഴി അരിയെടുത്തു
നീറ്റിൽ കഴുകി പതം വരുത്തി
പാലിൽ കഴുകി പതം വരുത്തി
അരിയുമേ വേഗത്തിൽ അടുപ്പത്താക്കി
അതിനൊരു കറിയുമുണ്ടാക്കി പെണ്ണ്'

കഞ്ഞി സത്ക്കാരം പഴയകാലങ്ങളിൽ സാധാരണമായിരുന്നു. വാഴപ്പോളയോ, പച്ചോലയോ കൊണ്ടുണ്ടാക്കിയ തടകളിൽ തൂശനില വാട്ടിവെച്ച് അതിലായിരുന്നു സദ്യയ്ക്കും മറ്റും കഞ്ഞി വിളമ്പിയിരന്നത്. പതിനഞ്ചാം ശതകത്തിൽ കേരളം സന്ദർശിച്ച ഉദ്ദണ്ഡശാസ്ത്രികൾ കഞ്ഞി സദ്യയിൽ പങ്കുകൊണ്ട ശേഷം ഒരു കവിത രചിക്കുകയുണ്ടായി. അല്പം ലവണരസം ചേർത്ത കഞ്ഞിയെ ലാവണ്യവതിയായ കാമുകിയോട് ഉപമിച്ചു കൊണ്ടുള്ളതാണ് ആ കവിത.

'അംഗജതാപനിഗ്രഹന്ത്രീ
സുരുചിരലാവണ്യ സമ്പദാ മധുരാ
അധരാമൃതോ പദംശാ
ശ്രാണാ ശോണാധരീവ രമണീയാ'

അടിയന്തരങ്ങളോടനുബന്ധിച്ചു കഞ്ഞിസദ്യ നടത്തുന്ന പതിവ് ഇന്നും നിലനിൽക്കുന്നു. ചില ക്ഷേത്രങ്ങളിലെ വിശേഷ ദിവസങ്ങളിൽ ബ്രാഹ്മണർക്ക് കഞ്ഞി സദ്യ നടത്തുന്നുണ്ട്. വഴിയാത്രക്കാർക്കും അഗതികൾക്കും കഞ്ഞിവീഴ്ത്തു നടത്തുന്നതിനായി പഴയ കാലങ്ങളിൽ കഞ്ഞിപ്പുരകൾ ഏർപ്പെടുത്തിയിരുന്നു. തിരുവനന്തപുരത്തും കുമാരപുരത്തും ഉണ്ടായിരുന്ന കഞ്ഞിപ്പുരകൾ ഇതിനുദാഹരണമാണ്. ഊട്ടുപുരകളും ഇതേ ധർമ്മമാണ് നിർവഹിച്ചിരുന്നത്.

ഭാഗം രണ്ട്

കുത്തിയോട്ടം എന്ന അനുഷ്ഠാനം

കെട്ടുകാഴ്ചയെപ്പോലെ ചെട്ടികുളങ്ങരയുടെ കീർത്തി അന്യദേശങ്ങളിലെത്തിച്ച വിശിഷ്ടമായ ഒരനുഷ്ഠാനമാണ് കുത്തിയോട്ടം. അങ്കച്ചുവടുകളെ അനുസ്മരിപ്പിക്കുന്ന ചടുലചലനങ്ങളും വായ്ത്താരിയും ഇതിന്റെ പ്രത്യേകതകളാണ്. നാടൻശീലുകളിൽ വായ്ത്താരികളുടെ ആവർത്തനങ്ങളോടെ (താനവട്ടങ്ങളോടെ) പാടുന്നപാട്ടുകൾ ഇതിനുണ്ട്. കുത്തിയോട്ടപ്പാട്ടുകൾ എന്നാണിത് അറിയപ്പെടുന്നത്.

മലയാളത്തിലെ പാട്ടുസാഹിത്യത്തിൽ ഉൾപ്പെടുന്ന പാരമ്പര്യമാണ് ഇതിനുള്ളത്.

'ചെട്ടികുളങ്ങര മാതേവിയമ്മയ്ക്കെൻ/എട്ടുവയസ്സിലെ കുത്തിയോട്ടം' എന്ന പാട്ട് ഓണാട്ടുകരയിലെങ്ങും പ്രസിദ്ധമാണ്. ഈ വരികളെ മുൻനിർത്തി, ഇതിൽപ്പറയുന്ന മാധവിയമ്മ കായംകുളം രാജാവിന്റെ മകളായിരിക്കാമെന്ന് ചരിത്രകാരനായ കറുപ്പുംവീട്ടിൽ ഗോപാലപിള്ള അഭ്യൂഹിക്കുന്നു. ചെട്ടികുളങ്ങര ക്ഷേത്രത്തിൽ കുത്തിയോട്ടം എന്ന വഴിപാടാരംഭിച്ചത് ഈ രാജപുത്രിയുടെ എട്ടാം ജന്മനക്ഷത്രത്തിലായിരിക്കുമെന്നും അദ്ദേഹം സങ്കൽപിക്കുന്നു (കേരളമഹാചരിത്രം, പേജ് 360).

നിരുത്തരവാദിത്തപരമാണ് കറുപ്പുംവീട്ടിൽ ഗോപാലപിള്ളയുടെ ഈ നിഗമനം. കാരണം, അനുഷ്ഠാനത്തിനുരുവാക്കപ്പെട്ട, ചൂരൽമുറിഞ്ഞ, എട്ടുവയസ്സുകാരനായ ഒരു ബാലന്റെ ആത്മാലാപമെന്ന നിലയിലാണ് ഈ പാട്ടുവികസിക്കുന്നത്. അദ്ദേഹം ഉദ്ധരിക്കുന്നതിനു ശേഷമുള്ളവരികൾ ഇതുവ്യക്തമാക്കുന്നു.

വരികൾ ഇങ്ങനെ:

'പള്ളക്കിരുവശം ചൂരൽമുറിഞ്ഞിട്ടു (കൊരുത്തിട്ടു)
എന്നെപ്പെടുത്തുന്ന വേലകണ്ടോ'

ഈവരികളിൽ താനനുഭവിച്ചതിനെ തമാശരൂപത്തിൽ പാടിയവതരിപ്പിക്കുന്ന ബാലകന്റെ മനസ്സുവ്യക്തമാണ്. ഭക്തിയിലും പരിഹാസച്ഛവികലർത്തി വിഷയാവതരണംനടത്തുന്ന പഴയ പാട്ടുപാരമ്പര്യത്തിന്റെ തുടർച്ചയാണ് ഈവരികൾ. കുത്തിയോട്ടപ്പാട്ടിന്റെ പൂർ

വ്വഗാമിയായ കരടിപ്പാട്ടിന്റെ സഹജഭാവമായ കറുത്തഫലിത (ബ്ലാക്ക്ഹ്യൂമർ) മാണ് ഇതിൽ പ്രകടമാകുന്നത്. അതിനാലാണ് നമുക്ക് കറുപ്പുംവീട്ടിൽ ഗോപാലപിള്ളയുടെ മേൽപ്പറഞ്ഞ നിരീക്ഷണത്തോടു വിയോജിക്കേണ്ടിവരുന്നത്.

കേരളത്തിൽ പലേടത്തും കുത്തിയോട്ടം വഴിപാട് നിലവിലുണ്ടെങ്കിലും ചെട്ടികുളങ്ങരയിലേതുപോലെ പ്രശസ്തമായത് വേറൊന്നില്ല.

അനുഷ്ഠാനം: ചടങ്ങുകൾ

കുത്തിയോട്ടം ചെട്ടികുളങ്ങരയിലെ പ്രധാനപ്പെട്ട ഒരു വഴിപാടാണ്. കെട്ടുകാഴ്ചയൊരുക്കത്തെപ്പോലെ കുഭത്തിലെ തിരുവോണം-ശിവരാത്രി - നാളിലാണ് ഇതിന്റെയും തുടക്കം.

പത്തുവയസ്സിൽ താഴെയുള്ള കുട്ടികളെയാണ് കുത്തിയോട്ട വഴുപാടിനായി തെരഞ്ഞെടുക്കുന്നത്. ശിവരാത്രി ദിവസം രാവിലെ ദേശദേവതയായ ഭഗവതിയുടെ തിരുനടയിൽ പ്രാർത്ഥന നടത്തിയ ശേഷം കുത്തിയോട്ട വഴുപാടിനുള്ള ബാലന്മാരെ വഴുപാടുകാർ ഏറ്റുവാങ്ങുന്നു. ക്ഷേത്രത്തിൽ പൂജിച്ച പൂമാല കുട്ടികളുടെ കഴുത്തിൽ അണിയിക്കും. തുടർന്ന് കുട്ടികളുടെ മാതാപിതാക്കൾക്കും കുത്തിയോട്ട ആശാന്മാർക്കും ക്ഷേത്രനടയിൽവെച്ച് ദക്ഷിണ നൽകും. ഇതോടെ കുട്ടികളെ ഏറ്റെടുക്കുന്ന ചടങ്ങ് പൂർത്തിയാകും. അനുഷ്ഠാനത്തിന്റെ തുടക്കം ഇതാണ്.

പരിശീലനം

വഴുപാടുകാരുടെ വീട്ടിൽ അന്നു വൈകുന്നേരം മുതൽ പരിശീലനം ആരംഭിക്കുന്നു. പ്രത്യേകം തയ്യാറാക്കിയ പന്തലിൽ ഭദ്രകാളി സങ്കൽപത്തി നുമുന്നിലാണ് പരിശീലനം. വാളും പീഠവുമാണ് ഭഗവതീസങ്കൽപ ത്തിലുണ്ടാവുക. ദാരികനിഗ്രഹം കഴിഞ്ഞു വരുന്ന കാളിയുടെ ചിത്രമാണ് പതിവ്. ഇപ്പോൾ ദേവീരൂപം പ്രതിഷ്ഠിക്കുന്നു.

പാട്ടിനും ചുവടിനും ആശാന്മാരുണ്ട്. ഇവർ യഥാക്രമം പാട്ടാശാനും ചുവടാശാനുമെന്ന് അറിയപ്പെടുന്നു. അഞ്ചുദിവസം പരിശീലനമുണ്ടാവും. പരിശീലനക്കാലത്ത് ആശാന്മാർ കുട്ടികളുടെ വാരിയെല്ലിനിരുവശവുമുള്ളതൊലി തടവി പാകപ്പെടുത്തും. ശരീരപാർശ്വങ്ങളിലെ ചർമ്മവും മാംസവും തമ്മിൽ വേർതിരിക്കാനാണ് ഇങ്ങനെ ആവർത്തിക്കുന്നത്. ഇപ്രകാരം അയച്ചെടുക്കുന്നതു മൂലം ചൂരൽമുറിയുമ്പോൾ കുട്ടികൾക്ക് വേദന അനുഭവപ്പെടില്ല. രേവതിനാളിലാണ് പരിശീലനം അവസാനിക്കുന്നത്. അന്ന് കരസ

ദ്യയും പൊലിവുപാട്ടും നടക്കുന്നു. ആറാം ദിവസം അശ്വതിയാണ്. അന്ന് വിശ്രമം.

കോതുവെട്ട്

ഈദിവസം ക്ഷുരകൻ കുട്ടികളെ 'കോതുവെട്ടുന്നു'. മുടിമുറിച്ച് ഒരുക്കുന്നതിനാണ് കൊതുവെട്ട് എന്നു പറയുന്നത്. ഭരണിനാളിൽ അതിരാവിലെ ചൂരൽ മുറിയുന്നു. നേർച്ചക്കുട്ടികളുടെ പള്ളക്കിരുവശവും നേരത്തേകൂട്ടി തടവി പാകപ്പെടുത്തിയ തൊലികൾക്കിടയിലൂടെ നേർത്ത ചൂരൽപാളികൾ കടത്തുന്ന ചടങ്ങാണിത്. ഈയത്താലുണ്ടാക്കിയ കരുവി എന്ന മാധ്യമം ഇതിനുപയോഗിക്കും. ഇപ്പോൾ സിറിഞ്ചാണു പകരം ഉപയോഗിക്കുന്നത്. ചൂരൽപ്പൊളിക്കുപകരം വെള്ളിനൂലും സ്വർണ്ണനൂലുമാണ് അടുത്തകാലത്തായി ചൂരൽമുറിയാൻ ഉപയോഗിക്കുന്നത്.

ഭരണിനാളിൽ പ്രഭാതത്തോടെ ഘോഷയാത്രയായി ക്ഷേത്ര നടയിലെത്തി വഴുപാട് സമർപ്പിക്കുന്നു. താലപ്പൊലി പക്കമേളം കുത്തിയോട്ട പാട്ട് അമ്മൻകുടം എന്നിവകളോടു കൂടിയാണു ഘോഷയാത്ര. യാത്രയിൽ അരത്തം (രക്തം, കുരുതിവെള്ളം-ശബ്ദതാരാവലി, പേജ് 194) കരുതും. മഞ്ഞളും ചുണ്ണാമ്പും ചേർന്ന, ചുവന്ന നിറത്തിലുള്ളതാണ് അരത്തം. ഇതു രക്തത്തെ പ്രതീകവൽക്കരിക്കുന്നു.

സമർപ്പണം

ക്ഷേത്രനടയിൽ കുത്തിയോട്ടസംഘം ചുറ്റും നിന്നുകൊണ്ട് പാട്ടുപാടി കുട്ടികളെ നാലുപാദം ചുവടുവയ്പ്പിക്കുന്നു. ഭഗവതിക്ക് മുന്നിൽ വഴിപാടുകാരൻ പ്രാർത്ഥനാപൂർവ്വം വഴിപാട് സമർപ്പിക്കുന്നു. തന്റെ സമർപ്പണം സ്വീകരിച്ചനുഗ്രഹിക്കാൻ അമ്മയോട് അപേക്ഷിക്കുന്നു. കുട്ടികളുടെ ശരീരത്തിൽ നിന്നും ചൂരൽ/സ്വർണ്ണനൂൽ ഊരി നാക്കിലയിൽ നടയിൽ വയ്ക്കുന്നു. ശരീരത്തുനിന്നു പൊടിയുന്ന ചോരയും ഇലയിൽ തേയ്ക്കുന്നു. സ്വർണ്ണനൂലും വെള്ളിനൂലും ചിലർ കാണിക്ക വഞ്ചിയിൽ നിക്ഷേപിക്കുന്നു. ചൂരൽമുറിയുന്ന കുട്ടികളെ പിന്നീട് കണികാണാൻ കൊള്ളില്ലെന്നൊരു വിശ്വാസവും ഇതോടൊപ്പമുണ്ട്. ഒറ്റക്കുത്തിയോട്ടം ഇരട്ടക്കുത്തിയോട്ടം എന്നിങ്ങനെ രണ്ടുവിധത്തിലാണ് കുത്തിയോട്ടം. വഴുപാടായി ഒരുകുട്ടിമാത്രമുള്ളതാണ് ഒറ്റക്കുത്തിയോട്ടം. രണ്ടുകുട്ടികളുള്ളതിനെ ഇരട്ടക്കുത്തിയോട്ടമെന്നും പറയുന്നു.

നിഷ്കളങ്കഭക്തിയുടെ സാക്ഷാത്കാരം

നരബലിയെ അനുസ്മരിപ്പിക്കുന്ന ഒരു ചടങ്ങാണിത്. പ്രാക്തന മനുഷ്യന്റെ നിഷ്കളങ്കഭക്തിയായും ഇതിനെ വ്യാഖ്യാനിക്കുന്നു.

'തന്നന്നം താനന്നം' (തന്റെ അന്നം (ആഹാരം) തന്നെയാണ് ഭഗവതി/ഭഗവാന്റെയും അന്നം. പണ്ട് ശബരിയുടെ ആശ്രമത്തിലെത്തിയ ശ്രീരാമനു സ്വയംരുചിച്ചുനോക്കി തൃപ്തിപ്പട്ടശേഷം ഫലമൂലാദികൾനൽകിയ ശബരിയെന്ന ഗോത്രസ്ത്രീയെ ഓർക്കാം) എന്ന വായ്ത്താരിയുടെ പൊരുളടക്കത്തിന്റെ സമർപ്പണവും സാക്ഷാത്ക്കാരവുമാണ് ചൂരൽമുറിയൽ. തന്റെ വിളവിന്റെയും നേട്ടത്തിന്റെയും മൂലകാരണം ഭഗവതിയാണെന്നു പ്രാക്തനമനുഷ്യൻ കരുതി. എന്നല്ല, എല്ലാ ശക്തിയുടെയും അടിസ്ഥാനം ഭഗവതിയാണെന്നവൻസങ്കൽപിച്ചു. അതിനാൽ എല്ലാറ്റിനും മൂലകാരണമായ ഭഗവതിക്ക് തന്റെ പ്രണന്റെ കരുത്തായ, നിലനിൽപ്പിനാധാരമായ, ചോരതന്നെ നൽകാനും അവൻ തയ്യാറാകുന്നു.

തത്ത്വവും അനുഷ്ഠാനവും

കേരളത്തിൽ ദേവീരൂപങ്ങളെ പലഭാവങ്ങളിലും സങ്കൽപ്പിച്ചു കൊണ്ട് ആരാധന നടത്തിവരാറുണ്ട്. അതിനനുസരിച്ചുള്ള പൂജാദി കർമ്മങ്ങളും നടത്തിവരുന്നു. ഉഗ്രമൂർത്തികൾ എന്ന് കരുതപ്പെടുന്ന ദേവതകൾക്ക് ജന്തുബലി നടത്തുന്നത് അടുത്തകാലം വരെയും സാധാരണമായിരുന്നു. നിയമംമൂലം അവ നിരോധിച്ചതിനുശേഷവും പലയിടത്തും മുറപോലെ നടന്നുവെങ്കിലും നവോത്ഥാനാശയങ്ങളുടെ ശക്തമായ സ്വാധീനംമൂലം ഇന്നത് സർവ്വസാധാരണമല്ലാതായിരിക്കുന്നു. എന്നാൽ ഇന്നും അത്തരം കർമ്മങ്ങൾ ചുരുങ്ങിയ തോതിലെങ്കിലും പല പ്രദേശങ്ങളിലും ചെയ്തു വരുന്നു ണ്ടെന്ന് വാർത്തകളിലൂടെ നാം മനസ്സിലാകുന്നുണ്ട്. മന്ത്രവാദം, ആഭിചാരകർമ്മം മുതലായവയുമായി ഇത്തരം ആരാധനകൾ ബന്ധപ്പെടുത്തി വന്നിരുന്നു. ദുർദ്ദേവതകളെ പ്രസാദിപ്പിക്കുവാൻ ബലികർമ്മങ്ങൾ നടത്തിയിരുന്ന മന്ത്രവാദികൾ ഒരുകാലത്ത് നമ്മുടെ നാട്ടിൽ ധാരാളം ഉണ്ടായിരുന്നു. ഇപ്പോഴും ആ പരമ്പരയിൽപ്പെട്ട ചിലരെങ്കിലും ജീവിച്ചിരിപ്പുണ്ട്.

ബ്രാഹ്മണരുടെ വരവിനുശേഷം കേരളത്തിലെ സാമൂഹിക ജീവിതത്തിൽ പലതരം പരിവർത്തനങ്ങൾ സംഭവിക്കുകയുണ്ടായി. തൽഫലമായി ബ്രാഹ്മണരുടെയും അവർക്കു മുമ്പുണ്ടായിരുന്നവരു ടെയും ആചാരാനുഷ്ഠാനങ്ങൾ കൂടിക്കലർന്നുകൊണ്ടുള്ള ഒരു ജീവിതക്രമം ഉടലെടുത്തുതുടങ്ങി. എന്നാൽ ഇതേയവസരത്തിൽത്തന്നെ അന്നത്തെ സാമുദായിക വ്യവസ്ഥകാരണം അവരുമായി ബന്ധപ്പെടാൻ കഴിയാതിരുന്ന ഒരുവിഭാഗം ജനത തങ്ങളുടെ സ്വന്തമായ ആചാരാനുഷ്ഠാനങ്ങൾക്കനുസരിച്ച് ജീവിതം തുടർന്നുപോന്നു. ഈ പ്രത്യേകത അവരുടെ ഈശ്വരാരാധനയിലും അതിനോടനുബന്ധിച്ചുള്ള കലാപ്രകടനങ്ങളിലും വ്യക്തമായിരുന്നു (തിറയാട്ടവും അഞ്ചടിയും, സി.ജി.എൻ., എൻ.ബി.എസ്സ്., 1990, പേജ് 18-19). ഇത്തരത്തിലുള്ള കലാപരമായ ചടങ്ങുകൾ തന്നെയാണ് കുത്തിയോട്ടത്തിന്റെ ആദിമരൂപമെന്നു മനസ്സിലാക്കാവുന്നതാണ്.

അഭ്യാസവും അനുഷ്ഠാനവും

കുത്തിയോട്ടക്കളത്തിൽ നടക്കുന്ന നൃത്ത-നൃത്യ കലയ്ക്ക് രണ്ടു ഘട്ടമുണ്ട്. അഭ്യാസഘട്ടവും അനുഷ്ഠാനഘട്ടവുമാണവ. ശിവരാത്രി മുതൽ രേവതിവരെ പരിശീലന ഘട്ടമാണ്. ഭരണിദിവസമാണ് അനുഷ്ഠാനം അരങ്ങേറുന്നത്.

കുത്തിയോട്ടത്തിന്റെ പരിശീലനം കാണാൻ വഴുപാട് വീടുകളിൽ എത്തുന്നവരെ ഭക്ഷണം നൽകി വീട്ടുകാർ ഉപചരിക്കുന്നുവെന്നത് ശ്രദ്ധേയമാണ്. ഭക്ഷണം കഴിക്കാൻ ഭഗവതിയെത്തുമെന്ന വിശ്വാസവും ഇതിനുപിന്നിലുണ്ട്.

ക്ഷേത്രങ്ങളിൽ നടത്തിവരാറുള്ള കലാപ്രകടനങ്ങൾ പൊതുവേ രണ്ടു ഭാഗത്തിൽപ്പെടുത്താവുന്നതാണ്. വലിയ ക്ഷേത്രങ്ങളിൽ സമൂഹത്തിലെ ഉയർന്ന വർഗ്ഗക്കാർക്കുവേണ്ടിയുള്ള കൂത്ത്, കൂടിയാട്ടം, കഥകളി മുതലായവയാണ് ഒരു വിഭാഗം. മറ്റൊന്ന്, സാധാരണക്കാർക്കു വേണ്ടി നടത്തുന്ന തെയ്യം, തിറയാട്ടം, പടയണി, കോലം, കുത്തിയോട്ടം മുതലായവയും. കഥകളി തുടങ്ങിയവ വലിയ ക്ഷേത്രങ്ങളോടനുബന്ധിച്ചാണ് നടത്തപ്പെട്ടിരുന്നത്. പണ്ട് ആ ഭാഗങ്ങളിലേക്കൊന്നും സാധാരണ ജനങ്ങളിൽ വലിയൊരു വിഭാഗത്തിനു പ്രവേശനമുണ്ടായിരുന്നില്ല. അതിനാൽ അവർക്കെല്ലാം പ്രവേശിക്കാവുന്ന ആരാധനാലയങ്ങളോടനുബന്ധിച്ചുള്ള ക്ഷേത്രകലകളുമായി അവർ ബന്ധപ്പെടുകയും അവകണ്ടാസ്വദിക്കുകയും ചെയ്തു പോന്നു. ഇങ്ങനെ സാധാരണ ജനങ്ങളുടെ ഇടയിൽ തിറയാട്ടം, തെയ്യം മുതലായവയ്ക്ക് വലിയ പ്രചാരം ലഭിക്കാനിടയായി. പടേനി, കുത്തിയോട്ടം മുതലായവയുടെ പ്രചാരത്തിനും ഹേതുവായത് ഇക്കാരണങ്ങൾ തന്നെയാണ്.

ആറ്റുകാൽ, പഴഞ്ചിറ, കൊഞ്ചിറവിള, മുക്കോലയ്ക്കൽ തുടങ്ങിയ തിരുവനന്തപുരം ജില്ലയിലെ പ്രധാന ക്ഷേത്രങ്ങളിലെല്ലാം കുത്തിയോട്ടം അരങ്ങേറുന്നു. ഇവിടങ്ങളിൽ ആശാരിമാരാണ് (തടിപ്പണിക്കാർ/തമിഴ് വിശ്വകർമ്മജർ) കുത്തിയോട്ടത്തിനും ചൂരൽ മുറിയലിനും പാരമ്പര്യമായിത്തന്നെ അനുഷ്ഠാപകരായി നിലകൊള്ളുന്നത്. ഇന്നും ആ പാരമ്പര്യം തുടരുന്നുണ്ട്. ഈഴവരാണ് ഈ കല

യുടെ അനുഷ്ഠാപകരെന്ന് പ്രൊഫ. കിളിമാനൂർ വിശ്വംഭരൻ സൂചിപ്പിക്കുന്നുണ്ട് (നാടോടി ദൃശ്യകലാസൂചിക, കേരളസംഗീതനാടക അക്കാദമി 1978). 'ശബ്ദശാസ്ത്രത്തിന്റെ ശ്രീമുഖം' എന്ന പഠനഗ്രന്ഥത്തിൽ ദക്ഷിണകേരളത്തിലെ പാരമ്പര്യകലകളെക്കുറിച്ചെഴുതുമ്പോൾ ഡോ. എഴുമറ്റൂർ രാജരാജവർമ്മയും ഇക്കാര്യം ഉറപ്പിക്കുന്നുണ്ട് (പേജ് 135, കറന്റ് ബുക്സ്, 2010). നവോത്ഥാന ആശയങ്ങളും ശ്രീനാരായണഗുരു, വാഗ്ഭടാനന്ദൻ, ബ്രഹ്മാനന്ദശിവയോഗി തുടങ്ങിയവരുടെ ആശയസ്വാധീനത്തിൽപ്പെട്ടവരുമായ ഈഴവ വിഭാഗം വിശേഷിച്ചും മധ്യതിരുവിതാംകൂറിൽ, മാമൂലുകളെയും ബലി മുതലായവയെയും ദുർദേവതാപൂജയേയും ഉപക്ഷിക്കാൻ തയ്യാറായതാവണം ഈ കല അവരിൽനിന്ന് അന്യമാകാൻ കാരണം.

ചില കലകൾ പിൽക്കാല സമൂഹങ്ങൾ സ്വന്തമാക്കിയചരിത്രം സംഘകാലം മുതലേ നിലവിലുണ്ട്. മതുരൈ തമിഴ് കൂത്തൻ കുട്ടുവൻ മണ്ണനാർ എന്ന സംഘകാല കവിയെക്കുറിച്ച് പറയുമ്പോൾ വി വി കെ വാലത്ത് നടത്തുന്ന നിരീക്ഷണം ഇത് ശരിവെക്കുന്നുണ്ട്. അദ്ദേഹം എഴുതുന്നു:

'മധുരൈ തമിഴ് കൂത്തൻ കുട്ടുവൻ മണ്ണനാർ ആര്യക്കൂത്ത്, തമിഴ്ക്കൂത്ത് എന്നീ രണ്ടുതരം കൂത്തുകളിൽ ഒടുവിലത്തേതു തൊഴിലാക്കിയ കവിയായിരുന്നു. കൂത്ത് ചാക്യാരുടെ കുത്തകയാകുന്നതിനു മുൻപു സംഘകാലത്തെ ഒരു ജനകീയ കലാരൂപമായിരുന്നു' (സംഘകാലകേരളം, വി.വി.കെ. വാലത്ത്, പേജ് 32, എൻ.ബി.എസ്., 1977)

ഒരുകാലത്ത് സമ്പന്നമായിരുന്ന തറവാടുകളിൽ, കാരണവന്മാരുടെ നേതൃത്വത്തിൽ, സർപ്പംതുള്ളൽ, തെയ്യം, തിറ കുത്തിയോട്ടം, പടേനി തുടങ്ങിയ ആഘോഷങ്ങൾ നടത്തുന്നതിന് യാതൊരു വിഷമവും ഉണ്ടായിരുന്നില്ല. അവ എത്രകണ്ട് ആകർഷകവും ആഘോഷ പൂർണ്ണവുമാക്കാൻ കഴിയുമെന്നതിലായിരുന്നു അവർ ശ്രദ്ധിച്ചിരുന്നത്. എന്നാൽ ഇന്ന് അത്തരം തറവാടുകളെല്ലാം ഭാഗിക്കപ്പെട്ടു പോവുകയും അംഗങ്ങൾ ലോകത്തിന്റെ വിവിധയിടങ്ങളിലായി വേരുറപ്പിക്കുകയും ചെയ്തു. അതിനാൽ, ഉത്തരകേരളത്തിലെ തെയ്യത്തിനും തിറയാട്ടത്തിനും സംഭവിച്ചതുപോലെ, തെക്കൻ കേരളത്തിലും പാരമ്പര്യമായി അവതരിപ്പിച്ചുവന്ന മറ്റു പല അനുഷ്ഠാനങ്ങളിലും ശ്രദ്ധിക്കാൻ പലർക്കും കഴിയാതെ വന്നിട്ടുണ്ട്. മാത്രമല്ല, നവോത്ഥാനാനന്തരം സാമൂഹികമായി വന്നുചേർന്ന ചില മാറ്റങ്ങളും ഇതിനെ ബാധിക്കുകയുണ്ടായി. എങ്കിലും, സാമ്പത്തിക

ശേഷിയുള്ളവരും വിശ്വാസികളുമായ വീട്ടുകാർ ഇന്നും അവരുടെ തറവാടുകളിലെ ഇത്തരം ആഘോഷങ്ങൾ ഒരുവിധം ഭംഗിയായി നടത്തിവരുന്നു. മറ്റു ചില സ്ഥലങ്ങളിൽ ആകട്ടെ വിശ്വാസികളായ നാട്ടുകാരാണ് ഇക്കാര്യങ്ങളിൽ മുന്നിട്ടിറങ്ങി പ്രവർത്തിക്കുന്നത്. ചെട്ടികുളങ്ങരയിൽ വഴുപാടായി ഭക്തർ വർഷംതോറും അഹമിഹയാ നടത്താൻ മുന്നോട്ടുവരുന്നതിനാലാണ് ഇവിടെ അത് ചലനാത്മകമായി നിലകൊള്ളുന്നത്.

വർഷങ്ങളായി ചെട്ടികുളങ്ങര ക്ഷേത്രത്തിൽ നടന്നുവരുന്ന അനുഷ്ഠാനമാണിതെങ്കിലും ബ്രാഹ്മണർ/നമ്പൂതിരിമാർ ഈ ചടങ്ങിൽ പങ്കാളികളായിരുന്നില്ല. ആശാന്മാർക്കും കുത്തിയോട്ട സംഘത്തിനുമായിരുന്നു പരമാധികാരം. എല്ലാറ്റിനും അവരായിരുന്നു നേതൃത്വം നൽകിയിരുന്നത്. അവരുടെ വാക്കുകൾക്കായിരുന്നു പ്രാധാന്യം കൽപ്പിക്കപ്പെട്ടിരുന്നത്.

അടുത്ത കാലത്തായി കുത്തിയോട്ടത്തിൽ പൗരോഹിത്യത്തിന്റെ സാന്നിധ്യം കാണാം. കാൽനാട്ടുകർമ്മം തുടങ്ങിയവ കുത്തിയോട്ടത്തിന്റെ പതിവുകാഴ്ചയായി തീർന്നതോടെ, നമ്പൂതിരിയും ചടങ്ങിന്റെ അവിഭാജ്യ ഘടകമായിമാറി.

കുത്തിയോട്ടത്തിന്റെ വ്യവഹാര ഭാഷയിലും പദാവലികളിലും മാറ്റം വന്നുതുടങ്ങി. ആശാൻ/മാർ എന്നറിയപ്പെട്ടിരുന്ന അനുഷ്ഠാപകർ 'ആചാര്യ'ന്മാരായിമാറി. വൈദികേതരമായ അനുഷ്ഠാനത്തെ യജ്ഞമാക്കി. പന്തൽ/കൊട്ടിൽ എന്നറിയപ്പെട്ട പരിശീലനക്കളരിയെ യജ്ഞശാലയായി അവതരിപ്പിക്കപ്പെട്ടു. ഫലത്തിൽ അനുഷ്ഠാനത്തിന്റെ പരമാധികാരിയായ ആശാനേക്കാൾ തന്ത്രിക്കും പുരോഹിതനും ചടങ്ങുകളിൽ പ്രാധാന്യം കൈവന്നുതുടങ്ങി.

അനുഷ്ഠാനത്തിന്റെ ദ്രാവിഡ വിശുദ്ധിയും തനിമയും ചോരുകയും പൗരോഹിത്യം ക്രമേണ മേൽക്കൈ നേടുകയും ചെയ്യുന്നുവെന്നതാണ് ഇതിന്റെ ആത്യന്തികമായ ഫലം.

മറ്റൊരുമാറ്റം ഇതാണ്: നമ്പൂതിരിമാർ കുത്തിയോട്ട വഴിപാട് മുമ്പ് അവരുടെ വീടുകളിൽ നടത്തിയിരുന്നില്ല. ഒരു നമ്പൂതിരി കുടുംബം 2018 ലാണ് ആദ്യമായി ഈ വഴുപാട് നടത്തുന്നത്. പൊന്നാരം തോട്ടത്തുള്ള പ്രൊഫ. ഈശ്വരൻ നമ്പൂതിരിയും കുടുംബവുമാണ് വഴുപാട് നടത്തുന്ന ആദ്യ നമ്പൂതിരി കുടുംബം. ഒരു സ്വകാര്യപ്രാർത്ഥന ഭഗവതിയുടെ അനുഗ്രഹം മൂലം ക്ഷിപ്രവേഗത്തിൽ സാധിതമായതാണ് കുടുംബത്തെ ഉടൻ തന്നെ വഴുപാടിലേക്കെത്തിച്ചത്.

കുത്തിയോട്ടം: പേരും പൊരുളും

'കുത്തുക', 'ഓടുക' തുടങ്ങിയ രണ്ടു ക്രിയാപദങ്ങളിൽ നിന്നാണ് നരബലിക്കു സമാനമായ ഈ അനുഷ്ഠാനകലയ്ക്ക് കുത്തിയോട്ടം എന്ന പേര് ലഭിച്ചതെന്നാണ് അനുമാനിക്കപ്പെടുന്നത് (രാമപുരം രാധാകൃഷ്ണൻ, ദേവീമാഹാത്മ്യം ഹരിഹരപുത്രോൽപത്തി കുത്തിയോട്ടപ്പാട്ട്, മീനത്തതിൽ കേശവപിള്ള, ആമുഖ പഠനം, 2005)

'കുത്തുക' എന്നത് അനുഷ്ഠാനത്തിലെ ചൂരൽമുറിയുന്ന പ്രക്രിയയെയും 'ഓടുക' എന്നത് ചൂരൽ മുറിയിൽ ചടങ്ങിനുശേഷം ക്ഷേത്രത്തിലേക്ക് വേഗത്തിൽ പോകുന്നതിനെയുമാണ് അർത്ഥമാക്കുന്നതെന്നാണ് പലരും കരുതുന്നത് (ഡോ. സജിത്ത് ഏവൂരേത്ത്, കുത്തിയോട്ടം-ആദിമ ഗോത്രത്തിന്റെ ദ്രാവിഡ വിശുദ്ധി, കേരള ഭാഷാ ഇൻസ്റ്റിറ്റ്യൂട്ട്, 2013). എന്നാൽ ഈ പരികൽപ്പനകളിൽ കാര്യമായ ആലോചന ആവശ്യമുണ്ട്.

ദക്ഷിണകേരളത്തിലെമ്പാടും കുത്തിയോട്ട അനുഷ്ഠാനത്തിന്റെ ഉരുക്കളായ കുട്ടികളുടെ ചൂരൽ മുറിയൽ ചടങ്ങുനടക്കുന്നത് അതത് ക്ഷേത്രങ്ങളുടെ നടയ്ക്കുമുമ്പിലാണ്. ചെട്ടികുളങ്ങര ക്ഷേത്രം കൂടാതെ ആലപ്പുഴ ജില്ലയിൽത്തന്നെ മറ്റ് പതിനേഴു ക്ഷേത്രങ്ങളിൽ കുത്തിയോട്ടം അനുഷ്ഠാനമായും വഴിപാടായും നടന്നുവരുന്നുണ്ട്. ഈ ക്ഷേത്രങ്ങളിലെല്ലാം, നേരത്തേ സൂചിപ്പിച്ചതുപോലെ, ചൂരൽ മുറിയൽ ചടങ്ങുനടക്കുന്നത് അതത് ക്ഷേത്രങ്ങളുടെ തിരുമുമ്പിൽ, നടയിൽത്തന്നെയാണ്. ഏക അപവാദം ചെട്ടികുളങ്ങരയിലേതു മാത്രമാണ്. ഇവിടെ ആ ചടങ്ങ് നടക്കുന്നത് ദേവീസാന്നിധ്യസങ്കൽപ്പമുള്ള ഏതെങ്കിലും കെട്ടുകാഴ്ചയുടെ മുമ്പിലോ, വഴിയിൽവെച്ചോ, വഴുപാടുകാരന്റെ വീട്ടിൽവെച്ചോ ആയിരിക്കും. മിക്കവാറും അത് ഏതെങ്കിലും കരക്കാഴ്ചയുടെ മുമ്പിലാണ് കാലങ്ങളായി നടക്കുന്നത്. അവിടെനിന്ന് ക്ഷേത്രത്തിലേക്ക് എത്തുന്നതിന് കേവലദൂരം മാത്രമേ ഉണ്ടാവുകയുള്ളൂ. അതിനാൽത്തന്നെ കുത്തിയശേഷം (ചൂരൽമുറിയൽ ചടങ്ങിനുശേഷം) ഓടേണ്ടി (ദ്രുതചലനം /അതിവേഗമെടുക്കേണ്ടി) വരുന്നില്ല.

കുത്തിയോട്ടത്തിന്റെ പദാർത്ഥ വിചാരത്തിൽ ഇതിനുവലിയ പ്രാധാന്യമുണ്ട്.

ക്ഷേത്രനടയിൽ വെച്ചല്ലാതെ ചെട്ടികുളങ്ങരയിൽ ചടങ്ങുനടക്കുന്നത് മനസ്സിൽ കണ്ടാവണം, 'കുത്തുകയും', 'ഓടുകയും' തുടങ്ങിയ രണ്ടു പദങ്ങളെ, അവയുടെ അർത്ഥസാധ്യത മുന്നിർത്തി നിരുക്തി/നിർവചനം മുൻചൊന്ന ലേഖകരും വക്താക്കളും നൽകിയിരിക്കുന്നതെന്നാണ് ഇതിൽ നിന്നും നമുക്കു മനസ്സിലാക്കാനാവുന്നത്.

'ഓട്ടം' - ബാധയൊഴിക്കൽ

കുത്തിയോട്ടമെന്ന സമസ്തപദത്തിലെ ഉത്തരപദമായ 'ഓട്ട്' ത്തെ മുൻനിർത്തി മറ്റൊരാലോചനയ്ക്കും സാധ്യതയുണ്ട്. കണിയാൻമാർ നടത്തിയിരുന്ന കോലം തുള്ളലുമായി ബന്ധപ്പെടുത്തി ഈ പദത്തെ വ്യാഖ്യാനിക്കാം. ബാധോച്ചാടന പരമായ ഒരനുഷ്ഠാനമാണിത്. ആലപ്പുഴ കൊല്ലം, പത്തനംതിട്ട ജില്ലകളിലാണ് ഇതുള്ളതെന്നതും ശ്രദ്ധേയമാണ്.

കോലം തുള്ളി ബാധയൊഴിപ്പിക്കുന്നവനാണ് ഓട്ടൻ (ഡോ. ചുമ്മാർ ചൂണ്ടൽ, നാടൻകല, പേജ് 74, 1979) എന്നറിയപ്പെടുന്നത്. മറ്റൊരു കലാചിന്തകനായ ഡോ. എസ്സ്കെ നായർക്കു പറയാനുള്ളതിതാണ്: 'കണിയാന്മാരുടെ കോലം തുള്ളലിൽ ഓട്ടൻ തുള്ളലിന്റെ ആദ്യരൂപം കാണാം. ഓട്ടൻ-ഓടിക്കുന്നവൻ, ബാധയൊഴിപ്പിക്കുന്നവൻ എന്ന അർത്ഥമാണ്. ഓട്ടൻതുള്ളലിനും ഈയർത്ഥമാണുയോജിക്കുക. തുള്ളി ബാധയൊഴിപ്പിക്കുക.കോലം തുള്ളൽ ബാധയൊഴിപ്പിക്കാൻ വേണ്ടിയുള്ളതാണെന്നു പ്രസിദ്ധം' (ഡോ. എസ്സ്കെ നായർ, സംസ്കാരകേദാരം, പേജ് 139-40). അപ്പോൾ, ഒഴിപ്പിക്കൽ ചടങ്ങാണ് ഓട്ടം. മഹാരോഗങ്ങൾക്കും ദുരിതങ്ങൾക്കും പ്രതിവിധിയായി പ്രാർത്ഥനകളും അനുഷ്ഠാനങ്ങളുമല്ലാതെ മറുമരുന്നുകളൊന്നുമില്ലാതിരുന്ന കാലത്ത്, ഇത്തരം 'ഈതിബാധകളു'മൊഴിയാൻ രോഗ ദേവതയ്ക്കുമുമ്പിൽ പ്രാചീന മനുഷ്യർ നടത്തിയിരുന്ന ബലിയാണു കുത്തിയോട്ടമെന്നതിലേക്കാണ് മേൽപ്പറഞ്ഞ നിരീക്ഷണങ്ങൾ നമ്മെ (ഭാവുകനെ) ക്കൊണ്ടെത്തിക്കുന്നത്. പത്തുവയസ്സിൽ താഴെയുള്ള കുട്ടികളുടെ പള്ളയ്ക്കിരുവശവും 'കുത്തി' (ചൂരൽമുറിഞ്ഞ് /ബലിപ്രതീകം) 'ഓട്ടം' (ബാധയൊഴിപ്പിക്കൽക്രിയ) നടത്തുന്നതിനാലാവണം (ഈതിബോധോപദ്രവവും വസൂരി പോലുള്ള മഹാവ്യാധികളുമൊഴിയാൻ മാരിയമ്മന്ക്ക്

ബലിനൽകി) ഈ അനുഷ്ഠാനത്തിനു കുത്തിയോട്ടം എന്ന പേരു വന്നത്.

കുട്ടിയാട്ടം = കുത്തിയോട്ടം?

എന്നാൽ, ദേവീക്ഷേത്രങ്ങളിൽ കുട്ടികളാൽ അനുഷ്ഠിക്കപ്പെട്ടിരുന്ന, അനുഷ്ഠാന നൃത്തരൂപമായ 'കുട്ടിയാട്ട'മാണ് കുത്തിയോട്ടം എന്ന പേരിൽ ഇന്നറിയപ്പെടുന്നതെന്ന് മനസ്സിലാക്കാനാവുന്ന ചില സൂചനകളും നമുക്കുമുന്നിലുണ്ട്.

ഓണാട്ടുകരയിലെമ്പാടും പ്രചുരപ്രചാരം സിദ്ധിച്ച,
'ചെട്ടികുളങ്ങര മാതേവിയമ്മയ്ക്കെൻ
എട്ടു വയസ്സിലെ കുത്തിയോട്ടം'

എന്ന പഴയ ഈരടിയുടെ യഥാർത്ഥ പാഠത്തിലാണ് കുട്ടിയാട്ടം എന്ന സൂചന കാണാനാവുന്നത്.

അജ്ഞാതകർത്തൃകമെന്ന് പലരും ധരിച്ചിരുന്ന പ്രസ്തുത പാട്ടിന്റെ രചയിതാവ് 1800-ൽ ജനിക്കുകയും 1835-ൽ അന്തരിക്കുകയും ചെയ്ത കൊല്ലം പരവൂർ സ്വദേശി എഴിയത്ത് കാച്ചമ്പാളിയാശാനാണ് (പ്രൊഫ. ചിത്രാഗോപാൽ, യോഗനാദം, ജൂൺ 16-30,2022).

സംസ്കൃതപണ്ഡിതനും സമുദായ പ്രമാണിയും മഹാവൈദ്യനെന്നഖ്യാതി നേടിയ ആളുമെന്ന് ഉള്ളൂർ സാക്ഷ്യപ്പെടുത്തുന്ന (കേരള സാഹിത്യ ചരിത്രം) എഴിയത്ത് വൈരഭൻ വൈദ്യന്റെ മാതുലനായിരുന്നു വരിഷ്ഠകവി കൊച്ചമ്പാളി ആശാൻ. കുഞ്ചൻ നമ്പ്യാരുടെ കാലശേഷം സാഹിതീദേവി കുറേക്കാലം നിദ്രാവസ്ഥയിൽ കഴിച്ചുകൂട്ടി എന്നാണ് അഭിജ്ഞമതം. അമ്മാനപ്പാട്ട് പാവകളിപ്പാട്ട്, വഞ്ചിപ്പാട്ട് കൈകൊട്ടിക്കളിപ്പാട്ട്, കുറത്തിപ്പാട്ട്, കമ്പടിപ്പാട്ട്, തിരുവാതിരകളിപ്പാട്ട്, കരടികളിപ്പാട്ട്, കിളിപ്പാട്ട് എന്നിങ്ങനെ വ്യത്യസ്തങ്ങളായ ഗാനശാഖകൾ തുടർന്നുണ്ടായി. ഈ കാലഘട്ടത്തിലാണ് കൊച്ചമ്പാളി ആശാന്റെ സാഹിതീ പ്രവേശം.

അദ്ദേഹത്തിന്റെ പല പാട്ടുകളും ദേശത്തിന്റെ അതിരുകൾ വിട്ടു തിരുവിതാംകൂറിലാകെ പ്രചരിച്ചിരുന്നു. 'ജനകന്റെ മകളല്ലോ ചീതപ്പെണ്ണ്/ അവൾക്കല്ലോ ചീരാമൻ മുണ്ടുകൊടുത്തു / അവളെയല്ലോ രാവണച്ചൻ കട്ടോണ്ടുപോയ്' തുടങ്ങിയവ വരികൾ കൊച്ചമ്പാളിയാശാന്റേതാണ്. അദ്ദേഹമെഴുതിയ കുറത്തിപ്പാട്ടിലേതാണ് ഈ വരികൾ. കുറവർകളിക്കായി, അവരുടെ ഭാഷയിൽ അദ്ദേഹം ചമച്ചു കൊടുത്തതാണീവരികൾ. ധാരാളം കരടിപ്പാട്ടുകളും അദ്ദേഹത്തിന്റേതായുണ്ട്. ഈ കവിയുടെ തന്നെ വിഖ്യാത കരടികളിപ്പാട്ടു

കളിലൊന്നിലാണ്:

'ചെട്ടികുളങ്ങര പാർവ്വതിയമ്മേടെ
എട്ടാംവയസ്സിലെ കുട്ടിയാട്ടം കുട്ടിയാട്ടം
തന്നന്നാ താനന തന്നാന തന
താനന താനന തന്നാനാ'

എന്നിങ്ങനെയുള്ള വരികൾ ഉള്ളതെന്നാണ് പ്രൊഫ. ചിത്രാഗോപാൽ അഭിപ്രായപ്പെടുന്നത്. ഇത് വാസ്തവമാണെങ്കിൽ ഓണാട്ടുകരയിൽ താനവട്ടത്തോടുകൂടിത്തന്നെ പ്രചരിച്ചിരുന്ന കുത്തിയോട്ടപ്പാട്ടിന്റെ വരികളിലെ 'മാതേവിയമ്മ', കരടിപ്പാട്ടിലെ 'പാർവ്വതിയമ്മേ'ടെ ദേശ്യഭേദമോ പാഠാന്തരമോ മാത്രമായാണ് കാണാനാവുക.

പ്രസ്തുത പാട്ടിലെ രണ്ടാമത്തെ വരിയിൽ ആവർത്തിക്കുന്ന 'കുട്ടിയാട്ടം' എന്ന പ്രയോഗം അഥവാ പദസമുച്ചയം നമുക്ക് ചില ആലോചനകൾ തരുന്നുണ്ട്. ദേവീക്ഷേത്രങ്ങളിൽ കുട്ടികളാൽ നിർവഹിക്കപ്പെട്ടിരുന്ന ഒരുതരം അനുഷ്ഠാന നൃത്തമാണ് പ്രസ്തുത കലാരൂപം എന്ന സൂചനയാണ് അതു നൽകുന്നത്. അങ്ങനെ നോക്കുമ്പോൾ കുത്തിയോട്ടം എന്ന സംജ്ഞ നൽകുന്ന അർത്ഥത്തേക്കാൾ കുട്ടിയാട്ടം എന്ന പ്രയോഗത്തിന് ആഴവും വ്യാപ്തിയുമുണ്ട്.

ഈ കുട്ടിയാട്ടം കാലാന്തരത്തിൽ 'കെട്ടുംപട്ടും' പോവുകയും പിന്നീട് പുനർജ്ജനിക്കുകയും, കാലത്തിന്റെ പരിക്കുകളും പരിചരണങ്ങളുമേറ്റ് പിൽക്കാല വ്യവഹാരങ്ങളിൽ കുത്തിയോട്ടമായി പരിണമിക്കുകയും ചെയ്തു എന്നുവേണം കരുതാൻ.

ചുരുക്കത്തിൽ, കുട്ടിയാട്ടമാണ് അനുഷ്ഠാന രൂപത്തിൽ കുത്തിയോട്ടമായി പിൽക്കാലത്തു കീർത്തിപ്പെട്ടത്. കരടിപ്പാട്ടുമായി പ്രസ്തുത കലയുടെ പാട്ടിന് ആധർമ്മണ്യമുണ്ട്.

ഇതൊരു തീർപ്പല്ല. മറിച്ച് ഒരു നിഗമനം മാത്രമാണ്. ഈ വിഷയത്തെക്കുറിച്ചുള്ള പഠിതാക്കളുടെയും ഗവേഷകരുടെയും ഗവേഷണപരമായ ആലോചനയ്ക്കു വേണ്ടിയുള്ള എളിയ നോക്കുപാടാണ്.

കരടിപ്പാട്ടും കുത്തിയോട്ടവും

ഒരു ഓണക്കാല വിനോദമാണു കരടിപ്പാട്ട്. ഇതൊരു നാടൻ കലയാണ്. ഓണക്കാലത്തെ കടുവകളിയുമായി ഇതിനു ചില സാമ്യങ്ങളുണ്ട് (വിശ്വവിജ്ഞാനകോശം, ഭാഗം6). മധ്യതിരുവിതാംകൂറിലെ കൊല്ലം, കായംകുളം ഭാഗങ്ങളിൽ ഇതിനു വലിയ പ്രചാരമുണ്ടായിരുന്നു. കുത്തിയോട്ടത്തിലെ ചുവടും താനവട്ടയും ഇതിലും കാണാം.

ഓണക്കാലസന്ധ്യകളിൽ, വീട്ടുമുറ്റങ്ങളിലാണിതരങ്ങേറുന്നത്. കരടിയും വേട്ടക്കാരുമാണ് പ്രധാന കഥാപാത്രങ്ങൾ. കളിക്കൂട്ടത്തിലെ ഒരു യുവാവിനുമേൽ വാഴക്കരിയിലയും ഈർക്കിൽ കളഞ്ഞെടുത്ത ഓലയും പാവാടപോലെ കെട്ടി അലങ്കരിക്കും. തുടർന്ന്, പാലത്തടികൊണ്ടു നിർമ്മിച്ച ഭാരം കുറഞ്ഞ കരടിത്തല മുഖത്തുറപ്പിക്കുന്നു.

കാലുറയും തൊപ്പിയും മരത്തിലുണ്ടാക്കിയെടുത്ത തോക്കുമായി തനിസായിപ്പിന്റെ വേഷത്തിലാണു വേട്ടക്കാരൻ വരുന്നത്. ചിലപ്പോൾ ഒന്നിലധികം വേട്ടക്കാരുമുണ്ടാവും. പാട്ടുകാരും താളക്കാരുമടങ്ങുന്ന സംഘം കരടിയെയും വേട്ടക്കാരനെയും അനുഗമിക്കുന്നു. കൈമണി, ഗഞ്ചിറ തുടങ്ങിയ നാടൻ വാദ്യോപകരണങ്ങളും കൈത്താളവുമാണു പിന്നണി. ആദ്യം താളത്തിനൊപ്പിച്ചുള്ള കരടിയുടെ ചുവടുവയ്പാണ്. കമുകിൻപാള കൊണ്ടുള്ള മുഖംമൂടിവെച്ചാണു ചിലയിടങ്ങളിൽ കരടി കളിക്കുന്നത്. അതിനുശേഷം പാട്ടു തുടങ്ങുന്നു.

ഓരോ നാടിന്റെയും ഇന്നലെകളാണു കരടിപ്പാട്ടുകളിലൂടെ പുറത്തുവരുന്നത്. പുരാണകഥകൾ, നാട്ടിൽ വിവാദമായ ഏതെങ്കിലും ആനുകാലിക സംഭവം, തർക്കത്തിലെത്തിയ ഒരു റോഡുപണി, നാട്ടുകാർ തമ്മിലുണ്ടായ സംഘർഷം, പാലംപണി, തീപ്പിടുത്തം തുടങ്ങി കണ്ണിൽ കാണുന്നതെന്തും കരടിപ്പാട്ടിനു വിഷയമാകും. നീണ്ടകര പാലം, ചവറയിലെ തെക്കൻ ഗുരുവായൂർക്ഷേത്രം, നാട്ടിലെ പഴയ തറവാട്ടിൽ ആന വിരണ്ടത്, ഉത്സവങ്ങൾ, ചവറയിൽ നിന്നു ശാസ്താംകോട്ടയിലേക്ക് റോഡുവന്നത് തുടങ്ങി പ്രാദേശികാനുഭവ

ങ്ങളും അവിസ്മരണീയ സംഭവങ്ങളും ചരിത്രങ്ങളുമാണു കരടിപ്പാട്ടുകളാക്കി ജനങ്ങളോടു സംവേദിച്ചിരുന്നത്. ചുരുക്കത്തിൽ, കഥകളും മിത്തുകളും ചരിത്രവുമൊക്കെ ഈണമേറിയ പാട്ടായി തലമുറകളിലേക്കു പകരുന്നതായിരുന്നു കരടികളിയുടെ പതിവ്.

'താനിന്നം താനായി തന്നാനോ/ താനിന്നേ താനന്നേ തന്നാന്നാതനേ' എന്നിങ്ങനെയുള്ള വായ്ത്താരികളിലാണ് പാട്ടുതുടങ്ങുന്നത്. പാട്ടുനീളുമ്പോൾ മട്ടുമാറും. വായ്ത്താരികൾക്കും അതിനനുസരിച്ച് മാറ്റമുണ്ടാവും.

താനവട്ടത്തിനു (വായ്ത്താരിയ്ക്കു) ശേഷം പതിഞ്ഞമട്ടിൽ, എന്നാൽ ഗൗരവത്തിൽ, പാട്ടിലേക്കു കടക്കും.

'കാട്ടിൽ കിടന്നൊരു കള്ളക്കരടിയെ
കൂട്ടിലാക്കി ഞങ്ങൾ കൊണ്ടുവന്നു
ഉണ്ടകിട്ടും പിന്നെ അവലുകിട്ടും പിന്നെ
വെള്ളിപ്പണത്തിന്മേലൊന്നു കിട്ടും'

എന്നിങ്ങനെ പാട്ട്. അതുകഴിഞ്ഞാൽ ആദ്യം പാടിയതാനവട്ടത്തിന്റെ ആവർത്തനമാണ്. പിൻപാട്ടുകാർ അതേറ്റുപാടും. തുടർന്ന് വീണ്ടും സാഹിത്യം. ഇതാണു കരടിപ്പാട്ടിന്റെ രീതി.

നാടിന്റെ ചരിത്രവും ഉത്സവങ്ങളും പാട്ടുകളാക്കി ചുവടുവെക്കുന്ന കരടികൾ ഹാസ്യവും ചെറിയ അളവിൽ വേണമെങ്കിൽ പരിഹാസവും പാട്ടുകളിൽ നിറയ്ക്കാറുണ്ട്. ഇങ്ങനെയുള്ളു കരിടിപ്പാട്ടിലെ വായ്ത്താരികളാണ് കുത്തിയോട്ടപ്പാട്ടിൽ താനവട്ടമായിമുഴങ്ങുന്നത്.

കരടിപ്പാട്ടിൽ നിന്നും:

'വിശ്വത്തിലൊക്കെ പ്രസിദ്ധനായുള്ളൊരു
കോമലേഴം ദഹിച്ചുള്ള വാർത്ത
പാഴല്ലിത് കേട്ടീടുകിൽ ദോഷം പലതുണ്ടാമത്
കീഴിൽ പറഞ്ഞിടാം കേട്ടുകൊൾവിൻ'

എന്നിങ്ങനെ പാട്ടുകൾ നീളുന്നു.

പഴയൊരുകുത്തിയോട്ടപ്പാട്ടിൽ നിന്നും:

'ഭക്തർക്കുഭുക്തിയുംശക്തിയുംമുക്തിയും
വെക്കമായ് നൽകുന്ന ഭക്തപ്രിയേ,
വമ്പിച്ചൊരുസമ്പത്തിനി മുമ്പിത്തരുകിമ്പത്തൊടു
ശംഭുപ്രിയേപാദം കുമ്പിടുന്നേൻ'

കരടിപ്പാട്ടിലെ വരികൾക്കുള്ള വായ്ത്താരിയുടെ അതേ താനവട്ടത്തിലാണ് കുത്തിയോട്ടപ്പാട്ടും വാർന്നുവീണിരിക്കുന്നത്.

പ്രാചീനമനുഷ്യൻ ആദ്യമായി ചങ്ങാത്തത്തിലാകുന്ന ജീവികരടിയാണെന്നാണ് നരവംശശാസ്ത്രജ്ഞന്മാർ കരുതുന്നത്. അതിനാൽ അവന്റെ വിനോദങ്ങളിൽ കരടികഥാപാത്രമായി. ആ നിലയ്ക്ക് ചിന്തിക്കുമ്പോൾ കുത്തിയോട്ടത്തിനുമുന്നേ രൂപപ്പെട്ടിരിക്കാവുന്ന കലാരൂപമാണു കരടിപ്പാട്ട്. അങ്ങനെയായാൽ, കുത്തിയോട്ടത്തിലേക്ക് വായ്ത്താരിയും താളവും സംഭാവനചെയ്തത് കരടിപ്പാട്ടുതന്നെയാവണം. അഥവാ ആദ്യകാലത്ത് കരടിപ്പാട്ടുകളുടെ അകമ്പടിയോടെയാവണം കുത്തിയോട്ടക്കുരുന്നുകളെ ആനയിച്ചിരുന്നത്. തിരുവനന്തപുരത്തും കൊല്ലങ്കോടും മംഗലത്തുകോണത്തും ഈ വഴിപാടിന് പാട്ടൊരുക്കങ്ങളില്ലാത്തതും കൊല്ലത്തും അതിനു വടക്കൻദിക്കുകളിലും മാത്രംപാട്ടുനിലനിൽക്കുന്നതും ഈവഴിക്കു ചിന്തിക്കാനാണ് നമ്മെപ്രേരിപ്പിക്കുന്നത്.

'താനവട്ട' വിചാരം

കുത്തിയോട്ടത്തിൽ പിൻപാട്ടുകാർ പാടുന്ന വായ്ത്താരികളെ താനവട്ടം എന്നാണ് പറഞ്ഞു വരുന്നത്. താളവട്ടം ആണ് താനവട്ടമായതെന്ന് സങ്കൽപിക്കപ്പെടുന്നു. താനായ് വട്ടമെന്നും ഇതിനെ അറിയപ്പെടുന്നു.

1952-ൽ മാതൃഭൂമിയിൽ പ്രസിദ്ധീകരിച്ച ഒരു നാടൻപാട്ടു പഠനത്തിൽ, കുത്തിയോട്ടത്തെക്കുറിച്ചെഴുതുമ്പോൾ പ്രൊഫ. കിളിമാനൂർ വിശ്വംഭരൻ പിൻപാട്ടുകാരാൽ ആവർത്തിക്കപ്പെടുന്ന വായ്ത്താരിയെ, 'താനായ് വട്ടം' എന്നാണ് സൂചിപ്പിച്ചത്. അദ്ദേഹത്തിന്റെ പല ലേഖനങ്ങളിലും പുസ്തകങ്ങളിലും ആ പ്രയോഗം തന്നെയാണ് ആവർത്തിച്ചിരിക്കുന്നത് (പിണിതീർക്കുംപാട്ടുകൾ, 1956). ആകെയാൽ അത് അച്ചടിത്തെറ്റല്ലെന്നു ഉറപ്പിക്കാം. കൊല്ലം ജില്ലയിലെ പല പ്രദേശത്തും 'താനായ് വട്ട'മെന്ന പ്രയോഗമാണ് അക്കാലത്ത് (ഇക്കാലത്തും) നിലവിലുണ്ടായിരുന്നുവെന്നാണ് മനസ്സിലാക്കാനാവുന്നത്. അനുഷ്ഠാപകരിൽ നിന്നും ആവേദകരിൽനിന്നും സ്വീകരിച്ച വാമൊഴിയെ അതേപടി അദ്ദേഹം ലേഖനത്തിൽ പകർത്തുകയായിരുന്നുവെന്നുവ്യക്തം.

ത, ന എന്നീ അക്ഷരങ്ങൾ ചേർന്നുള്ള വായ്ത്താരികളുടെ ക്രമത്തിലുള്ള ആവർത്തന(വട്ടം)മായതുകൊണ്ട് കുത്തിയോട്ടത്തിൽ ഇവയെ താനവട്ടമെന്നു പറയുന്നു. പ്രാദേശിക ഭേദമായി 'താനായ് വട്ടം' എന്നും അപൂർവ്വമായുണ്ട് (ഡോ. അശോക് ഡിക്രൂസ്). അവിടെ ത, ന എന്നിവകൂടാതെ 'യ്' (ആയ്) എന്ന ശബ്ദവും വായ്ത്താരിയിൽ ആവർത്തിക്കുന്നുവെന്നത് ശ്രദ്ധേയമാണ്.

കുത്തിയോട്ടത്തിൽത്തന്നെ,
'തന്നന്നാതാനന്നായ് തന്നാനാതനെ,
താന്നന്നായ് താന്നന്നാതന്നാനാ..'

എന്നിങ്ങനെ താനവട്ടം (താനായ് വട്ടം!) വരുന്നുമുണ്ട്. അതിനാൽ, ഇവിടങ്ങളിൽ 'താനായ് വട്ട'മെന്ന പ്രയോഗംലോപിച്ച് താനവട്ടമായി മാറിയതാണെന്നനുമാനിക്കാം.

'താനം' എന്നതിന്, 'സ്ഥാനം' എന്നും 'ആലാപനം' എന്നും അർ

ത്ഥമുണ്ട്. 'വട്ടം' എന്നതിന്, 'ആവർത്തിച്ചു വരുന്നത്' എന്നുമാണർത്ഥം. ആവർത്തിക്കുന്ന ആലാപനം, ആവർത്തിക്കുന്ന സ്ഥാനം എന്നൊക്കെയും ഭാഷാപരമായി താനവട്ടത്തിന് അർഥമെടുക്കാം (ഡോ. എസ്സ് അജയകുമാർ).

താനായ് വട്ടമെന്നും താനവട്ടമെന്നും പറയുന്നത്, ഫലത്തിൽ 'താളവട്ടം' (താളത്തിന്റെ ആവർത്തനം) തന്നെയാണ്. അനുഷ്ഠാനകലയായ കുത്തിയോട്ടത്തിലാണ് താളവട്ടം എന്ന പ്രയുക്തിക്ക് ഏറെ പ്രശസ്തി കൈവന്നിട്ടുള്ളത്. കുത്തിയോട്ടത്തിന്റെ ആദ്യ നാലുപാദങ്ങളിലാണ് പ്രധാനമായും ചുവടു വെപ്പുകളുള്ളത്. ഗണപതിസ്തുതി/ദേവീസ്തുതി ആരംഭിക്കുന്നതു തന്നെ നൃത്തക്കാർ വട്ടത്തിൽ നിന്നു കൊണ്ട് താളത്തിനൊത്തു ചുവടുവെക്കുന്നതോടെയാണ്. ഈ പ്രക്രിയയെയാണ് 'താളവട്ടം' എന്ന് പറയുന്നത് (ഡോ. കമലൻ കുമാരൻ).

വാസ്തവത്തിൽ ഈ താളം, താളവട്ടം എന്നിവ സംബന്ധിച്ച് വ്യത്യസ്ത പ്രദേശങ്ങളിൽ അതത് കൂട്ടായ്മകളിൽ വ്യത്യസ്ത പേരുകൾ ആയിരിക്കും ഉണ്ടാവുക. അത് ആ നാടിന്റെ യുക്തിക്ക് അനുസരിച്ച് രൂപപ്പെട്ടതാണ്. ഭാഷയുടേതായിട്ടുള്ള യുക്തിയോ നിരുക്തിയോ അവിടെ ബാധകമാവുന്നില്ല (ഡോ. വി.കെ. ദീപേഷ്).

പടയണിയിലും ചവിട്ടുനാടകങ്ങളിലും താളവട്ടങ്ങളില്ല. താളം മാത്രം. താളത്തിലുള്ള ചുവടുകൾക്കാണ് പ്രാധാന്യം. പാട്ടുതന്നെയാണ് പിൻപാട്ട്.

കുത്തിയോട്ടം: വഴക്കങ്ങളും വ്യതിയാനങ്ങളും

കേരളത്തിൽ മറ്റു പലേടത്തും കുത്തിയോട്ടമെന്ന അനുഷ്ഠാനം നടക്കുന്നുണ്ട്. ആറ്റുകാൽ, പഴഞ്ചിറ, പഴവീട്, വലിയകുളങ്ങര, മുതുകുളം, തിരുവിലഞ്ഞിയാൽ, കരുവാറ്റ, പരുമല പനയന്നാർകാവ്, മുതുകുളം കുരുംബകര, കൊല്ലകൽ തുടങ്ങിയ സ്ഥലങ്ങളിൽ ഇന്നും ഈ അനുഷ്ഠാനം സവിശേഷ ചടങ്ങാണ്.

പത്തുവയസ്സിൽ താഴെയുള്ള ആൺകുട്ടികളാണ് മധ്യതിരുവിതാംകൂറിലെ ക്ഷേത്രങ്ങളിലേക്കുള്ള കുത്തിയോട്ടം വഴിപാടിനായി വ്രതമെടുത്ത് ഉരുക്കളാവുന്നത്.

എന്നാൽ, ആറ്റുകാൽ പോലെ ചിലയിടങ്ങളിൽ അനുഷ്ഠാനത്തിൽ പെൺകുട്ടികൾ വ്രതം അനുഷ്ഠിക്കുന്നുണ്ട്. ആറ്റുകാലിൽ പെൺകുട്ടികൾക്കും പങ്കെടുക്കാവുന്ന വിധത്തിലാണ് വ്രതാനുഷ്ഠാനങ്ങൾ കാലങ്ങളായി തുടർന്നു പോരുന്നത്. 'ആൺകുട്ടികൾക്കൊപ്പം പത്തു വയസുവരെയുള്ള പെൺകുട്ടികൾ അതിൽ പങ്കെടുക്കുന്നുണ്ട്. ആയിരം കുട്ടികൾവരെ അവിടെ പങ്കെടുത്ത വർഷങ്ങളുണ്ട്' (2017, ആവേ. അനുമോദ് നായർ).

അവിടങ്ങളിൽ പക്ഷേ, ചെട്ടികുളങ്ങരയിലേതു പോലെയല്ല (ആറ്റുകാലും മറ്റും) അനുഷ്ഠാനച്ചടങ്ങുകൾ. പാട്ടും നൃത്തവും പതിവില്ല. അനുഷ്ഠാനത്തിനും ഒരാഴ്ച/പത്തുദിവസംമുമ്പ് കുട്ടികളെ ക്ഷേത്രത്തിൽ എത്തിക്കുന്നു. തുടർന്ന് അനുഷ്ഠാനകാലംവരെ താമസവും ഭക്ഷണവും അവിടെത്തന്നെ. ക്ഷേത്രത്തോടനുബന്ധിച്ച് പ്രത്യേകം തയ്യാറാക്കിയ സ്ഥലത്താണ് അവരെ പാർപ്പിക്കുന്നത്.

കുട്ടികൾ വ്രതകാലത്തുമൂന്നുനേരം കുളിച്ച് ഈറനോടെ ക്ഷേത്രം വലംവെച്ചു തൊഴണം. ചടങ്ങുതീരുന്നതുവരെ കുട്ടികൾ ക്ഷേത്രത്തിൽത്തന്നെ തുടരും. സാഷ്ടാംഗപ്രണാമമാണ് നടത്തേണ്ടത്. വ്രതകാലംകൊണ്ട് ആയിരത്തൊന്നുതവണ ഓരോരുത്തരും സാഷ്ടാംഗം പൂർത്തിയാക്കണം. ഏഴാംദിവസം വ്രതമിരിക്കുന്ന ക്ഷേത്രത്തിനു തൊട്ടടുത്ത ക്ഷേത്രത്തിലേക്കു ഘോഷയാത്രപോകും. ദേവീക്ഷേത്രവും ശാസ്താക്ഷേത്രവുമാവാം. കൃഷ്ണവേഷത്തി

ലാണ് യാത്രയ്ക്ക് കുട്ടികളെ ഒരുക്കിക്കൊണ്ടുപോകുന്നത്. പള്ളക്കിരുവശവും ചൂരൽപ്പൊളി / വെള്ളി/ സ്വർണ്ണ നൂൽക്കമ്പി കൊരുത്തിട്ടുണ്ടാവും. അന്നത്തെ താമസം ആ ക്ഷേത്രത്തിലാണ്. പിറ്റേന്നാണുമടക്കം. പുറപ്പെട്ട ക്ഷേത്രത്തിൽ മടങ്ങിയെത്തി പ്രദക്ഷിണം പൂർത്തിയായാൽ ചൂരൽപ്പൊളി (നൂൽക്കമ്പി) ശരീരത്തുനിന്നും ഊരി ക്ഷേത്രനടയിൽ സമർപ്പിക്കും. ഒരേകുട്ടി രണ്ടുംമൂന്നും തവണ അനുഷ്ഠാനത്തിൽ പങ്കെടുക്കുന്നുണ്ട് (ആവേ. രാധാകൃഷ്ണൻ ആശാൻ, ആറ്റുകാൽ)

കായംകുളം പുല്ലുകുളങ്ങരയിൽ കുത്തിയോട്ടത്തിൽ ചുവടുകാരായി പെൺകുട്ടികൾ പങ്കെടുത്തതായി ചിലർ പറയുന്നുണ്ട്. അങ്ങനെ അവിടെ നടന്നത് അവർ കണ്ടിട്ടുണ്ടാവാം. അവിടെയത് അനുവദനീയവുമായിരിക്കാം. ഒരുപക്ഷേ, ആറ്റുകാലിലേതുപോലെ കുട്ടികളെകൃഷ്ണവേഷത്തിൽ അവതരിപ്പിച്ചതുമാവാം. അഥവാ, പുല്ലുകുളങ്ങരയിൽ കുത്തിയോട്ടം നടന്നത് കുംഭഭരണിക്കുള്ള അനുഷ്ഠാനം എന്നരീതിയിൽ ആവണമെന്നുമില്ല. അരങ്ങേറിയക്ഷേത്രം ഭഗവതീക്ഷേത്രവുമായിരിക്കില്ല.

കൊല്ലത്ത് പലക്ഷേത്രങ്ങളിലും കുത്തിയോട്ടം നടക്കുന്നു. എന്നാൽ കാലംചെല്ലുന്തോറും പ്രായേണ കുറഞ്ഞു വരുന്നതായാണ് അനുഭവം. അവിടെ ചിലയിടങ്ങളിൽ പഴയ സിനിമാപ്പാട്ടുകൾ പോലും ചുവടുകൾക്കായി ആലപിക്കുന്നുവെന്നു പരാതിയുണ്ട്. കൊല്ലം ഭാഗങ്ങളിൽ കുത്തിയോട്ടം മുരടിച്ചതിന് അതും ഒരു കാരണമാവാം.

ചെട്ടികുളങ്ങരയിൽ തനിമയാർന്ന ശൈലി വികസിച്ചു വന്നിട്ടുണ്ട്. ചെട്ടികുളങ്ങര ശൈലി എന്നുതന്നെ പറയാവുന്നവിധം അത് വികസിച്ചിരിക്കുന്നു. മാറ്റങ്ങൾ ഇവിടെയും ഉണ്ടായിട്ടുണ്ട്. നേരത്തേ, കൃത്യമായിപ്പറഞ്ഞാൽ തൊണ്ണൂറുകൾക്കുമുമ്പ്, പക്കമേളത്തിന് ഗഞ്ചിറ മാത്രമായിരുന്നത് പല സംഗീതോപകരണങ്ങളിലേക്കും വിപുലപ്പെട്ടു. പരിശീലനകാലത്തെ ഒറ്റത്തോർത്ത് ഡബിൾമുണ്ടായി. ഉടുത്തുകെട്ടുമാറി. കാവാലം നാടകങ്ങളിലെ ഉടുത്തുകെട്ട് ഇവിടെ പകർത്തുകയായിരുന്നു. അതൊക്കെ ആശാസ്യമായ വളർച്ചയാണെന്നു കാണാം.

എവിടെയും താണ്ഡവപ്രധാനമാണ് കുത്തിയോട്ടം. അതിന്റെ പാട്ടും അങ്ങനെ തന്നെ. സംഗീതാത്മകതയ്ക്ക് അതിൽ പ്രസക്തിയില്ല. മാത്രമല്ല, കുമ്മി ഇന്നത്തേതുപോലെ പഴയകാലത്ത്, ഇത്ര വ്യാപകവുമായിരുന്നില്ല. ഒരു ദിവസം പാടുന്ന കഥകൾക്കനുസരിച്ച്

ഒന്നോ രണ്ടോ കുമ്മികൾ മാത്രം ഉൾപ്പെടുത്തിയിരുന്നു. 1990-കൾക്ക് ശേഷമാണ് കുമ്മിപ്രഘോഷം ഇത്രമേൽ ആധിപത്യം നേടിയത്.

പുതിയ കാലത്തെ ആശാന്മാർ അനുഷ്ഠാനത്തിലെ തനതുപാട്ടിനേക്കാൾ കുമ്മിക്ക് പ്രാധാന്യം നൽകിത്തുടങ്ങിയതോടെ, കുമ്മികൾ പെരുകിപ്പെരുകി കുത്തിയോട്ടമെന്നത് കുമ്മിയാണെന്നുവരെ ആളുകൾ തെറ്റായി മനസ്സിലാക്കുന്ന അവസ്ഥയായിട്ടുണ്ട്. പ്രത്യേകിച്ചും ഈ കലയിൽ ആകൃഷ്ടരായി വരുന്ന പുതിയ കാണികൾ.

ആഡിയോ കാസറ്റുകൾ കമ്പോളം അടക്കിവാണ തൊണ്ണൂറുകളിൽ, ഓണപ്പാട്ടുകൾക്കും മിമിക്രി, കഥാപ്രസംഗങ്ങൾക്കും പിന്നാലെ ഭക്തിഗാനക്കാസറ്റുകളും സംഗീതആൽബങ്ങളും രംഗംകയ്യടക്കി. ആ പശ്ചാത്തലത്തിൽ കുത്തിയോട്ടപ്പാട്ടുകളും ആഡിയോയായി രംഗപ്രവേശം ചെയ്തു. പാരമ്പര്യതാളത്തിലുള്ളവ മേമ്പാടിക്കായി പരിമിതപ്പെട്ട്, മധുര സംഗീതത്തിനും ഗാനാത്മകതയ്ക്കും പ്രാധാന്യം നൽകുന്ന കുമ്മികൾ കാതുകളിലേക്കൊഴുകിയെത്തി. തുടർന്ന് അവ പരിശീലനക്കളരികളിലും നിരന്തരം അലയടിച്ചുറച്ചു. ഈ കുമ്മികളാകട്ടെ ഏറിയകൂറും ശൃംഗാരരസ പ്രധാനങ്ങളുമാണ്. അതോടെ കുത്തിയോട്ടചുവടിന്റെ സ്ഥായിയായ, അടിസ്ഥാന സ്വഭാവമായ, താണ്ഡവം ലാസ്യത്തിന് വഴിമാറിക്കൊടുത്തിരിക്കുന്നു. പാരമ്പര്യ കുത്തിയോട്ടത്തിന്റെ ചുവടുകൾ കളരിയുടെ ചിട്ടവട്ടങ്ങളെ അനുസരിക്കുന്നതുതന്നെ അത് താണ്ഡവ പ്രധാനമാണെന്നതുകൊണ്ടാണ്. പുതിയകാലത്തെ അനുഷ്ഠാപകരും പാട്ടുകാരും ഇതു പാടേ വിസ്മരിക്കുന്നു.

ചടുലമാണ് കുത്തിയോട്ടത്തിന്റെ ചുവടുകൾ. ആയോധനകലാപ്രകടനത്തിനോടാണ് ചുവടുകളുടെ ചടുല ചലനങ്ങൾക്കു സാമ്യം. അതുകൊണ്ടു കൂടിയാവാം ചെട്ടികുളങ്ങരയിൽ ബാലികമാർ പാടില്ല എന്നു കരുതുന്നത്. 'പുംനൃത്യം താണ്ഡവം പ്രാഹു' എന്നതാണ് നാട്യ ശാസ്ത്രത്തിലെ പ്രമാണം. ദ്രാവിഡപാരമ്പര്യമുള്ള ഒരു കലയ്ക്ക് നാട്യശാസ്ത്രം ബാധകമായേക്കില്ല. എങ്കിലും, അനുഷ്ഠാനത്തിലെ ചലനാത്മകമായ സഹജ പൗരുഷത്തെ സ്ത്രൈണവൽക്കരിക്കുകയാണ് കുമ്മികളുടെ ആധിക്യത്തിലേക്ക് വന്നതുവഴി കുത്തിയോട്ടത്തിനു വന്നുപെട്ട അപചയം.

പ്രസിദ്ധമായ ചെട്ടികുളങ്ങര മാതേവിയമ്മക്കെൻ എട്ടുവയസ്സിലെ കുത്തിയോട്ടം/പള്ളക്കിരുവരം പൂരൽമുറിഞ്ഞിട്ടു (കൊരുത്തിട്ടു) എന്നെപ്പെടുത്തുന്ന വേലകണ്ടോ' - എന്നു തുടങ്ങുന്ന വളരെപ്പഴയ പല പാട്ടുകളും എത്രയോ കാലങ്ങളായി ഇവിടെ പാടുന്നേയില്ല.

എട്ടും പൊട്ടും തിരിയാത്ത കുട്ടിയുടെ ആത്മാലാപം പോലെ രചിക്കപ്പെട്ട പ്രസ്തുതപാട്ട് ഇന്നത്തെ തലമുറയ്ക്ക് പരിചിതം പോലുമല്ല. പ്രസ്തുത പാട്ടിന്റെ ദേശ്യഭേദങ്ങളാണ് പലരുടെയും ഓർമ്മകളിൽ ഇന്നാകെയുള്ളത്.

ദക്ഷിണേന്ത്യയിൽ ആകെ അവതരിപ്പിക്കപ്പെടുന്ന ചില അനുഷ്ഠാനങ്ങളുടെ വകഭേദവുമാണ് കുത്തിയോട്ടം. തമിഴായിരുന്നു ഇതിന്റെ ആദിഭാഷയെന്ന സൂചനകളുണ്ട്. ഇന്നും മുതുകുളം വന്ദികപ്പള്ളിയിലെ അമ്മൻകോവിലിൽ തമിഴു ഭാഷയിലുള്ള പാട്ടുകളോടെ കുത്തിയോട്ട അവതരണംകാണാം. പാച്ചനാശാന്റെ തമിഴുപാട്ടുകൾ ഈ പാരമ്പര്യത്തെ പിൻപറ്റുന്നവയാണ്. മാത്രമല്ല, വിൽപ്പാട്ടിലെ പല പാദങ്ങളിലും കുത്തിയോട്ടത്തിന്റെ താനവട്ടങ്ങൾ മുഴങ്ങിനിൽപ്പുണ്ട്. അതിനെയെല്ലാം ഉൾക്കൊണ്ട്, നൂറുവർഷത്തിനപ്പുറം വടക്കൻകോയിക്കൽ ക്ഷേത്രത്തിനടുത്തുള്ള മീനത്തതിൽ കേശവപിള്ള എന്ന പണ്ഡിതകവി അനുഷ്ഠാനത്തെ ചിട്ടപ്പെടുത്തി ദേവീമാഹാത്മ്യം പാട്ടുണ്ടാക്കി. അതോടെ ഓണാട്ടുകരയിൽ ഈ കലയ്ക്ക് സ്വന്തമായൊരു വ്യക്തിത്വം കൈവന്നു. അതാണ് ഇതരദേശങ്ങളിൽനിന്ന് ഓണാട്ടുകര കുത്തിയോട്ടത്തെ ഭക്തിനിർഭരമാക്കി നിലനിർത്തിയത്.

കുത്തിയോട്ടം നടക്കുന്ന പ്രധാന ക്ഷേത്രങ്ങൾ

ആലപ്പുഴ ജില്ലയിലെ കാർത്തികപ്പള്ളി താലൂക്കിൽ പതിനാറു ക്ഷേത്രങ്ങളിൽ കുത്തിയോട്ടം വഴിപാടായും അനുഷ്ഠാനമായും നടക്കുന്നുണ്ട്.

1. മുതുകുളം വടക്കൻ കോയിക്കൽ ക്ഷേത്രം, കുംഭഭരണിദിവസം, ഉച്ചയ്ക്കു ശേഷം
2. രാമപുരം ഭരണിക്കാവ് ക്ഷേത്രം, മീനമാസത്തിലെ അശ്വതിദിവസം, രാവിലെയും ഉച്ചയ്ക്കു ശേഷവും. രാവിലെ വഴുപാടുകാരും ഉച്ചയ്ക്കുശേഷം കരക്കാരും എന്നതാണ് ഇവിടെ പതിവ്. മൂന്നു കരകളിൽ നിന്നും കരക്കാരുടെ നേതൃത്വത്തിൽ കുത്തിയോട്ടം നടക്കുന്നു.
3. മുതുകുളം കൊല്ലകൽ ഭഗവതിക്ഷേത്രം, മേടമാസം ഒന്നാം തിയതി (വിഷുദിനത്തിൽ) രാവിലെയാണ് ഇവിടെ ചടങ്ങുകൾ നടക്കുന്നത്.
4. ചിങ്ങോലി കാവിൽപ്പടിക്കൽക്ഷേത്രം, കുഭഭരണി ദിവസം, വഴുപാടുകാരില്ലാത്ത വർഷങ്ങളിൽ ചടങ്ങുനടക്കാതെയും വന്നിട്ടുണ്ട്.
5. കാർത്തികപ്പള്ളി വലിയകുളങ്ങര ക്ഷേത്രം, കുഭമാസത്തിലെ അശ്വതി ദിവസം.
6. പല്ലന ശ്രീപോർക്കലി ക്ഷേത്രം, മീന മാസത്തിലെ അശ്വതി ദിവസം.
7. കരുവാറ്റ തിരുവിലഞ്ഞാൽ ക്ഷേത്രം, മീനമാസത്തിലെ രോഹിണി ദിവസം, ഉച്ചയ്ക്കുശേഷമാണ് അനുഷ്ഠാനച്ചടങ്ങു നടക്കുന്നത്.
8. ചെറുതന കന്യാട്ടുകുളങ്ങര ക്ഷേത്രം, കുഭമാസത്തിലെ കാർത്തിക നാളിൽ ചടങ്ങു നടക്കുന്നു.
9. ധാണാപ്പടി അനന്തപുരം കൊട്ടാരത്തിനടുത്തുള്ള പാതിരംകുളങ്ങര ക്ഷേത്രം, കുഭംഭരണി ദിവസം രാവിലെയാണ് ചടങ്ങുകൾ.
10. ഹരിപ്പാടിനു വടക്ക് തുലാംപറമ്പ് കോളാത്ത് ദേവീക്ഷേത്രം, കു

ഭമാസത്തിലെ കാർത്തിക നാളിൽ, രാവിലെയാണ് അനുഷ്ഠിക്കുന്നത്.

11. ഹരിപ്പാട് വിയപുരം കലയൻകുളങ്ങര ക്ഷേത്രം, മീനമാസത്തിലെ അശ്വതി നാളിൽ.
12. ഹരിപ്പാട് ടി.ബി ജംങ്ഷനു വടക്ക് വാത്തുകുളങ്ങര ക്ഷേത്രം, മീനമാസത്തിലെ അശ്വതി നാളിൽ.
13. ഹരിപ്പാട് പിത്തമ്പിൽ ക്ഷേത്രം, മീന മാസത്തിലെ കാർത്തിക ദിവസം.
14. മുതുകുളം മാരിയമ്മൻ കോവിൽ, കുഭമാസത്തിലെ പുണർതം നാളിലാണ് ഇവിടെ ചടങ്ങുകൾ നടക്കുന്നത്.
15. ആയാപറമ്പ് പുതുക്കുളങ്ങര ക്ഷേത്രം, മകരമാസത്തിലെ കാർത്തിക നക്ഷത്രത്തിലാണ് ചടങ്ങ്.
16. കരുവാറ്റ വടക്ക് കുറിച്ചിക്കൽ ദേവീക്ഷേത്രം, ശിവരാത്രി ദിവസം ഉച്ചകഴിഞ്ഞാണു ചടങ്ങുകൾ നടന്നു പോന്നിരുന്നത്. ഇപ്പോൾ ഇല്ല. കുടുംബി വിഭാഗത്തിൽപ്പെട്ടവരുടെ ക്ഷേത്രമാണ്.
17. മാവേലിക്കര താലൂക്കിലെ ചെട്ടികുളങ്ങര ക്ഷേത്രം, കുംഭഭരണി, രാവിലെയാണ് ചടങ്ങുകൾ

ഈ ക്ഷേത്രങ്ങൾക്കു പുറമേ, ആലപ്പുഴയിലെ പഴവീട് ക്ഷേത്രത്തിലും, മീനമാസത്തിലെ ഭരണിദിവസം രാവിലെ കുത്തിയോട്ടം നടക്കുന്നുണ്ട്. ഒരുമാസം നീണ്ടുനിൽക്കുന്ന വ്രതാനുഷ്ഠാനങ്ങളോടെയാണ് ഇവിടുത്തെ ചടങ്ങുകൾ.

പത്തനംതിട്ട ജില്ലയിലെ പനയന്നാർ കാവിലും തെള്ളിയൂർക്കാവിലും കുത്തിയോട്ടം അരങ്ങേറുന്നു. തെള്ളിയൂർക്കാവ് ഇന്നൊരു ദേവീക്ഷേത്രമായിമാറിയിട്ടുണ്ട്. പടയണിയാണു മുഖ്യ അനുഷ്ഠാനമെങ്കിലും കുത്തിയോട്ടത്തിനും ഇവിടെ പ്രാധാന്യമുണ്ട്. കാവിലെ ഉത്സവത്തിന്റെ അഞ്ചാം ദിനം കാർത്തിക നാളിലാണ് കുത്തിയോട്ടം നടക്കുന്നത്. സന്ധ്യക്കുള്ള ദീപാരാധനയ്ക്കുശേഷം ആൽത്തറയ്ക്കുസമീപമാണു ചടങ്ങുകൾ.

കോട്ടയം ജില്ലയിലെ ചങ്ങനാശ്ശേരി പുഴവാത് വേട്ടടി-വഴനാകുളങ്ങര ക്ഷേത്രം, വട്ടപ്പള്ളി ശ്രീഭഗവതി ക്ഷേത്രം, വാഴപ്പള്ളി അമ്മൻ കോവിൽ (തട്ടാൻ), മോർക്കുളങ്ങര അമ്മൻകോവിൽ (വാണിയൻ), പുഴവാത് മുത്താരമ്മൻ കോവിൽ (കുശവൻ) തുടങ്ങി ചില ക്ഷേത്രങ്ങളിലും കുത്തിയോട്ടം വഴിപാടായും അനുഷ്ഠാനമായും നടത്തിവരുന്നു. പ്രാദേശികമായ ചില ഭേദങ്ങൾ സ്ഥൂലാംശത്തിൽ കാണാമെങ്കിലും പ്രധാന ചടങ്ങുകളിൽ മാറ്റമില്ല.

കുത്തിയോട്ടം: സാമൂഹിക ബന്ധം

കുത്തിയോട്ടത്തിന്റെ വിവിധ ചടങ്ങുകളിലും അനുഷ്ഠാനത്തിലും വിവിധ സമുദായങ്ങളുടെ സമഞ്ജസമായ സമ്മേളനം നമുക്ക് ദർശിക്കാനാവും. ജാതീയമോ സാമൂഹികമോ ആയ വിലക്കുകളോ വിവേചനങ്ങളോ തീരെയില്ലാതെ, വിവിധ സമുദായങ്ങൾക്ക് ഈ അനുഷ്ഠാനത്തിൽ പങ്കാളിത്തമുണ്ട്.

അനുഷ്ഠാനത്തിനാവശ്യമായ വിവിധ ഘടകങ്ങൾ ഏകലക്ഷ്യത്തിൽ യോജിപ്പിക്കേണ്ടതുണ്ട്. അലങ്കാരത്തിനാവശ്യമായ കുരുത്തോല, കമുകിൻ പാള, തെങ്ങിൻ കൂമ്പ് അഥവാ പൂക്കുല തുടങ്ങിയവ തണ്ടാൻ സമുദായങ്ങൾ അനുഷ്ഠാന ചടങ്ങിലേക്ക് എത്തിച്ചു കൊടുക്കുന്നു.

വഴിപാടുകാരുടെ വീടിനോടുചേർന്നോ നിശ്ചയിക്കുന്ന സ്ഥലത്തോ പാട്ടും ചുവടും പരിശീലിക്കാനുള്ള ഇടമൊരുക്കും. ഈ സ്ഥലത്തിന് കൊട്ടിൽപ്പുരയെന്നാണ് പറഞ്ഞു വരുന്നത്. പരിശീലനം നടത്തുന്ന കൊട്ടിൽപ്പുരയുടെ നിർമ്മാണത്തിന് സ്ഥപതിയുടെ നേതൃത്വം വേണം.

ഗണക സമുദായത്തിലെ ആളാണ് സ്ഥപതിയായി വർത്തിക്കുന്നത്. ചുവടു പരിശീലനത്തിനും പാട്ടിനുമുള്ള കൊട്ടിൽപ്പുരയുടെ നിർമ്മാണം ആരംഭിക്കേണ്ടത് അദ്ദേഹത്തിന്റെ നേതൃത്വത്തിലാണ്. 'കാൽനാട്ട്' കർമ്മത്തിന്റെ അനുഷ്ഠാപനാണദ്ദേഹം.

ഈ കൊട്ടിൽപ്പുരയ്ക്ക് ഉള്ളിലാണ് മണ്ഡപം നിർമ്മിക്കുന്നത്.

നായാടികൾ അഥവാ ഉള്ളാർ എന്നറിയപ്പെടുന്ന വിഭാഗക്കാരാണ് അനുഷ്ഠാനത്തിന്റെ പ്രധാന ചടങ്ങായ 'ചൂരൽ മുറിയലി'ന് കാട്ടുചൂരൽ എത്തിച്ചിരുന്നത്. ചൂരൽ വളരെ കനം കുറച്ച്, നാരുപോലെയാക്കും. ഇതുകൊണ്ടാണ് ചൂരൽ മുറിയൽ ചടങ്ങ് നടത്തിയിരുന്നത്. പിൽക്കാലത്ത് ചൂരൽപ്പൊളിക്കുപകരം നേർത്ത സ്വർണ്ണനൂലോ വെള്ളിനൂലോ ആയിമാറി. സ്വർണ്ണമോ വെള്ളിയോ ഉരുക്കി വളരെ കനംകുറച്ച് നൂലാക്കി മാറ്റുന്നത് തട്ടാന്മാരാണ്. കൊല്ലന്മാരാണ് ഇരുമ്പുരുക്കി അനുഷ്ഠാനത്തിനു വേണ്ടിയുള്ള പേനാക്കത്തി (ഒറ്റപ്പിടിയൻ കത്തി) നിർമ്മിക്കുന്നത്. പരിശീലനം തീരുന്ന കുട്ടിക

ളുടെ 'കോതുവെട്ടൽ' ചടങ്ങ് വാത്തിയാണ് നിർവ്വഹിക്കുന്നത്.

വഴിപാടുകാരൻ അനുഷ്ഠാനത്തിനായി സേവനം തേടുന്ന എല്ലാവർക്കും വെലറ്റില, പാക്ക്, നാണയം എന്നിവ സഹിതം ഉചിതമായ ദക്ഷിണ നൽകണം. ഭേദചിന്തകൾക്കതീതമായ ബഹുമാനിക്കലാണ് ഈ ദക്ഷിണ സമർപ്പണം. വഴിപാടുകാരൻ എത്ര ഉന്നതനായാലും സേവനം നൽകുന്നവരെ ബഹുമാനിച്ചുകൊണ്ടു മാത്രമേ ചടങ്ങു പാടുള്ളൂ. ഇതാണ് സങ്കല്പം. കൂലിയോ പ്രതിഫലമോ അല്ല, ദക്ഷിണ.

മണ്ഡപങ്ങൾ ക്ഷേത്രത്തിനു സമാനമായാണ് ഇപ്പോൾ നിർമ്മിക്കുന്നത്. ക്ഷേത്രത്തിനോ ശ്രീകോവിലിനോ സമാനമായിരുന്നില്ല പഴയതലമുറയുടെ മണ്ഡപമെന്ന സങ്കല്പം. എന്നല്ല, അങ്ങനെ ആവരുതെന്നായിരുന്നു പഴയമട്ട്. ഇപ്പോൾ, പെട്രോളിയം ഉൽപ്പന്നമായ തെർമ്മോകോളിന്റെ വരവോടെ മണ്ഡപത്തിന്റെ നിലയ്ക്കും വിലയ്ക്കും മാറ്റം വന്നു. അനുഷ്ഠാനത്തിൽ അടിസ്ഥാന സങ്കല്പങ്ങൾക്കും ആകാരങ്ങൾക്കും മാറ്റം വരുന്നത് ശുഭകരമല്ല.

മണ്ഡപത്തിൽ, വെറും ചാണകം മെഴുകിയ തറയിൽ പ്ലാവിന്റെ തടിയിലോ പ്ലാവിൻ പലകയിലോ ദേവിയെ 'കുടി'യിരുത്തുകയാണ് ചെയ്തു പോന്നിരുന്നത്. കുടിയിരുത്തൽ എന്ന പ്രയോഗം വളരെ പ്രധാനമുള്ളതാണ്.

കുത്തിയോട്ടത്തിന്റെ അനുഷ്ഠാനത്തിൽ ആളുകൾക്ക് / കാണികൾക്ക് യാതൊരു വിലക്കും ഉണ്ടായിരുന്നില്ല. ഏതൊരാൾക്കും അവിടേക്ക് വരാം. പ്രധാന പാട്ടുകാരനായോ പിൻപാട്ടുകാരായോ താനവട്ടക്കാരായോ ആർക്കും അതിൽ പങ്കെടുക്കാം. അതല്ലെങ്കിൽ ചുവടുകാരോ പരിശീലകരോ ആശാനോ ആകാം.

ഭാഗം മൂന്ന്

ചരിത്രത്തിൽ വിലയിച്ച കാർത്തികോത്സവം

ചെട്ടികുളങ്ങരയിലെ അസ്തമിച്ചുപോയ സവിശേഷ ചടങ്ങുകളിൽ ചരിത്രപരമായി പ്രധാനപ്പെട്ട ഒന്നാണ് കാർത്തികോത്സവം. ഈഴവോത്സവം എന്നും ഇത് അറിയപ്പെട്ടിരുന്നു. കുംഭഭരണി ഉത്സവത്തിന്റെ തൊട്ടടുത്ത കാർത്തിക ദിവസമാണ് ഈ ഉത്സവം നടന്നിരുന്നത്.

അക്കാലത്ത് കരകൾ പതിമൂന്നായി പരിമിതപ്പെട്ടിരുന്നില്ല. ചെട്ടികുളങ്ങരയിലെയും പരിസരപ്രദേശങ്ങളിലെയും വിശ്വാസികളായ ഈഴവരുടെ സജീവ പങ്കാളിത്തത്തിലാണ് ഈ ഉത്സവം നടന്നിരുന്നത്. എന്നിരുന്നാലും മറ്റു ദേശങ്ങളിൽനിന്നും ആളുകൾ ചടങ്ങിൽ പങ്കെടുക്കാൻ എത്തിച്ചേർന്നിരുന്നു. കൈത തെക്ക് കരയിലെ കോമലേഴത്ത് കുടുംബത്തിലെ പ്രധാന വ്യക്തിയായിരുന്നു ഉത്സവത്തിന് നേതൃപരമായ പങ്കു വഹിച്ചിരുന്നത്.

പതിനെട്ടാം നൂറ്റാണ്ടിൽ, അറിയപ്പെടുന്ന ധനികകുടുംബങ്ങളിൽ ഒന്നായിരുന്നു കോമലേഴത്ത്. അവരുടെ വകയായി ഈ പ്രദേശത്ത് കൊട്ടാരസദൃശമായ മാളികകൾ നാലഞ്ചെണ്ണമുണ്ടായിരുന്നു. മുട്ടം (ഭട്ടതിരിമഠം, ഇത്താംപള്ളിൽ, തോപ്പിൽമേടകൾ കൂടാതെ കൊല്ലത്ത് മങ്ങാട്ടും), ചെട്ടികുളങ്ങര, കായംകുളം എന്നിവിടങ്ങളിൽ അവർക്കുണ്ടായിരുന്ന ഇത്തരം വീടുകളെ 'മേട' എന്നാണ് അറിയപ്പെട്ടിരുന്നത്. മലബാറിലെ നെട്ടൂരിൽ നിന്നുള്ള വിദഗ്ധ ശിൽപികളാണ് ഇവയുടെ നിർമ്മാതാക്കൾ. അതിനാൽ ഈ മേടകൾക്ക് വടക്കൻ ശൈലിയാണുള്ളത്. കായംകുളം കമ്പോളത്തിലെ അവരുടെ മേടയാണ് 'മേടമുക്ക്' എന്ന സ്ഥലപ്പേരിനു കാരണമായത്. ചെട്ടികുളങ്ങരയിലെ 'കോയിക്കൽമേട' ചന്തയ്ക്ക് തെക്കുവശം തലയെടുപ്പോടെ ഇപ്പോഴുമുണ്ട്. സമ്പന്നരായ ഉയർന്ന ജാതിക്കാർക്കുപോലും അക്കാലത്ത് അത്തരം വീടുകൾ ഇവിടെ ഉണ്ടായിരുന്നില്ല. അത്രമേൽ പ്രാധാന്യം സാമൂഹികവിലക്കുകൾക്കിടയിലും അവർക്കുണ്ടായിരുന്നു. ഇന്നും സംഭാഷണമധ്യേ നാട്ടുകാരുടെ നാവിൻതുമ്പിൽ തത്തിക്കളിക്കുന്ന 'കോമലേഴത്തെകുഞ്ഞ്', 'ചാ

ന്നാരുടെ കുതിരപിണങ്ങുക', 'ആലുംപോയി മൂടുംപോയി ആലുമ്മൂട്ടിൽ ചാന്നാരുംപോയി' തുടങ്ങിയ ശൈലികൾകൊണ്ടനശ്വരപ്പെടുന്നത് സമൂഹത്തിൽ ഈ വീട്ടുകാർക്കുള്ള സ്വാധീനമാണ്. കുടുംബത്തിലെ കാരണവർക്ക് സഞ്ചാരത്തിനായി കുതിരകളും സ്വന്തമായുണ്ടായിരുന്നുവെന്നത് ചരിത്രമാണ്. 1874 വരെ ഈരേഴകോയിക്കൽ മുക്കിനെഴുന്നള്ളിയിരിക്കുന്ന ഭഗവതിയുടെ മുടിക്കുമുന്നിൽ കുതിരപ്പുറത്തെഴുന്നള്ളുന്ന കോമലേഴത്തുകാരണവർ സ്വർണ്ണക്കിഴിപ്പണം വെക്കുന്ന ചടങ്ങുണ്ടായിരുന്നതായി മുതിർന്നവർ സാക്ഷ്യപ്പെടുത്തുന്നു. ഈചടങ്ങിനുശേഷമായിരുന്നു ക്ഷേത്രത്തിലേക്ക് മുടിയെഴുന്നള്ളത്തോടെ കരയുടെ ഉരുളിച്ച ആരംഭിക്കുന്നത്.

വമ്പിച്ച ഭൂസ്വത്തുക്കളുടെ ഉടമകളായിരുന്നു കോമലേഴത്തുകാർ. ഓടനാട്ടിലെ വൈശ്യവിഭാഗത്തിൽ (കച്ചവടക്കാരും/വ്യവസായികളും) ഈഴവർ ഉൾപ്പെട്ടിരുന്നു (കറുപ്പംവീട്ടിൽ ഗോപാലപിള്ള, കേരളമഹാചരിത്രം, ഭാഗം ഒന്ന്)വെന്നത് ശ്രദ്ധേയമാണ്. മധ്യതിരുവിതാംകൂറിന്റെ ശൈലിയിലുള്ള നാലുകെട്ടായിരുന്നു കോമലേഴത്തെ പ്രധാന ഭവനം. കളരിയും ആയോധന പരിശീലനവുമുള്ള കുടുംബമായിരുന്നു കോമലേഴത്തേത്. വീടിനോടുചേർന്ന് ചാ

വടിയും ഉണ്ടായിരുന്നു. ചെട്ടികളങ്ങരയിലേക്കുള്ള കുത്തിയോട്ടം പരിശീലനം ഈ ചാവടിയിലാണ് നടന്നിരുന്നത്. മുതുകുളത്തുള്ള ആശാന്മാരെ വരുത്തിയാണ് പരിശീലനം നൽകിയിരുന്നത്. അങ്ങ നെയാണ് ഈദിക്കിൽ കുത്തിയോട്ടം പരിചയപ്പെടുന്നതെന്നാണ് ജനസമ്മിതി.

അക്കാലത്ത് സമ്പത്തും സാമൂഹികാംഗീകാരങ്ങളുമുള്ള നായർ സമുദായാംഗങ്ങളുടെ നേതൃത്വത്തിലാണ് ചെട്ടികുളങ്ങര ക്ഷേത്ര ത്തിൽ കുംഭഭരണിയുത്സവം നടന്നിരുന്നത്. തേരും കുതിരയുമട ങ്ങുന്ന കെട്ടുകാഴ്ചകളായിരുന്നു കുംഭഭരണിയുടെ പ്രധാന ആകർ ഷണം.

എന്നാൽ, ദീപാലങ്കാരവും ഗംഭീര വെടിക്കെട്ടുമായിരുന്നു കാർ ത്തികോൽസവത്തിന്റെ സൗന്ദര്യം. പൊലിമയുള്ള താലപ്പൊലിയു ടെ ബാഹുല്യം അസൂയാവഹമായിരുന്നു. കാർത്തികോത്സവത്തെ ക്കുറിച്ച് മാതൃഭൂമി പത്രാധിപരും ഗാന്ധിയനും എഴുത്തുകാരനുമാ യിരുന്ന ഏ. പി ഉദയഭാനു രേഖപ്പെടുത്തിയത് ഇങ്ങനെയാണ്:

'ഭരണി കഴിഞ്ഞ് അമ്പലം അടച്ചിട്ടാണ് ഈഴവ ഉത്സവം. അത് കോമലേഴത്തുകാരുടെയാണ്. പതിമൂന്നു കരയിലെയും ഈഴവർ കോമലേഴത്തെ മൂത്തചേകോന്റെ നേതൃത്വത്തിൽ കാർത്തികവിള ക്ക് നടത്തും. നടുക്കു തൂക്കത്തോടുകൂടിയതും ചാടിൽ ഉരുട്ടിക്കൊ ണ്ടുവരുന്ന തുമാണ് കോമലേഴത്തച്ഛന്റെ വിളക്ക്'.

'അത്യാകർഷകമായ രൂപത്തിൽ പോളവിളക്കുണ്ടാക്കി ദീപ ക്കാഴ്ചനടത്തുകയാണ് അതിലെ പ്രധാനചടങ്ങ്. ക്ഷേത്രത്തിന ഭിമുഖമായി ചിറയിൽ വെയ്ക്കുന്ന വലിയ വിളക്കിൽ തൂക്കം നട ത്തുന്നതും, പരിച ചുഴറ്റിയുള്ള അഭ്യാസപ്രകടനം' നടത്തുന്നതും കാണാൻ ജനങ്ങൾ വൻതോതിൽ കൂടുമായിരുന്നുവെന്ന് കെ. എസ്. ഉണ്ണിത്താൻ സൂചിപ്പിക്കുന്നു (ചെട്ടികുളങ്ങര ക്ഷേത്രം: മാ ഹാത്മ്യവും ഐതിഹ്യവും, പേജ് 137, 1993).

'കാർത്തിക ഉത്സവം ഒരു ഉത്സവം തന്നെയായിരുന്നു. കാർ ത്തിക വിളക്ക് ആയിരുന്നില്ല, കാർത്തികയുടെ കരിമരുന്നുപ്രയോ ഗം ആയിരുന്നു ഉഗ്രൻ. അത് കുഞ്ഞുശങ്കരൻ ചേകോൻ തന്നെ പ്രത്യേകം താൽപര്യം എടുത്ത് ശ്രദ്ധിച്ചു നടത്തും'. ഉത്സവത്തിന്റെ കീർത്തിയിൽ പരിസരപ്രദേശങ്ങളിൽ നിന്നും ധാരാളം ആളുകൾ ഇതിൽ പങ്കുകൊണ്ടിരുന്നു. കൊല്ലം, ആറ്റിങ്ങൽ, കരുനാഗപ്പള്ളി, ആനയടി തുടങ്ങിയ സ്യഥലങ്ങളിലുള്ള കോമലേഴത്തുകാരുടെ അടുത്ത ബന്ധുഗൃഹങ്ങളിൽനിന്നും കുടുംബസമേതം ആളുകൾ

താലമെടുപ്പിലും ഉത്സവത്തിലും പങ്കുകൊണ്ടിരുന്നു.

പതിമൂന്നു കരയിൽനിന്നും എഴുന്നള്ളിക്കുന്ന പോളവിളക്ക് വെളിച്ചത്തിന്റെ അലൗകികസൗന്ദര്യം വിതറും. വെളുപ്പിന് വിളക്കിനു മുന്നിൽ ഭഗവതിയുടെ എഴുന്നള്ളത്തുമുണ്ടാകും.

ദുരന്തമായിത്തീർന്ന ഒരുക്കം

1895-ലെ ഉത്സവത്തിനും പതിവുപോലെ കാർത്തികയ്ക്കു മോടികൂട്ടാനുള്ള വെടിമരുന്ന് കോമലേഴത്തെ നാലുകെട്ടിന്റെ നടുമുറ്റത്തുതന്നെ ഭദ്രമായി ശേഖരിച്ചുവെച്ചിരുന്നു. തന്റെ ഉഗ്രപ്രതാപത്തിന്റെ പ്രതീകമെന്ന നിലയിൽ കുഞ്ഞുശങ്കര ചേകോൻ പണിയിച്ചതായിരുന്നു ആ നാലുകെട്ട്. അദ്ദേഹം തന്നെയാണ് ചെട്ടികുളങ്ങര ക്ഷേത്രത്തിലെ പഴയ ഊട്ടുപുര നിർമ്മിച്ചു നൽകിയതും. കുതിരപ്പുറത്തായിരുന്നു അദ്ദേഹത്തിന്റെ സഞ്ചാരം.

ദുരന്തത്തെപ്പറ്റി ഉദയഭാനു വിവരിക്കുന്നതിങ്ങനെ:

'ഒരു കഥ കോമലേഴത്തെ തീവെന്ത സംഭവവുമായി ചേർക്കുന്നുണ്ട്. കാർത്തിക വിളക്കിന്റെ വെടിക്കെട്ടിനുള്ള മരുന്ന് വാർപ്പിൽ വെച്ചിരുന്നത് നിലാത്തിരി കത്തിച്ചു മൂത്ത ചേകോൻ നോക്കിയ വകയിൽ ആയിരുന്നു തീപിടുത്തം-ചേകോൻ മറ്റൊരു വാർപ്പെടുത്ത് മൂടിയെന്നും അതിന്റെ പുറത്തുകയറി നിന്നുവെന്നും എല്ലാം കൂടി പൊട്ടിത്തെറിച്ചുവെന്നുമാണ് കഥ'.

തീ കത്തിപ്പടരുമ്പോൾ ചേകോന് ഏറ്റവും പ്രിയപ്പെട്ട കൊച്ചുമകൻ ഉണർന്നു നോക്കിയപ്പോൾ അപ്പൂപ്പനെ കാണുന്നില്ല. കുഞ്ഞ് 'അപ്പൂപ്പാ അപ്പൂപ്പാ!' എന്നു വിളിച്ചുകൊണ്ട് ഏതോ അദൃശ്യമായ ദിവ്യഹസ്തത്താൽ നയിക്കപ്പെട്ട് നാലുകെട്ടിന്റെ വടക്കോട്ടു തുറന്നു കിടന്നിരുന്ന വാതിലിൽക്കൂടെ പുറത്തേക്ക് പോയി യാതൊരു പൊള്ളലും പോറലും കൂടാതെ രക്ഷപ്പെട്ടുവെന്നും ഉദയഭാനു എഴുതുന്നു.' പിറ്റേന്നാൾ ചിക്കുപായ വിരിച്ച് അതിൽ തളിർ വാഴയില നിരത്തി എണ്ണ പകർന്ന് അപ്പൂപ്പനെ കിടത്തി. ആ പ്രാണവേദനകൾക്കിടയിലും, 'എന്റെ കുഞ്ഞ്, എന്റെ കുഞ്ഞ്' എന്ന് അപ്പൂപ്പൻ വിളിച്ചു കൊണ്ടേയിരുന്നു. കുഞ്ഞിനെ കൊണ്ടുചെന്നു നെഞ്ചത്ത് കിടത്തി ക്കൊടുത്തപ്പോൾ അപ്പൂപ്പന് ആശ്വാസമായി. ആ ആശ്വാസത്തോടെ അപ്പൂപ്പന്റെ പ്രാണനുംപോയി. അപ്പൂപ്പന്റെ എട്ടുവെട്ടത്തും വരാത്ത ഒരു അനന്തിരവൾ, മൂലശ്ശേരിലെ വാസവേട്ടന്റെ അമ്മയായിരുന്നെന്നു തോന്നുന്നു-അമ്പലത്തിൽ നിന്നു തുള്ളി വന്നു പറയുമായിരുന്നുവത്രേ,' 'നീയും നിന്റെ നാലുകെട്ടും ഒന്നിച്ച് പോകുമെ

ന്ന്'. ആ അനന്തരവൾ തുള്ളി വരുമ്പോൾ ഉഗ്രപ്രതാപിയായ അപ്പൂപ്പൻ അരയിൽ മുണ്ടും കെട്ടി ഓച്ഛാനിച്ചു നിന്ന് എല്ലാ ശകാരങ്ങളും തലകുനിച്ച് സ്വീകരിച്ചിരുന്നു എന്നാണ് കഥ' (എന്റെ കഥയില്ലായ്മകൾ, ഏ.പി. ഉദയഭാനു, എന്. ബി. എസ്സ്., പേജ് 147, 148,149).

ഓലമേഞ്ഞതായിരുന്നു അക്കാലത്തെ വീടുകളും ക്ഷേത്രങ്ങളും മാളികകളുമെല്ലാം. അതിനാൽ തീപ്പിടുത്തങ്ങൾ പതിവായിരുന്നു. പരിഹാരമായി ഉത്രംതിരുന്നാളിന്റെ കാലത്ത് ഇത്തരം ദുരന്തങ്ങൾ ഒഴിവാക്കാൻ വീടുകളും കടകളും മറ്റും ഓടുമേയാൻ അനുവാദം നൽകി നീട്ടുപുറപ്പെടുവിച്ചിരുന്നു(1023 തുലാം 25). സമൂഹത്തിന്റെ യാഥാസ്ഥിതികത്വം മൂലം ഉത്തരവ് പ്രാവർത്തികമായിരുന്നില്ല. എന്നാൽ കോമലേഴത്തു നടന്ന ദുരന്തം ഓണാട്ടുകരയിലെ വീടുകൾക്ക് ഓടുമേയാനുള്ള സാഹചര്യം ഒരുക്കിക്കൊടുത്തു (തെക്കുംഭാഗം മോഹൻ). അതിനുവേണ്ടി വീണ്ടും ഉത്തരവുണ്ടായി.

ആ ദുരന്തത്തിനുശേഷം കോമലേഴത്തുകാരുടെ നേതൃത്വത്തിൽ ചെട്ടികുളങ്ങര ക്ഷേത്രത്തിൽ നടന്നിരുന്ന കാർത്തികോത്സവത്തിന് കുഞ്ഞുശങ്കര ചേകവന്റെ മകൻ കൊച്ചുകുഞ്ഞുചാന്ദാർ നേതൃത്വം കൊടുത്തു. ഏതാനും വർഷം മാത്രമേ അതു തുടർന്നുള്ളൂ. പിന്നീട് കോമലേഴത്തുകാരുടെ അധീനതയിലായിരുന്ന ചെറിയപത്തിയൂർ ക്ഷേത്രത്തിൽവെച്ചാണ് കാർത്തികോത്സവം തുടർന്നു നടത്തിയത്. അതും കുറേക്കാലം തുടർന്നു. മുടങ്ങിയ ഉത്സവം പിൽക്കാലത്ത് മൂലശ്ശേരിൽ കെ.എൻ. വാസവൻ പുനരാരംഭിച്ചു. അതിന്നും തടസ്സംകൂടാതെ തുടർന്നുപോരുന്നു. അങ്ങനെ ആരംഭിച്ച ചെറിയ പത്തിയൂരിലെ കാർത്തികോത്സവത്തിന് ഇപ്പോൾ നൂറ്റിയിരുപതു വർഷം (2023) കഴിഞ്ഞിരിക്കുന്നു.

'കോമലേഴം ദഹിച്ചകഥ' കരടിപ്പാട്ട്

തീപ്പിടുത്തം പോലെയുള്ള മഹാദുരന്തങ്ങളും ഭീകരകൊലപാതക സംഭവങ്ങളും ഒരു കാലത്ത് നമ്മുടെ പാട്ടുകവികളെ വല്ലാതെ പ്രചോദിപ്പിച്ചിരുന്നു. അതിനാൽ അത്തരം സംഭവങ്ങൾ അക്കാലത്തെ നാടൻ പാട്ടുകവികളുടെ വർണ്ണനകൾക്ക് ധാരാളം വിഷയമായിത്തീർന്നിട്ടുണ്ട്. ആറാട്ടുപുഴ വേലായുധപ്പണിക്കരുടെ ദാരുണാന്ത്യം (1874), കോമലേഴത്ത് തീപിടുത്തം (1895), അരിപ്പാട്ട് അമ്പലത്തിലെ തീപിടുത്തം (1921), തുടങ്ങി ഒട്ടനവധി വിഷയങ്ങൾ അക്കാലത്തെ പാട്ടുകവികൾ കവിതയ്ക്ക് വിഷയമാക്കി എടുത്തിട്ടുണ്ട്. ഇത്തരം രചനകളിൽ, അക്കാലത്തെ സാമൂഹികാവസ്ഥകളും ചരിത്ര ശകലങ്ങളും ജീവസുറ്റ വർണ്ണനകളയി പറ്റിപ്പിടിച്ചു നിൽക്കുന്നുണ്ട്. അവ പുതുതലമുറയിലെ ഭാവുകന് വിലപ്പെട്ട ഉപാദാനങ്ങളുമാണ്.

ഓണാട്ടുകര ദേശത്തെ പ്രധാന ഈഴവ കുടുംബമായ കോമലേഴത്തുതറവാട് തീവെന്തുനശിക്കാനിടയാക്കിയ വെടിക്കെട്ട് ദുരന്തത്തെ ആസ്പദമാക്കി പാലുവേലിൽ കൊച്ചുകുഞ്ഞു വാദ്ധ്യാർ രചിച്ച കരടിപ്പാട്ടാണ് 'കോമലേഴം ദഹിച്ച കഥ'. കൊച്ചുകുഞ്ഞുവാദ്ധ്യാരുടെ ഏറ്റവും പ്രശസ്തമായ കരടിപ്പാട്ടാണിത്. ആദ്യത്തെ രണ്ടുവരികൾ കരടിപ്പാട്ടു രീതിയിലും അടുത്ത രണ്ടുവരികൾ കൂട്ടിപ്പാടുന്ന രീതിയിലുമാണ് രചിച്ചിരിക്കുന്നത്. കൂട്ടിപ്പാടുന്ന രീതി കുത്തിയോട്ടത്തിലുമുണ്ട്.

ഇന്നത്തെ ആലപ്പുഴജില്ലയും പത്തനംതിട്ടയുടെ ഭൂരിഭാഗവും ചേർന്ന പഴയ കൊല്ലംജില്ലയിലെ ചവറ തേവലക്കരയിലെ മുള്ളിക്കാല സ്വദേശിയായിരുന്നു കവി പാലുവേലിൽ കൊച്ചുകുഞ്ഞു വാദ്ധ്യാർ. പാലുവേലിൽ വാദ്ധ്യാരെന്നും അദ്ദേഹം അറിയപ്പെട്ടു. 1878 (കൊല്ലവർഷം 1053) ലാണ് അദ്ദേഹം ജനിച്ചത്. വളരെ ചെറുപ്പത്തിൽത്തന്നെ കവിതാവാസന അദ്ദേഹത്തിൽ പ്രകടമായിരുന്നു. വാദ്ധ്യാരുടെ യൗവനാരംഭകാലത്താണ് 'കോമലേഴം ദഹിച്ചകഥ' എന്ന വിഖ്യാതമായപാട്ട് അദ്ദേഹം എഴുതിയതെന്നാണ് കരുതപ്പെടുന്നത്. കരടിപ്പാട്ടായാണ് ഇത് പരമ്പരയാ അവതരിപ്പിക്കപ്പെട്ടു പോ

ന്നിട്ടുള്ളത്. 85-ാമത്തെ വയസ്സിൽ (1960) അദ്ദേഹം ലോകവാസം വെടിഞ്ഞു. കോമലേഴത്തെ ദുരന്തത്തെക്കുറിച്ചുള്ള വാദ്ധ്യാരുടെ പ്രസിദ്ധമായപാട്ട് ഇതാണ്:

'വിശ്വത്തിലൊക്കെ പ്രസിദ്ധനായുള്ളൊരു
കോമലേഴം ദഹിച്ചുള്ള വാർത്ത
പാഴല്ലിതു കേട്ടീടുകിൽ ദോഷം പലതുണ്ടാമത്
കീഴിൽ പറഞ്ഞിടാം കേട്ടുകൊൾവിൻ
കേട്ടാൽ പരിഹാസം ചെയ്തിടാതെ ലോകർ
വീഴുന്നു ചായേണ്ടതു തീർത്തീടേണം
കോട്ടംവരാതിഹ പാട്ടിൽതഴുകുവാൻ
മണ്ടക്കാട്ടമ്മേ ഭജിച്ചീടുന്നേൻ
ആയിരത്തി എഴുപത്തിയൊന്നാംകൊല്ലം
ആശികമാസമെട്ടാംദിനത്തിൽ
തോയത്തിൽമറഞ്ഞ ഭുവനേശ്വരൻ ഭാസ്ക്കരൻ
പാഴായിത്തീർന്നതും ദോഷമപ്പോൾ
എട്ടു മണിചെന്ന നേരത്തു സേവുകൻ
കത്തിച്ചവിടൊരു ലാത്തിരിയും
പെട്ടെന്നിഹ പൊട്ടിത്തെറി വട്ടംച്ചിതറിച്ചെന്നൊരു
ചെമ്പിൽ കരിമരുന്നേൽപ്പിടിച്ചു
കത്തിപ്പിടിച്ചു ദഹനനുമപ്പോഴേ
കത്തിച്ചതാളുകൾ കണ്ടവരും
കത്തീ ദഹനൻ പൊങ്ങീട്ടെത്തിപിടിപെട്ടപ്പോൾ
ചത്തുപോമെന്നോർത്തു കോമലേഴം
ഭിത്തി പഠോ പഠോ പൊട്ടിടുന്നൂ ചില
വൃത്തത്തിലോരോന്നു കത്തിടുന്നൂ
പത്തായമൊടലമാരകൾ വട്ടം ചില മേശകൾ
ഒക്കവേ കത്തി നശിച്ചിടുന്നൂ
ധീരരായുള്ളവർ ശൂരത കൈവിട്ടു
നേരേ പുറത്തിറങ്ങാൻ തുടങ്ങി
പാരം ജ്വലിച്ചുള്ള ജ്വാല കൊണ്ടഗ്നിയിൽ
പാരാതെ വെന്തുരുകിത്തുടങ്ങി
ചീനഭരണികൾ പൊട്ടിടുന്നൂ ചില
ശീമപ്പണികളുരുകീടുന്നു
മാനും ചിലരൂപംപണി ചെയ്തുള്ളൊരു കോലങ്ങ-
ളാകവേ കത്തി നശിച്ചിടുന്നൂ

വെള്ളിക്കിണ്ണം പനിനീർക്കുപ്പിതാമ്പാളം
വെള്ളിക്കോളാമ്പികളെന്നു വേണ്ടാ
കള്ളംപറകല്ലിതു വെള്ളിസാമാനങ്ങൾ
വെള്ളം പോലെയുരുകിത്തുടങ്ങി
ഉയർന്ന വാഴകൾ വളർന്നകൂവളം
മണത്ത ചന്ദനമരമതിൽ
കറുത്തോരന്തിയിൽ ലയിച്ചു വാസന
പുറപ്പെടും പല കോലങ്ങളിൽ
നെല്ലുകളേറ്റമെരിഞ്ഞിടുന്നു ചില
കല്ലുകൾ പൊട്ടി മലർന്നീടുന്നൂ
നെല്ലോയിതുകത്തുന്നതെന്നു ചൊല്ലീചിലർ
തല്ലുന്നു താനേ തലയ്ക്കു തന്നെ
നല്ല ധീരന്മാരൊരുമിച്ചു വാരിയെ
മെല്ലവേ കോരിയെറിഞ്ഞു കൊണ്ടും
നല്ലൊരു ഗാത്രിക്കു തല്ലിലാനഗ്നിയെ
ഉല്ലാസ മോടിതാ ഗൽഗമിച്ചേ
മണ്ണിലെതേൻപോയി മണ്ണെണ്ണയും പോയി
മണ്ണു കൊണ്ടുള്ളോരു ചാണപോയി
പെണ്ണിന്റെ കണ്ണാടി കണ്ടതില്ലകുറേ
പിണ്ണാക്കിരുന്നതും വെന്തു പോയി
മാലതീ നിന്നുടെ മാലയ്ക്കെന്തായെടീ
നാലേകാലേയായേക്കാം ചുട്ടി വേറേ
ലോലക്കണിയാഞ്ഞു നാത്തൂൻ കരയുന്നു
പാലു കിട്ടാഞ്ഞുണ്ണി കേഴും പോലെ..'

ഓരോ പാദങ്ങൾക്കുശേഷവും താനവട്ടത്തോടെയാണ് പാട്ട് ആലപിക്കുന്നത്. കൈത്താളവും ഗഞ്ചിറയും കൈമണിയും പക്കമേളമായുണ്ടാവും.

കരടിപ്പാട്ടാണെന്നറിയാതെ ഈപാട്ടുകേട്ടാൽ ആരും ഇതൊരു കുത്തിയോട്ടപ്പാട്ടാണെന്നേ കരുതൂ. താനവട്ടം കൂടിയായാൽ കുത്തിയോട്ടമെന്നുറപ്പിക്കുകയും ചെയ്യും. അത്രമേൽ കരടിപ്പാട്ട് കുത്തിയോട്ടവുമായി ഒത്തുപോകുന്നുണ്ട്.

ഈ കരടിപ്പാട്ടിന് ഇരുപതാം നൂറ്റാണ്ടിന്റെ ആരംഭകാലത്തുപോലും വളരെ പ്രചാരം ലഭിച്ചിരുന്നതായി മുതിർന്ന തലമുറയിലെ ആളുകൾ ഓർക്കുന്നു. അതിൽനിന്നു പ്രചോദനം ഉൾക്കൊണ്ടാവണം ചെട്ടികുളങ്ങര സ്വദേശികളായ കുമ്പളത്ത് രാമനുണ്ണി

ത്താനും കളീയ്ക്കൽ പരമേശ്വരനാശാനും 'കോമലേഴത്തുചരിതം' എന്ന പേരിൽ കുത്തിയോട്ടപ്പാട്ടുകൾ എഴുതാൻ ഇടയായത്. കരടിപ്പാട്ടിന്റെ പൊതുസ്വഭാവം ഈ പാട്ടുകളിലും നിറഞ്ഞു നിൽക്കുന്നുണ്ട്. കോമലേഴത്തുകാരുടെ സമ്പന്നതയും സൗഭാഗ്യങ്ങളും വർണ്ണനയ്ക്കു വിഷയമാകുന്നതോടൊപ്പം ഫലിതവും പരിഹാസവും ഈ പാട്ടുകളിലും ചൈതന്യവത്തായി നിലകൊള്ളുന്നു. 'ലോലക്കണിയാഞ്ഞ് നാത്തൂൻ കരയുന്നു /പാലുകിട്ടാഞ്ഞുണ്ണി കേഴുമ്പോലെ..' തുടങ്ങിയ വരികളിൽ നിഴലിക്കുന്ന നർമ്മം തന്നെ ഉദാഹരണം.

ചരിത്രമായിത്തീർന്ന ഊട്ടുപുര

ഏതു ക്ഷേത്രങ്ങൾക്കു പിന്നിലും ഒരു ചരിത്രമുണ്ട്. ചരിത്രത്തിന്റെ ഏതെങ്കിലും ദശയിൽ അധികരത്തിന്റെയോ ധനശേഷിയുടെയോ പിൻബലത്തിൽ ഏതെങ്കിലും വിഭാഗത്തിൽപ്പെട്ടവർ അതിന്റെ നിയന്താക്കളോ നടത്തിപ്പുകാരോ വാഹകരോ ആയാലും പുരാവൃത്തരൂപത്തിൽ ചരിത്രത്തിന്റെ ശകലങ്ങൾ ചിലതെല്ലാം അതോടൊപ്പം മുദ്രപ്പെട്ടുകിടക്കും. വിശേഷാവസരങ്ങളിൽ വട്ടിയുംകുട്ടയും നൽകാനുള്ള അവകാശമായോ നിലംതൊടാതെ കൊയ്തെടുത്ത നെന്മണികൾ ക്ഷേത്രത്തിന്റെ മകുടത്തിൽ സമർപ്പിച്ചവരായോ ഭഗവാന്റെ കണ്ണുദോഷം പാടിത്തോറ്റിയകറ്റുന്നവരായോ ചില സമുദായങ്ങൾ ക്ഷേത്ര പുരാവൃത്തങ്ങളിൽ നിറഞ്ഞു നിൽക്കുന്നത് ഇത്തരം പശ്ചാത്തലത്തിലാണ്. ചെട്ടികുളങ്ങര ക്ഷേത്രത്തോടുചേർന്നു വടക്കേ വശത്തായി നിലകൊണ്ടിരുന്ന ഊട്ടുപുരയും ഇത്തരം ഒരു ചരിത്ര സാക്ഷ്യമായിരുന്നു.

തിരുവിതാംകൂറിൽ ഊട്ടുപുര സമ്പ്രദായം ഏർപ്പെടുത്തിയത് മാർത്താണ്ഡവർമ്മയുടെ കാലത്താണ്. 1755-1775 കാലത്തു രാമയ്യൻ ദളവയാണ് ഊട്ടുപുരയുടെ കാര്യത്തിൽ വ്യവസ്ഥകൾ ചെയ്തത് (ഡോ. എസ്സ്കെ വസന്തൻ, കേരള സംസ്കാര ചരിത്ര നിഘണ്ടു ഭാഗം ഒന്ന്, പേജ് 198). വഴിയാത്രക്കാരായ ബ്രാഹ്മണരെ ഉദ്ദേശിച്ചാണി

തിന്റെ നിർമ്മിതി. അവർക്ക് സൗജന്യമായി ഇവിടെ ആഹാരം കൊടുത്തിരുന്നു. രാജാക്കന്മാരും ജന്മികളുമാണ് ഇങ്ങനെ ഊട്ടുപുരകൾ നിർമ്മിച്ചിരുന്നത്. നാട്ടിൽ ഊട്ടുപുരകൾ സ്ഥാപിക്കുന്നത് പുണ്യമായി ജന്മികൾ കരുതിയിരുന്നതായും ഡോ. വസന്തൻ രേഖപ്പെടുത്തുന്നു (അതേപേജ്). 1909-ൽ തിരുവിതാംകൂറിൽ ഊട്ടുപുര സമ്പ്രദായം നിർത്തലാക്കിയിരുന്നു. പിൽക്കാലത്ത് അത്തരം ഊട്ടുപുരകൾ ചരിത്ര സ്മാരകങ്ങളാക്കി നിലനിർത്താൻ ശ്രമങ്ങളുണ്ടായി.

ചെട്ടികുളങ്ങര ക്ഷേത്രത്തോടനുബന്ധിച്ചും ഒരു ഊട്ടുപുരയുണ്ടായിരുന്നു. ആ ഊട്ടുപുര നിർമ്മിച്ചതു കോമലേഴത്ത് കുഞ്ഞുശങ്കരചേവുകരുടെ കാലത്തായിരുന്നു (1820-1895). നൂറുവർഷം കഴിഞ്ഞ നിർമ്മിതികളെ ചരിത്ര സ്മാരകമായി സംരക്ഷിക്കണമെന്നാണ് സർക്കാർ നിയമം. ജീവിച്ചിരിക്കുന്ന ഒരു പൗരനു നിയമം അനുവദിച്ചുനൽകിയ അവകാശങ്ങൾ പുരാസ്മാരകങ്ങൾക്കുമുണ്ട്. പക്ഷേ, നിർഭാഗ്യവശാൽ നൂറ്റാണ്ടുകൾ പിന്നിട്ട ആ ഊട്ടുപുര ഏതാനുംവർഷം മുമ്പു പൊളിച്ചു കളഞ്ഞു. പകരം ആധുനികമായ ഒന്നു നിർമ്മിക്കുകയും ചെയ്തു.

ഓടുപാകി കഴുക്കോലുംമറ്റും തേക്കുതടിയിൽ നിമ്മിച്ചതായിരുന്നു ആ ഊട്ടുപുര. അതിന്റെ പൊളിച്ച അവശിഷ്ടങ്ങൾ ഉരുക്കി ചാന്തു നിർമ്മാണത്തിനുപയോഗിച്ചിരുന്നു. അതിന്റെ നിർമ്മാണ കാലവുംമറ്റും തെക്കുകിഴക്കേ കഴുക്കോലിൽ ആലേഖനം ചെയ്യപ്പെട്ടിരുന്നു. കാലാന്തരത്തിൽ അതു വായിക്കാനാവാത്തവിധം മാഞ്ഞുപോയതിനാൽ കേരള ഹൈക്കോടതിയുടെ ഉത്തരവുപ്രകാരം അത് കോമലേഴത്തു കുഞ്ഞുശങ്കരചേകവൻ നിർമ്മിച്ചു സമർപ്പിച്ചതാണെന്ന ശിലാഫലകം സ്ഥാപിച്ചിരുന്നു. ഊട്ടുപുര പൊളിച്ചതോടെ ഫലകവും അപ്രസക്തമായി.

ഉന്നത ജാതികളെന്നഭിമാനിക്കുന്ന വിഭാഗങ്ങൾക്കുമാത്രമല്ല ക്ഷേതവുമായി ബന്ധമെന്നു കാലത്തോടു സംവദിക്കാൻ ഇത്തരം സ്മാരകങ്ങൾ ഉപകാരപ്പെടും. അതിനാൽ അത്തരം നിർമ്മിതികളെ ഉന്മൂലനം ചെയ്യുന്നത് ചരിത്രത്തോടു ചെയ്യുന്ന കടുത്ത വഞ്ചനയാണ്. നിലംപൊത്തിയ ഈഴച്ചെമ്പകത്തെ സംരക്ഷിക്കാൻ മുൻകൈയ്യെടുത്ത ക്ഷേത്ര സംരക്ഷകർക്ക് ഊട്ടുപുരയും സംരക്ഷിക്കണമെന്നു തോന്നാത്തത് നിർഭാഗ്യകരമായി. തന്ത്രിയോടും ജ്യോതിഷിയോടും മാത്രമല്ല, പുരാവസ്തുശാസ്ത്രജ്ഞനോടും ചരിത്രകാരനോടും ക്ഷേത്രപുനർനിർമ്മാണ വേളകളിൽ അഭിപ്രായം ആരായേണ്ടതുണ്ടെന്നാണിതു കാണിക്കുന്നത്.

കോമലേഴത്തെ അരയന്നം

കെട്ടുകാഴ്ചകളിൽപ്പെടുന്ന ഒന്നാണ് അന്നം കെട്ട്. അരയന്നത്തിന്റെരൂപം കച്ചിയും മുളയും കയറുംമറ്റുംകൊണ്ട് ഉണ്ടാക്കുന്നതിനെയാണ് അന്നംകെട്ടെന്നറിയപ്പെടുന്നത്. ബുദ്ധമതവുമായി ബന്ധപ്പെട്ടാണ് അന്നത്തിന്റെയും പിറവി.

അന്നത്തെക്കുറിച്ച് പറയുമ്പോൾ ചെട്ടികുളങ്ങരയിലെ അന്നത്തെയും ഓർക്കാതിരിക്കാനാവില്ല.

തേരിന്റെയും കുതിരയുടെയും ഭീമനന്റെയും ഹനുമാന്റെയുമൊക്കെ ഉരുക്കൾ നിർമ്മിക്കുന്ന അതേ മട്ടിൽത്തെന്നെയായിരുന്നു അരയന്നത്തിന്റെയും നിർമ്മാണം.

നാലു ചക്രങ്ങളും തണ്ടുകളും ഉള്ള വണ്ടിക്കൂട്ടിലായിരുന്നു ഈ അന്നത്തെ കെട്ടിയൊരുക്കിക്കൊണ്ടിരുന്നത്. കോമലേഴത്തുനിന്നായിരുന്നു അന്നം കെട്ടി സമർപ്പിച്ചിരുന്നത്. ഈരേഴ തെക്കുകരയിൽനിന്നായിരുന്നു അത് ക്ഷേത്രത്തിലേക്ക് ആനയിച്ചിരുന്നത്.

നിർമ്മാണം പൂർത്തിയായ അരയന്നത്തെ ചെട്ടികുളങ്ങര ചന്തവഴി കമുകുംവിളയിലൂടെ ഈരേഴതെക്ക് കരയുടെ ആസ്ഥാനത്തെത്തിക്കും. തുടർന്ന് അവിടെ നിന്നും ഘോഷയാത്രയായി ക്ഷേത്രത്തിലെത്തുകയായിരുന്നു പതിവ്.

അതിനും ഒരു കാരണമുണ്ടായിരുന്നു. ഈരേഴ തെക്കുകരയിലെ പ്രധാന വീട്ടുകാർക്ക് കോമലേഴത്തുകാരോട് ആഭിമുഖ്യമുണ്ടായിരുന്നു. അതിനാലാണ് ഈരേഴ തെക്കുനിന്നാണ് കോമലേഴത്തെ അന്നം ക്ഷേത്രത്തിലെത്തിയിരുന്നതെന്നാണ് ഒരു നിരീക്ഷണം.

വിശേഷപ്പെട്ട ഒന്നായിരുന്നു ആ അരയന്നം. ചിറകുകൾ വിടർത്തുകയും ചുണ്ടുകൾ ചലിപ്പിക്കുകയും ചെയ്യുന്ന തരത്തിലായിരുന്നു അതിന്റെ നിർമ്മാണം. കോമലേഴത്തെ കീർത്തിക്കും പദവിക്കും നിരക്കുന്ന ഒന്ന് (ജി.ഗോപകുമാർ).

വർഷങ്ങൾക്കുമുമ്പ്, 1963-ൽ ഭരണിയ്ക്ക് ചെറുകരയ്ക്കു വടക്കുള്ള ചുന്തിലേത്തു വീടിനു മുന്നിൽവെച്ച് അന്നം വഹിച്ചിരുന്നവരും കോമലേഴത്തുകാരും ഇതരമതസ്ഥരും തമ്മിൽ സംഘർഷമുണ്ടാവുകയും ഉരു ക്ഷേത്രത്തിൽ കൊണ്ടെത്തിക്കാനാവാതാവി

ധം താറുമാറാകുകയും ചെയ്തു. പിന്നീട് രണ്ടോമൂന്നോ തവണകൂടി അരയന്നം കൊണ്ടുവന്നെങ്കിലും ഒരുതവണ ചക്രം തിരിയാതെ വന്നതിനുശേഷം പ്രസ്തുത കെട്ടുകാഴ്ച നിശ്ശേഷം മുടങ്ങി.

ചെറിയപത്തിയൂരിലെ അന്നംകെട്ട്

ചെറിയപത്തിയൂർ ക്ഷേത്രത്തിലും അന്നം കെട്ടുകാഴ്ചയായി കൊണ്ടുവന്നിരുന്നു. കിഴക്കേകരയിൽനിന്നാണ് അന്നം കെട്ടുകാഴ്ചയായി ക്ഷേത്രത്തിലേക്ക് കൊണ്ടുവന്നിരുന്നത്. ചെട്ടികുളങ്ങരയിലെ കുംഭഭരണിയുത്സവത്തിന് കെട്ടുകാഴ്ച ഒരുക്കിയിറക്കിയിരുന്നതു പോലെ, കെട്ടുകാഴ്ചകൾ ചെറിയപത്തിയൂരിലും ഉണ്ടായിയിരുന്ന കാലമായിരുന്നു അത്. വലുപ്പത്തിന്റെ കാര്യത്തിൽ മീനഭരണിക്കാഴ്ചക്കു കൊണ്ടുവരുന്ന ഉരുക്കളോളം വരും.

ആളുകൾ തോളിൽ വഹിച്ചുകൊണ്ടായിരുന്നു അത് ചെറിയപത്തിയൂർ ക്ഷേത്ര നടയിലെത്തിച്ചിരുന്നത്. ഭഗവതിപ്പടി ഇരണ്ടയ്ക്കൽ വീട്ടിലും ചെറിയപത്തിയൂർ മുതലിശ്ശേരിലും അതിന്റെ 'തണ്ടുംതടിയും' (ശേഷിപ്പുകൾ) ഏതാനും വർഷങ്ങൾക്കു മുമ്പുവരെ ഉണ്ടായിരുന്നു (ആവേ. സുരേന്ദ്രൻ ആചാരി). കെട്ടുകാഴ്ചയുമായി ഈഴവസമുദായം ഗാഢമായി ബന്ധപ്പെട്ടിരുന്നുവെന്ന് സി.വി കുഞ്ഞുരാമൻ നിരീക്ഷിക്കുന്നുണ്ട്.

ഭാഗം നാല്

കരിപ്പുഴ തോടിന്റെ കഥ

ഗതാഗതത്തിന് റോഡുകളെ ആശ്രയിക്കാതിരുന്ന കാലത്ത് തോടുകളും പുഴകളും ജലാശയങ്ങളുമായിരുന്നു ജനങ്ങളുടെ ആശ്രയം. ഗ്രാമജീവിതത്തിന്റെ ജീവനാഡിയായിരുന്നു തോടുകൾ. വലിയ നദീതടങ്ങളിൽ വലിയ സംസ്കാരം ഉടലെടുത്തുവെങ്കിൽ ചതുപ്പുകളും കുളങ്ങളും വെള്ളക്കെട്ടുകളും നിറഞ്ഞ പ്രാചീനകേരളത്തിന് ഏറ്റവും അനുയോജ്യമായ സഞ്ചാരസൗകര്യംതന്നത് ഇവിടുത്തെ നാട്ടുതോടുകളാണ്. കച്ചവടത്തിനാവശ്യമായ ചരക്കുനീക്കങ്ങളിലൂടെ കമ്പോളങ്ങളെ ചലിപ്പിച്ചത് ഇത്തരം തോടുകളാണ്. തുറമുഖങ്ങളിലേക്കുള്ള പാതകളും അതായിരുന്നു. അതിനെ ആശ്രയിച്ചാണ് കേരളത്തിൽ സംസ്കാരം വളർന്നു പുഷ്കലമായത്. അതിനാലാണ് നമ്മുടേത് ഒരു തോട്ടുസംസ്കൃതിയാണെന്നു ചിലർ പറയുന്നത്.

കരിപ്പുഴ: സ്ഥലനാമവിചാരം

കുട്ടനാട്ടിലെ വളക്കൂറുനിറഞ്ഞ വയലുകളെ കരികൾ എന്നാണ് പൊതുവേ പറയുന്നത്. രാമങ്കരി, കുമരങ്കരി, കരുമാടി, കരുവാറ്റ എന്നിങ്ങനെ കരിനിലങ്ങൾ ആവോളമുണ്ട്. മിക്കവാറും സമുദ്രനിരപ്പിനുതാഴെയാണ് ഈ നിലങ്ങൾ. കരിപ്പുഴയും ഈ നിരയിൽപ്പെടുന്നു.

കരി, പുഴ എന്നിങ്ങനെ രണ്ടു പദങ്ങളായി ഈ സ്ഥലനാമത്തെ വിശ്ലേഷിക്കാം. ആദ്യപദത്തിന് വയൽ എന്നാണ് അർത്ഥമെന്നു നാം കണ്ടു.

പുഴയെന്നതിന് വെള്ളം ധാരാളമായി ഒഴുകുന്ന വലിയ തോട്, ചാൽ, നദി എന്നിങ്ങനെയാണ് അർത്ഥമെന്നു നമുക്കറിയാം. എന്നാൽ, സ്ഥലനാമത്തോടു ചേർന്നുനിൽക്കുന്ന പുഴയ്ക്ക് വഴിയെന്നാണ് അർത്ഥം. വേനൽക്കാലത്ത് നീരൊഴുക്കുപാതകൾ തെളിച്ചുതരുന്ന പാതയിലൂടെയാണ് ആളുകൾ നടന്നിരുന്നത്. പള്ളിപ്പാട്, ഏവൂർ തുടങ്ങിയ പ്രദേശങ്ങളിൽ നിന്നുള്ളവർ അങ്ങനെയാണ് പുഞ്ചപ്പാടംകടന്ന് ചെട്ടികുളങ്ങര ദേശത്തേക്ക് ആദ്യകാലങ്ങളിൽ എത്തിയിരുന്നത്. ഇവിടെനിന്നുള്ളവർ തിരിച്ചും പുഞ്ചകട

ന്നു പോയി. ഇങ്ങനെ നടവഴിയായിത്തീർന്ന കരിയാണ് (വയലാണ്) കരിപ്പുഴ. കാലക്രമേണ തോടിന്റെ പേരായി അതുറച്ചു.

ആലപ്പുഴയിലെയും അമ്പലപ്പുഴയിലേയും പുഴയും വഴിതന്നെ. സമുദ്രതീരത്തേക്കോ, വെള്ളക്കെട്ടിലേക്കോചെന്നെത്താനുള്ള നടവഴിയാണ് ആലപ്പുഴ(ആലം-വെള്ളം, സമുദ്രം). അമ്പലത്തിലേക്കത്താനുള്ള വഴിയാണ് അമ്പലപ്പുഴ.

വളരെയേറെ പ്രാധാന്യമുള്ള ഒരു ജലമാർഗ്ഗമാണ് കരിപ്പുഴത്തോട്. കേരളത്തിൽ ഒരു കമ്പോളത്തെചുറ്റിയൊഴുകുന്ന ഏതെങ്കിലും തോടുണ്ടെങ്കിൽ അത് കരിപ്പുഴത്തോടാണ്. ഇന്ന് മാലിന്യ വാഹിനിയായിത്തീർന്നിരിക്കുന്ന നീരൊഴുക്കു പാതകൂടിയാണു കരിപ്പുഴത്തോട്. വളരെ പഴക്കമുള്ള ഗതാഗത മാർഗ്ഗമായി കരിപ്പുഴത്തോട് ചരിത്രത്തിൽ അടയാളപ്പെട്ടു കിടക്കുന്നു. ഡച്ചുകാരുടെ കാലത്തെങ്കിലും തോടുണ്ടായിരുന്നുവെന്ന് കായംകുളത്ത് ആംഗ്ലോഇന്ത്യൻ ചർച്ചിനോടു ചേർന്നു സ്ഥാപിച്ചിരിക്കുന്ന കുരിശ്ശടിയിൽ നിന്നും അനുമാനിക്കാം. ഉണ്ണുനീലി സന്ദേശകാലത്ത് (1664) നിലവിലുണ്ടായിരുന്ന തട്ടാരമ്പലത്തിനടുത്തുള്ള ശ്രീപർവ്വതം അങ്ങാടിയിലേക്കുള്ള യാത്രാമാർഗ്ഗവും കരിപ്പുഴ തോടായിരുന്നിരിക്കണം. അന്ന് തോടിന് കരിപ്പുഴതോടെന്ന പേരു ലഭിച്ചിരുന്നില്ലെന്ന് ഒരു രേഖ വ്യക്തമാക്കുന്നു.

804ൽ എഴുതിയ ഒരു പട്ടോലക്കരണത്തിൽ ഇങ്ങനെ കാണുന്നു:

"പത്തിയൂർ മുക്കാലിവട്ടത്തു ശ്രീകാര്യമുടയ പെരുമ്പടപ്പിൽ തിരുമുമ്പിൽ ശിഷ്യനായ നെടവേലിൽ നാരായണൻ രാമന്നും, പൊതുവാൾ കണ്ണങ്കരെ ചാത്തൻ കുമാരനും കൂടെ പരദേവതമാരെ ഉള്ളിരുത്തിക്കൊണ്ടു കണ്ണമംഗലംപാടത്തു പുഞ്ചയിൽ, നാട്ടുതോട്ടിനു പടിഞ്ഞാറും പുറത്തെവക പവനിക്കുത്തു...."

പത്തിയൂർ-കരിപ്പുഴത്തോടിനെ പരാമർശിക്കുന്ന മറ്റൊരുരേഖ ഇങ്ങനെ:

"കൊല്ലം 835-ാം മാണ്ട് തുലാമാസത്തിൽ എഴുതിയ പട്ടോലക്കരണമാണിത്. പത്തിയൂർ മുക്കാലുവട്ടത്തു ശ്രീകാര്യമുടയ പെരുമ്പടപ്പു തിരുമുമ്പിലെ ശിഷ്യനായ നെടുവേലിൽ നാരായണനും പൊതുവാൾ കണ്ണക്കരെ ചാത്തൻ ചാത്തനും വരദമാരെ ഉള്ളിരുത്തിക്കൊണ്ടു കണ്ണമംഗലം പാടത്തുപുഞ്ചയിൽ നാട്ടുതോടിനും പടിഞ്ഞാറ്റു പുറത്ത്...."

ചിറവാസ്വരൂപവും പെരുമ്പടപ്പും തമ്മിലുള്ള ഈ എഴുത്തുകു

ത്തിൽനിന്ന് ഇപ്പറഞ്ഞ പട്ടോലക്കരണങ്ങളുടെ കാലത്ത് തോടിന് പ്രത്യേകിച്ചൊരു പേരുമില്ല എന്നു മനസ്സിലാക്കാം. മാത്രമല്ല അത് വെറും നാട്ടുതോടായിമാത്രമായിരുന്നു അറിയപ്പെട്ടിരുന്നതെന്നു ഇവയിൽ നിന്നും മനസ്സിലാക്കാം. കരിപ്പുഴത്തോടെന്ന പേരുപിൽക്കാലത്ത് എപ്പോഴോ ഉണ്ടായതാണെന്നുവ്യക്തം.

അക്കാലത്ത് കരിപ്പുഴയിലെ കടവൂർ, ചെറിയ തുറമുഖമായി ചരക്കുകളുടെ ക്രയവിക്രയത്തെ സഹായിച്ചിരിക്കാമെന്ന് ഉണ്ണുനീലി സന്ദേശം സൂചനനൽകുന്നു.

കായംകുളം അന്നേ പേരെടുത്ത കമ്പോളമായിരുന്നുവെന്ന് വിദേശീയരായ അനേകംപേരുടെ സഞ്ചാരക്കുറിപ്പുകൾ സൂചന തരുന്നു. പത്തിയൂർ പഞ്ചായത്തിലെ, പഴയ കീരിക്കാട് പ്രവൃത്തിയിൽപ്പെട്ട, നാടുവാഴി പാരമ്പര്യമുള്ള വട്ടപ്പറമ്പിൽ വല്യത്താന്മാരുടെ കൈവട്ടകയിലായിരുന്നപ്പോൾ നാട്ടതിരിനു ചുറ്റും തീർത്തിരുന്ന കിടങ്ങുകൾ യോജിപ്പിച്ചായിരിക്കാം തോട് ഗതാഗത യോഗ്യമാക്കിയതെന്നാണ് കൊട്ടാരത്തിൽ ശങ്കുണ്ണിയുടെ ഐതിഹ്യമാല നൽകുന്ന സൂചന (വട്ടപ്പറമ്പിൽ വല്യമ്മ പേജ് 238, ഡി.സി. ബുക്സ്).

ധർമ്മരാജാവിന്റെ ഭരണകാലത്ത്, ഉത്തര കേരളത്തിലെ ഹൈദരുടെയും (1766) തുടർന്നുള്ള, ടിപ്പുവിന്റെയും (1787) ആക്രമണത്തെ ഭയന്ന് മാവേലിക്കര, കരുവാറ്റ, ചെന്നിത്തല, എണ്ണക്കാട്, പ്രായിക്കര തുടങ്ങിയ പ്രദേശങ്ങളിൽ അഭയം പ്രാപിച്ച ചിറക്കൽ സ്വരൂപത്തിലെ പിന്മുറക്കാരിൽ നിന്നും രാജകുമാരിമാരെ തിരുവിതാംകൂറിലേക്ക് ദത്തെടുത്ത (1788 ഒക്ടോബർ 26) ശേഷം, കൊട്ടാര നിവാസികൾക്കു തിരുവനന്തപുരത്തേക്കുള്ള സഞ്ചാര സൗകര്യാർത്ഥമാണ് കരിപ്പുഴ തോട് നിർമ്മിച്ചതെന്നതിന് ചരിത്ര സമ്മിതിയുണ്ട്.

ആദ്യകാലംമുതലേ കടൽക്കൊള്ളക്കാരുടെ വിഹാരകേന്ദ്രമായിരുന്നു കായംകുളം കായൽ. ബർബോസ മുതലായവർ കടൽക്കൊള്ളക്കാരുടെ അതിക്രമങ്ങളെക്കുറിച്ച് പറയുന്നുണ്ട്. കായംകുളം കായൽകേന്ദ്രീകരിച്ചുള്ള കൊള്ളയ്ക്കും നിഷ്ഠൂരവൃത്തിക്കും കീരിക്കാട്ടുകാരായിരുന്നു നേതൃത്വം നൽകിയവർ. കുപ്രസിദ്ധനായ കായംകുളം കൊച്ചുണ്ണിയും മറ്റും ഈ സംഘത്തിലെ മുൻനിരയിൽ ഉള്ളവരായിരുന്നു. ഈ കൊള്ളക്കാർ മുറജപത്തിനുപോയ തരണനല്ലൂർ നമ്പൂതിരിമാരെ അവർ ആക്രമിച്ച് സാളഗ്രാമം കൈക്കലാക്കിയത് വലിയ കോളിളക്കമുണ്ടാക്കിയിരുന്നു. ആറാട്ടുപുഴ വേലയുധപ്പണിക്കരാണ് അവരിൽ നിന്ന് സാളഗ്രാമം വീണ്ടെടുത്തത്. കൊള്ളക്കാരുടെ അപ്രതീക്ഷിത ആക്രമണത്തെ ഭയന്ന് തൃക്കുന്ന

പുഴ വഴി കായംകുളത്തേക്ക് കായലിലൂടെ സഞ്ചരിക്കാൻ ആളുകൾ ഭയന്നിരുന്നു.

ഈ കൊള്ളക്കാരുടെ ശല്യം രാജകുടുംബത്തിലുള്ളവരും അനുഭവിച്ചിരുന്നു. മാവേലിക്കര നിന്നും ചെറുകോലിൽ നിന്നും കുട്ടമ്പേരൂരാറുകടന്ന് കായലിലൂടെ വേണമായിരുന്നു കൊല്ലത്തേക്കുകടക്കാൻ. എന്നാൽ അക്രമികളെ ഭയന്ന് തിരുവനന്തപുരത്തേക്ക് സമാധാനത്തോടെ പോകാൻ രാജകുടുംബാഗങ്ങൾക്കുപോലും കഴിഞ്ഞില്ല. എന്നാൽ കരിപ്പുഴ തോടിന്റെ നിർമ്മാണംമൂലം കൊട്ടാരവാസികൾക്കു സമാധാനിക്കാൻ കഴിഞ്ഞു.

റാണി ഗൗരി പാർവ്വതീഭായിയുടെ കാലത്താണ് പൊന്നാനിവരെ നീണ്ട ഈ പാത നിർമ്മിച്ചത്. 1815-നും 1829-നും ഇടയിലായിരുന്നു തോടിന്റെ നിർമ്മാണം. 1928-ലാണ് തോടിന്റെ നിർമ്മാണം പൂർത്തിയായത്. കൊല്ലം തോടിന്റെ തുടർച്ചയായാണ് കരിപ്പുഴതോട് വടക്കോട്ടു നീളുന്നത്. കരിപ്പുഴ ജംങ്ഷന് വടക്കുവശത്ത് പാടത്തിൽകൂടി പടിഞ്ഞാറേക്കൊഴുകി നീങ്ങി കുത്തുകുഴി മൂലയ്ക്കു വെച്ചാണ് തോട് അച്ചൻകോവിലാറുമായി ചേരുന്നത്. അച്ചൻകോവിലാറിനെ കായംകുളം കമ്പോളവുമായി ബന്ധിപ്പിക്കുന്ന ജലപാതയായിരുന്നു ഒരുകാലത്ത് കരിപ്പുഴത്തോട്.

മയൂരസന്ദേശത്തിൽ പറയുന്ന രണ്ടും മൂന്നും തവണ കൃഷിനടക്കുന്ന കണ്ടങ്ങൾ കരിപ്പുഴ തോടിനിരുവശവുമാണെന്നാണ് വ്യാഖ്യാതാവായ ഏ.ആർ. രാജരാജവർമ്മ പറയുന്നത്. പ്രസ്തുതപദ്യത്തെ വ്യഖ്യാനിച്ചുകൊണ്ട് അദ്ദേഹം എഴുതുന്നു: 'ഈ വർണ്ണനകൊണ്ട് മയിൽ കായംകുളത്തുകായൽവഴി പോകാതെ സ്വൽപം കിഴക്കോട്ടുവന്ന് പത്തിയൂർ മുതലായ ദിക്കിലൂടെ പോകണമെന്നാണു കവിക്കുദ്ദേശമെന്നുതോന്നുന്നു'(മയൂരസന്ദേശം മണിപ്രവാളകാവ്യം, വ്യാഖ്യാ. ഏ.ആർ. പേജ് 14,1895).

ഈ തോടു കടന്നാണ് കൊടുങ്ങല്ലൂർ ഭഗവതി ചെട്ടികുളങ്ങര ദേശത്തേക്കു വന്നതെന്നാണ് ഐതിഹ്യ പ്രസിദ്ധി.

കരിപ്പുഴത്തോടും പുരാവൃത്തങ്ങളും

ചെട്ടികുളങ്ങര ഭഗവതിയുടെ ആഗമം കൂടാതെ, കരിപ്പുഴ തോടുമായി നാട്ടുജീവിതങ്ങളെ ബന്ധിപ്പിച്ചു നിർത്തുന്ന ഒരുപിടി പേലവമായ പുരാവൃത്തങ്ങൾ കൂടിയുണ്ട്. ചിലതെല്ലാം ഇപ്പോഴും തുടരുന്ന ആചാരാനുഷ്ഠാനങ്ങളിൽ പ്രതിഫലിക്കുമ്പോൾ മറ്റുചിലതെല്ലാം നാട്ടോർമ്മകളായി കൈമാറ്റം ചെയ്യപ്പെടുന്നവയാണ്. അവയിൽ ഏതാനും പുരാവൃത്തങ്ങളാണ് ചുവടെ.

പുരാവൃത്തം -ഒന്ന്

'ചങ്കാന്തിയുത്സവം'

കർക്കിടകം ഒന്നാം തീയതി പത്തിയൂർ - കരിപ്പുഴ - കണ്ണമംഗലം -ഏവൂർ കരിപ്പുഴ ദേശക്കാർക്ക് വിശേഷ ദിവസമാണ്. നാട്ടുകാരുടെ 'ചങ്കിരാന്തി'യുത്സവമാണന്ന്.

കരിപ്പുഴ തോട്ടിൽ അന്നു വള്ളംകളി പതിവാണ്. സംക്രാന്തി വള്ളങ്കളിയെന്നാണു പറഞ്ഞുവരുന്നത്. എത്രയോ കാലങ്ങളായി അത് ഇവിടുത്തെ പതിവു കാഴ്ചയാണ്. ഒപ്പം ചില ഐതിഹ്യപ്പെരുക്കങ്ങളുമുണ്ട്. ഏവൂർ ഭഗവാൻ കളിവള്ളത്തിലേറി പത്തിയൂർ ഭഗവതിയെ കാണാനെത്തുന്ന ദിവസം കൂടിയാണന്ന്. അതാണ് പുരാവൃത്തത്തിലെ പ്രധാന സങ്കല്പം.

കരിപ്പുഴ തോടിനു പടിഞ്ഞാറുഭാഗത്താണ് ഏവൂർക്ഷേത്രം സ്ഥിതിചെയ്യുന്നത്. അഥവാ, ഏവൂർ കിഴക്കേ നടയിലെ ആൽത്തറയിൽനിന്നും ഉദ്ദേശം ഒന്നര കിലോമീറ്റർ നേർകിഴക്കായാണ് കരിപ്പുഴത്തോട്.

ഏവൂർ അമ്പലം വക വള്ളത്തിൽ ഭഗവാന്റെ തിടമ്പ് എഴുന്നള്ളിക്കുന്നതോടെയാണ് തുടക്കം. ഈ വള്ളത്തിൽ മുത്തുക്കുടയുണ്ടായിരിക്കും. പത്തിയൂരമ്മക്ക് പൂമാലയും പുകയിലയുംമറ്റും പ്രത്യേകം കരുതിയിരിക്കും. മൂന്നു വള്ളങ്ങളിലായി കരക്കാർ വഞ്ചിപ്പാട്ടുംപാടി കളിച്ച് പത്തിയൂർ കടവിലെത്തും. കരുതിയിരിക്കുന്ന വെറ്റിലയും ദക്ഷിണയും മറ്റും 'വല്യമ്മയ്ക്ക്' കാഴ്ചവെയ്ക്കും. വഴുപാടുകളും നടത്തി പാട്ടും പാടി തിരികെപ്പോരും.

നല്ലമഴയുള്ള കാലങ്ങളുണ്ടായിരുന്നു. ഇടമുറിയാതെ പെയ്തിരുന്ന നാളുകളും വിരളമല്ല. എത്ര കുറഞ്ഞാലും പുതുവെള്ളം എന്ന പതിവ് പ്രകൃതി ഒരുവണയും മുടക്കിയില്ല. വൈകിട്ട് ഏകദേശം മൂന്നു മണിയോടെ ഏവൂർ ക്ഷേത്രത്തിനു നേരേ കിഴക്കായി, മറുകരയിൽ കണ്ണമംഗലം ദേശത്ത് പടിഞ്ഞാറേക്ക് ദർശനമായി നിലകൊള്ളുന്ന ഉരിയുണ്ണിത്തേവരെ ദർശിക്കാൻ പുറപ്പെടും. ആവണക്കും തോടുവഴിയാണ് കിഴക്കോട്ട് യാത്ര.

ഉരിയുണ്ണിത്തേവരുനടയിലെത്തി സംഘം വഴുപാടുകൾ നടത്തും. അവിടുത്തെ ക്ഷേത്ര ഭാരവാഹികളും കരക്കാരും നൽകുന്ന സ്വീകരണങ്ങൾ ഏറ്റുവാങ്ങി മറുകരയിലെത്തി, ശ്രീഭൂതനാഥൻ നൂറുകണക്കിന് കരിക്ക് നേദിക്കുന്നതോടെ 'ചങ്കിരാന്തി'യുടെ ചടങ്ങുകൾ അവസാനിക്കും.

പുരാവൃത്തം -രണ്ട്

'ഉരിയുണ്ണിത്തേവർ'

ഏവൂർ ശ്രീകൃഷ്ണസ്വാമി ക്ഷേത്രത്തിലെയും ചെട്ടികുളങ്ങര കണ്ണമംഗലം വടക്കുകരയിലെ ശ്രീകൃഷ്ണ ക്ഷേത്രത്തിന്റെയും ശ്രീകോവിലുകൾ പരസ്പരം അഭിമുഖീകരിക്കും വിധമാണു നിർമ്മിച്ചിരിക്കുന്നത്. രണ്ടുക്ഷേത്രങ്ങളിലെയും പ്രതിഷ്ഠാദിനം ഒരേദിവസം ഒരേ മുഹൂർത്തത്തിലാണു നടത്താൻ നിശ്ചയിച്ചിരുന്നത്.

മുഹൂർത്തം മാറിപ്പോകാതിരിക്കാൻ ആളുകൾ ഒരുപായം കണ്ടെത്തി. ഇരു ക്ഷേത്രങ്ങളിലെയും മണികളെ നീണ്ട ഒറ്റമുടിക്കയർ കൊണ്ടു ബന്ധിക്കുക. പ്രതിഷ്ഠ തുടങ്ങുമ്പോൾ മണിയടിക്കുക. ഇരുക്ഷേത്രങ്ങളിലും ഒരേസമയം പ്രതിഷ്ഠിക്കുക. ഇതായിരുന്നു അന്നത്തെ ആളുകൾ കണ്ട ഉപായം. അങ്ങനെ പുഞ്ചക്കു നടുവിലൂടെ കരിപ്പുഴത്തോടിനു കുറുക കയർ വലിച്ചുകെട്ടി.

ആളുകൾ കാത്തുകാത്തിരിക്കേ, ഇക്കരെ മണി മുഴങ്ങി. ഏവൂരിലും പ്രതിഷ്ഠാ സമയമായെന്നുകരുതി ഇവിടുത്തെ പ്രതിഷ്ഠ നിഷ്ഠയായി കഴിച്ചു.

എന്നാൽ യഥാർത്ഥ മുഹൂർത്തത്തിനും അല്പം മുമ്പേയാണ് ഇവിടെ പ്രതിഷ്ഠനടന്നത്. ഒരു കാക്ക പുഞ്ചക്കു കുറുകേകണ്ട കയറിൽ കയറി വിശ്രമിക്കാനിരുന്നതിന്റെ ആയത്തിലാണ് ഇവിടെ മണി മുഴങ്ങിയതെന്ന് ആളുകൾ പിന്നീടാണറിഞ്ഞത്.

ഇങ്ങനെ നിശ്ചയിച്ച മുഹൂർത്തത്തിനും നേരത്തേ പ്രതിഷ്ഠനടന്നതിനാൽ ഇവിടുത്തെ മൂർത്തിയെ പിന്നീട് ഉരിയുണ്ണിത്തേവർ

എന്ന പേരിൽ അറിയപ്പെടാൻ തുടങ്ങി.

പുരാവൃത്തം-മൂന്ന്

കാക്കോത്തിയമ്മ

പണ്ട് ഒരു മഹാബ്രാഹ്മണൻ ഏതോനാട്ടിൽ നിന്നും ഈ ദിക്കിൽ വന്നു ചേർന്നു. അതിസുന്ദരിയായ ഒരു കുറവ പെൺകുട്ടിയിൽ അയാൾ മോഹിതനായി. ക്രമേണ പെൺകുട്ടിയും അയാളിൽ അനുരക്തയായി. അവർ രഹസ്യമായി സംഗമിച്ചു. അയാളിൽ നിന്നും അവൾ ഗർഭം ധരിച്ചു. വിവാഹത്തിന് പെൺകുട്ടി ബ്രാഹ്മണനെ നിർബന്ധിച്ചു. അയാൾ അതിനു തയ്യാറായില്ല. അവളുമായി വഴക്കായി. ദേക്ഷ്യംമൂത്ത് അയാൾ അവളെ തൊഴിച്ചു. നാഭിയിൽ ചവിട്ടേറ്റ പെൺകുട്ടി തൽക്ഷണം മരിച്ചു.

പിന്നീട് അവളുടെ ആത്മാവ് അലഞ്ഞുതിരിഞ്ഞു. പലരെയും ഉപദ്രവിച്ചു. മന്ത്രവാദികളുടെ സഹായത്തോടെ അവളെ ബന്ധിച്ചു. അവളുടെ ആഗ്രഹപ്രകാരം കരിപ്പുഴ തോടിന്റെ കരയിൽ പ്രതിഷ്ഠിച്ചു. ആ മൂർത്തിയാണ് കാക്കോത്തിയമ്മയായി അനുഗ്രഹം ചൊരിഞ്ഞ് ഏവൂർ കണ്ണമ്പള്ളിൽ ക്ഷേത്രത്തിൽ ഇന്നുകുടികൊള്ളുന്നത്.

വിവാഹം നടക്കാത്തവർ അവിടെ കരിവളയും പട്ടും മഞ്ചാടി മണികളും നടയ്ക്കുവെച്ചു പ്രാർത്ഥിക്കുന്നു. ഗർഭിണിയായ യുവതിയുടെ രൂപത്തിലാണ് പ്രതിഷ്ഠ. തലയിലെവട്ടി ഇടതുകൈകൊണ്ടുതാങ്ങിപ്പിടിച്ച്, വലതുകൈ അല്പം നീട്ടിപ്പിടിച്ചാണു നില്പ്. പ്ലാന്തടിയിലാണുശില്പം നിർമ്മിച്ചിരിക്കുന്നത്. നാലടിയോളം പൊക്കമുണ്ടിതിന്.

കുട്ടനാട്ടിലെ ഏതോസ്ഥലത്തുനിന്നും ഒഴുകിയെത്തിയതാണെന്നും അടുത്തിടയായി ആഖ്യാനമുണ്ട്.

പുരാവൃത്തം -നാല്

എരുവയിലുണ്ണിക്കണ്ണന്റെ പിണക്കം

ഓടനാട് രാജാവിന്റെ കൊട്ടാരം എരുവയിൽ നിർമ്മിക്കുന്ന കാലത്തിനുമുമ്പേ ഒരു ക്ഷേത്രം എരുവയിൽ ഉണ്ടായിരുന്നു എന്നു വിലയിരുത്താനാവുന്ന ഒരു പുരാവൃത്തവും നിലവിലുണ്ട്. ആദ്യം ഈ ക്ഷേത്തിന്റെ ദർശനം കിഴക്കോട്ടായിരുന്നുവെന്ന സൂചനയും പ്രസ്തുത പുരാവൃത്തത്തിലുണ്ട്. ആ കഥ ഇങ്ങനെയാണ്:

'ആദ്യം ഭഗവാന്റെ ദർശനം കിഴക്കേ കടവിനഭിമുഖമായിട്ടായിരുന്നു. ഒരിക്കൽ കരിപ്പുഴത്തോട്ടിലൂടെ വള്ളത്തിൽ കായംകുളത്തേ

ക്ക് കൊണ്ടുപോയ കദളിപ്പഴത്തിന്റെ പങ്ക് തനിക്ക് നല്കാത്തതിൽ പിണങ്ങി ഭഗവാൻ പുറംതിരിഞ്ഞിരുന്നു'.

എന്നാൽ, ഈ കഥയ്ക്ക് ഒരു പാഠഭേദവും പറഞ്ഞു കേൾക്കുന്നു. 'ഇപ്പോൾ ക്ഷേത്രത്തിൽ പ്രതിഷ്ഠ ചെയ്തിരിക്കുന്ന യക്ഷിയമ്മയുടെ ഉപദ്രവത്തിൽ കുപിതനായാണ് ഭഗവാൻ പുറംതിരിഞ്ഞിരുന്നത്' എന്നാണ് ആ ഭാഷ്യം.

പുരാവൃത്തം -അഞ്ച്

സുബ്രഹ്മണ്യസ്വാമിയും പത്തിയൂരമ്മയും

പത്തിയൂർ ഭഗവതിയുടെ ഏഴാം ഉത്സവത്തിനു കിഴക്കേ നടയിലുള്ള കളിത്തട്ടിലേക്കു കരിപ്പുഴ തോടുകടന്നാണു ഭഗവതിയുടെ എഴുന്നള്ളത്ത്. ചടങ്ങുകൾക്കുശേഷം തിരികെ തോടിന്റെ കിഴക്കേ നടയിൽ ഭഗവതി വരുന്നതുംകാത്ത് കളിവള്ളത്തിൽ ഹരിപ്പാട് സുബ്രഹ്മണ്യസ്വാമി കാത്തുനിൽക്കുമെന്നാണു സങ്കല്പം.

ഭഗവാനെക്കണ്ടു ലജ്ജാവതിയായ ഭഗവതി തോടുകടക്കാൻ മടിച്ച് ആറാട്ടുകുളംനോക്കി കിഴക്കോട്ട് ഓടും. പിന്നീട് തിരികെവരും. ഒടുവിൽ, ദേവിയെക്കണ്ടു തൃപ്തനായി ഭഗവാൻ മടങ്ങിപ്പോയെന്നുറപ്പുവരുത്തിയശേഷമാണ് തിരികെ ശ്രീകോവിലിൽ പ്രവേശിക്കുന്നത്.

കുംഭഭരണി: കഥയിലും കലയിലും

കൊട്ടാരത്തിൽ ശങ്കുണ്ണിയുടെ ഐതിഹ്യമാലയാണ് കേരളത്തിലെ പ്രാചീന ക്ഷേത്രോൽപ്പത്തിക്കഥകളും ഐതിഹ്യങ്ങളും കോരിനിറച്ച് മലയാളിക്കു നൽകിയ വിശിഷ്ടകൃതി. പല വോളിയങ്ങളായാണ് അതു പ്രസിദ്ധീകരിക്കപ്പെട്ടത്. പ്രസ്തുത കൃതിക്കു പിന്നാലെ വന്ന നാലാങ്കൽ കൃഷ്ണപിള്ളയുടെ 'മഹാക്ഷേത്രങ്ങളുടെ മുന്നിൽ' എന്ന കൃതിയും കേരളത്തിലെ പല പുരാതന ക്ഷേത്രങ്ങളെയും അവയുടെ പുരാവൃത്തങ്ങളെയും, അവയ്ക്കിടയിൽ വേർ തിരിച്ചറിയാനാവാതെ ഇഴചേർന്നിരിക്കുന്ന ചരിത്രാംശങ്ങളെയും മലയാളിക്കു പരിചയപ്പെടുത്തി. നിർഭാഗ്യവശാൽ ഈ രചനാസമുച്ചയങ്ങളിൽ ചെട്ടികുളങ്ങര ഇടംപിടിച്ചിരുന്നില്ല. ഇത് ഓണാട്ടു കരയുടെ ഒരു നിഗൂഢവേദനയായി ഇന്നും അവശേഷിക്കുന്നു.

എന്നാൽ പിൽക്കാലത്തെ പ്രമുഖ എഴുത്തുകാരുടെയും ചലച്ചിത്രകാരന്മാരുടെയും ഹൃദയത്തിലും രചനകളിലും ഓണാട്ടുകരയുടെ തട്ടകത്തമ്മയായ ചെട്ടികുളങ്ങര വല്യമ്മ ഇടം നേടിയിട്ടുണ്ട്.

പ്രമുഖ എഴുത്തുകാരനായ പി.വി തമ്പിയുടെ നോവലുകളും കഥകളും ചെട്ടികുളങ്ങര ഭഗവതിയുടെ പ്രഭാവം പേറുന്നവയാണ്. അദ്ദേഹത്തിന്റെ ഏറെ പ്രശസ്തമായ കൃതിയാണ് പള്ളിവേട്ട. അതിൽ ചെട്ടികുളങ്ങര ഭഗവതിയുടെ അപദാനങ്ങൾ ഭക്തിനിർഭരമായി വിവരിക്കപ്പെടുന്നുണ്ട്. നായകനെ പ്രതിയോഗികളിൽ നിന്നുരക്ഷിക്കുന്ന ഭഗവതിയുടെ അൽഭുതലീലകൾ തൊഴുകൈകളോടെ മാത്രമേ നമുക്ക് വായിക്കാനാവൂ. പ്രസ്തുത നോവൽ ചലച്ചി ത്രമായപ്പോഴും ചെട്ടികുളങ്ങര 'വല്യമ്മ'യുടെ അദൃശ്യസാന്നിധ്യം പ്രേക്ഷകർക്ക് അനുഭവവേദ്യമാംവിധം ആഖ്യാനിച്ചിട്ടുണ്ട്.

'കാക്കോത്തിക്കാവിലെ അപ്പൂപ്പൻ താടികൾ' എന്ന സിനിമയുടെ കഥ ഓണാട്ടുകരയുടെ അഭിമാനമായ മധുമുട്ടത്തിന്റേതാണ്. തിരക്കഥ ഫാസിലും, സംവിധാനം കമലുമായിരുന്നു. പ്രസ്തുത സിനിമയിൽ ഓണാട്ടുകരയുടെ പുള്ളുവപ്പാട്ടും കളമെഴുത്തും പ്രത്യക്ഷപ്പെടുന്നുണ്ട്. മധു മുട്ടം കഥയെഴുതി ഫാസിൽ സംവിധാനം ചെയ്ത 'എന്നെന്നും കണ്ണേട്ടന്റെ' എന്ന ചലച്ചിത്രത്തിലും ചെട്ടി

കുളങ്ങര പശ്ചാത്തലമാകുന്നു. 'മാതേവിയമ്മയുടെ' കുത്തിയോട്ടമെന്ന അനുഷ്ഠാനം അതിൽ കഥാഗതിക്കിണങ്ങും വിധം മനോഹരമായി അവതരിപ്പിക്കുന്നുണ്ട്.

കരക്കാഴ്ചകളുടെ ആകാശവിസ്മയങ്ങളാണ് ഓണാട്ടുകരയുടെ കെട്ടുകാഴ്ചകൾ. ചെട്ടികുളങ്ങരയിലെ കുതിരകളും തേരും കെട്ടുവൃത്തികൊണ്ട് ഇതര ക്ഷേത്രങ്ങളിലെ കലാശിൽപങ്ങളെ അതിശയിക്കുന്നു. പ്രസിദ്ധ ചലച്ചിത്രകാരനായ സിദ്ധിഖ് തന്റെ 'ബോഡി ഗാർഡ്' എന്ന സിനിമയിലെ ഗാനചിത്രീകരണങ്ങളെ അന്യൂനമാക്കാൻ ചെട്ടികുളങ്ങരയിലെ തേരുംകുതിരകളും അഭ്രപാളികളിലേക്ക് പറിച്ചുനട്ടു. തെന്നിന്ത്യൻ ഭാഷകളിൽ ആ ചിത്രം പുന:സൃഷ്ടിച്ചപ്പോഴും സംവിധായകൻ നമ്മുടെ കെട്ടുകാഴ്ചകളെ ഒപ്പം കൂട്ടി. അങ്ങനെ കേരളത്തിന്റെ അതിരുകടന്ന് 'കാവലൻ' സിനിമയ്ക്കുവേണ്ടി ചെട്ടികുളങ്ങരക്കാർ കെട്ടുകാഴ്ചയൊരുക്കി.

കുംഭഭരണി തേരോട്ടത്തിന്റെ ആവേശം ചലച്ചിത്രഗാനത്തിലൂടെ കേരളക്കരയെ അറിയിച്ച ഓണാട്ടുകരക്കാരൻ ശ്രീകുമാരൻതമ്പി യാണ്. ഉത്സവത്തിന്റെ ആരവം മുഴുവൻ അദ്ദേഹത്തിന്റെ വരിളിൽ പ്രതിധ്വിക്കുന്നു. 'ചെട്ടികുളങ്ങര ഭരണിനാളിൽ' മലയാളികളുടെ ആകെമാനം ഹൃദയത്തിൽ ഭരണിത്തേരോട്ടത്തെ അരക്കിട്ടുറപ്പിച്ചു. ഒരുനാടിന്റെ ഉത്സവത്തിമർപ്പിന്റെ ആരവത്തെയും ആവേശത്തെയും അക്ഷരപ്പെടുത്തി അനശ്വരമാക്കാൻ അദ്ദേഹത്തിന്റെ അതുല്യപ്രതിഭയ്ക്കു കഴിഞ്ഞു. ഹരിപ്പാട് സ്വദേശിയായ അദ്ദേഹത്തിന്റെ കവിതകളിലും ആദിപ്രകൃതിയായ പരമേശ്വരി നിറഞ്ഞു വിളങ്ങുന്നു.

പാറപ്പുറത്തിന്റെ നോവലുകളിൽ ചെട്ടികുളങ്ങരയിലെ കരകളും പ്രമാണിമാരും തേരും കുതിരയും ഉത്സവാരവവും തെളിഞ്ഞു കാണാം. കരക്കാരുടെ മൂച്ചും വാക്കാണാവും എള്ളിൻപാടവും ഫ്യൂഡലിസത്തിന്റെ വിളർച്ചയും തകർച്ചയും അദ്ദേഹത്തിന്റെ കൃതികൾ വരച്ചുകാട്ടുന്നു. പദ്മരാജനും ഓണാട്ടുകരയുടെ ആരവം അക്ഷരങ്ങളിലേക്കാവാഹിച്ച ഗന്ധർവ്വനാണ്. എസ്.ഗുപ്തൻനായർ ഓണാട്ടുകരയിലെ ഭാഷയെപ്പറ്റി എഴുതുമ്പോൾ ചെട്ടികുളങ്ങരക്കാർക്കിടയിൽ നിലനിൽക്കുന്ന പല പ്രയോഗങ്ങളും എടുത്തുകാണിക്കുന്നുണ്ട്. 'ഒണ്ടേ' തുടങ്ങിയ വിധായക പ്രയോഗം വിനയത്തെ കാണിക്കുന്നുവെന്നും, ഏ. ആർ. പോലും അതുവിട്ടുപോയതാണെന്നും അദ്ദേഹം കുറിക്കുന്നു. കൊത്താറൻ തുടങ്ങിയ അഭിസംബോധനകൾ അദ്ദേഹം എടുത്തുപറയുന്നു.

പാറപ്പുറത്തിന്റെ പ്രശസ്തമായ 'ആകാശത്തെ പറവകളിൽ' അതിഗംഭീരമായി ചെട്ടികുളങ്ങരയും പരിസരവും വിളങ്ങി നിൽക്കുന്നുണ്ട്. നോവലിലെ നായകനാണു ഗോപിനാഥ കുറുപ്പ്. അദ്ദേഹത്തിന്റെ ചിറ്റപ്പനെ നോവലിസ്റ്റ് അവതരിപ്പിക്കുന്നത് ഇങ്ങനെയാണ്:

'വളഞ്ഞ നടക്കാവിൽ എത്തിയപ്പോളുണ്ട് നിൽക്കുന്നു, ഉണ്ണിത്താൻ ചിറ്റപ്പൻ, 'കെട്ടുഭീമനെപ്പോലെ'.

ചുട്ടി കുത്തിയ വീർത്ത മുഖം. തേക്കാത്ത ഓട്ടുകിണ്ടി പോലെ ചവിണ്ട കസവിന്റെ രണ്ടാം മുണ്ട്. കുടവയറ്, വടി, കൊമ്പൻ മീശ, ഇടിമുഴക്കം പോലുള്ള ചിരി, പീഠത്തിൽ കയറ്റി ഇരുത്തി വടംകെട്ടി വലിച്ചാൽ ചെട്ടികുളങ്ങര കുംഭഭരണിക്ക് 'മറ്റം വടക്കു'കാരുടെ കെട്ടുഭീമൻ തന്നെ..'

പതിമൂന്നു കരയുൾപ്പെടുന്ന ചെട്ടികുളങ്ങരയാണ് കഥയുടെ ഭൂമിക. നോവലിൽ ഈ ദേശം മേലുകരയാണ്.

ഇവരെക്കൂടാതെ തോപ്പിൽ ഭാസി, എൻ.പി. ചെല്ലപ്പൻ നായർ, കാമ്പിശ്ശേരി കരുണാകരൻ, വി.പി. ശിവകുമാർ തുടങ്ങിയവർ നാടിന്റെ ഭാഷാശൈലി സാഹിത്യത്തിലേക്ക് വിതച്ചുകൊയ്തവരാണ്. ഒ. മാധവന്റെ ആത്മകഥയിൽ ചെട്ടികുളങ്ങര സ്കൂളിൽ വിദ്യാർത്ഥിയായിരുന്ന കാലത്ത് തനിക്ക് ക്ഷേത്രമുറ്റത്തെ കളിത്തട്ടിന്റെ പരിസരത്തുനിൽക്കുമ്പോഴുണ്ടായ ദുരനുഭവം കോറിയിടുന്നുണ്ട്. വിഖ്യാതനായചിത്രകാരൻ കാട്ടൂർ നാരായണപിള്ള തന്റെ ചിത്രങ്ങളിൽ ഓണാട്ടുകരയും കെട്ടുകാഴ്ചകളും ചെലുത്തിയസ്വാധീനത്തെപ്പറ്റി അഭിമാനത്തോടെയാണ് പറഞ്ഞിട്ടുള്ളത്. ലണ്ടൻപട്ടണം ഡിസൈൻ ചെയ്യാൻ തുടങ്ങുമ്പോൾ കുട്ടിക്കാലത്തുകണ്ട കെട്ടുകാഴ്ചകളാണ് മനസിലേക്കിരച്ചെത്തിയതെന്നായിരുന്നു ഈനാട്ടുകാരനായ ആർക്കിടെക്ട് അഭിപ്രായപ്പെട്ടത്.

കായംകുളം സ്വദേശി പി. ശിവരാജാണ് ചെട്ടികുളങ്ങര ഭരണിയുത്സവത്തെ കഥയിലേക്കാവാഹിച്ച മറ്റൊരെഴുത്തുകാരൻ. ഗാന്ധിയനായ ഗംഗാധരപ്പണിക്കരുടെ ആത്മകഥയായ ഋതുഭേദങ്ങളും ഇലഞ്ഞിമൂട്ടിൽ ഡോ. ജോസഫ് ഡാനിയലിന്റെ 'ചുറ്റുവട്ടവും ചൂട്ടുവെട്ടവും', 'പലതും ചിലതും' തുടങ്ങിയ കൃതികളിൽ ചെട്ടികുളങ്ങരയെക്കുറിച്ചുള്ള ഓർമ്മകൾ പങ്കുവെയ്ക്കുന്നുണ്ട്.

ഭരണിച്ചന്ത

ചന്തകളുടെ ഉത്ഭവത്തെക്കിറിച്ചും കൂട്ടായ്മകളെക്കുറിച്ചും മനസ്സിലാക്കാൻ നമുക്ക് വളരെക്കാലം പുറകോട്ട് സഞ്ചരിക്കേണ്ടതുണ്ട്. ജനങ്ങൾ പലപല തൊഴിലുകളിൽ ഏർപ്പെട്ടു ജീവിതം നയിച്ചു തുടങ്ങിയതായി രേഖപ്പെടുത്തിയിരിക്കുന്ന സംഘകാല സാഹിത്യത്തിലാണ് അപ്പോൾ അന്വേഷണം ചെന്നെത്തുക. അന്നത്തെ ജീവിതരീതിയനുസരിച്ച് ജനങ്ങൾ പാർക്കുന്ന പ്രദേശങ്ങളെ നാലഞ്ച് വിധമായി വെവ്വേറെ മനസ്സിലാക്കിപ്പോന്നു. നെയ്തൽപ്രദേശം, മരുതനില പ്രദേശം, മുല്ലനിലപ്രദേശം, കുറിഞ്ചി നിലപ്രദേശം എന്നിങ്ങനെ നാലുനിലങ്ങളെ സംഘസാഹിത്യം പരിചയപ്പെടുത്തുന്നുണ്ട്. എന്നല്ല, ഈ നാലുപ്രദേശങ്ങളെയും ചേർത്ത് നാന്നിലമെന്നും വിളിക്കപ്പെട്ടിരുന്നു. ഈപ്രദേശങ്ങളിൽ കുറിഞ്ചിയും മുല്ലയും വേനൽക്കാലത്ത് വെള്ളം കിട്ടാതെ വരേണ്ട അവസ്ഥയിലേക്ക് മാറും. ആ വരണ്ട നിലകളെ പാലനിലം എന്ന് വിളിച്ചുപോന്നു.

അങ്ങനെ ഐന്തിണകൾ ആയി ഈ ഭൂപ്രദേശങ്ങൾ അറിയപ്പെട്ടിരുന്നു.

ഓരോ പ്രദേശത്തിന്റെയും സ്വഭാവമനുസരിച്ചുള്ള തൊഴിലും കൃഷിയുമായിരുന്നു ഉണ്ടായിരുന്നത്. കുറിഞ്ചിയാണ് കുരുമുളകിന്റെ കൃഷിയിടങ്ങൾ. പരന്ന പ്രദേശം. അവിടെത്തന്നെ ഓട്ടൊട്ടു ധാന്യക്കൃഷിയും നടന്നിരുന്നു. കാടും മലയും നിറഞ്ഞ കുറുഞ്ചി കാട്ടുമൃഗങ്ങളുടെ കേളീരംഗം കൂടിയായിരുന്നു. അതുകൊണ്ട് അവിടെ മൃഗങ്ങളെ വേട്ടയാടലും തൊഴിലായി. ആനകളെപ്പോലും വേട്ടയാടി. ആനക്കൊമ്പ് അന്നേ പ്രിയപ്പെട്ട ഒരു ആഡംബര വസ്തുവായിരുന്നു. വേടർ, കുറവർ, കാനവർ എന്നൊക്കെ വിളിക്കപ്പെട്ട ഒരു കൂട്ടർ ആയിരുന്നു കുറിഞ്ചിയിലെ ആളുകളെന്ന് സംഘപ്പാട്ടുകളിൽ പൊതുവെ പറയുന്നുണ്ട്. മുല്ലനിലം കാലിവളർത്തലിന് പറ്റിയ ഇടമാകയാൽ അവിടെ ആടുമാടുകളെ പോറ്റൽ മുഖ്യതൊഴിലായി ത്തീർന്നു. അങ്ങനെ മുല്ലനിലത്തുകാർ പൊതുവേ ഇടയരായി അറിയപ്പെട്ടു. മുല്ല നിലത്തും ഉണ്ടായിരുന്നു ഓട്ടൊട്ടു കൃഷി. പക്ഷേ, പാൽ, തൈര്, വെണ്ണ മുതലായ ഗോരസങ്ങളായിരുന്നു അവിടുത്തെ പ്രധാന ഉൽപ്പന്നങ്ങൾ.

മരുതനിലം നെൽവയലുകളുടെ നാടാകയാൽ നെൽക്കൃഷി അവിടുത്തെ മുഖ്യതൊഴിലായിത്തീർന്നു. അവിടെ നിലങ്ങളുടെ ഉടമകളും നിലങ്ങളിൽ പണിയെടുത്തു പുലരുന്നവരും പാർത്തുവന്നു. അന്നത്തേടം കഴിയാനുള്ളതിൽ കവിഞ്ഞ് ധാന്യം ഉൽപ്പാദിപ്പിക്കാൻ നെൽവയലുകളിൽ വിത്തിറക്കി വിളകൊയ്തവർക്കു കഴിഞ്ഞു. ആ മിച്ചമുള്ള വിഭവങ്ങളെ ആശ്രയിച്ചുകൊണ്ട് വേലർ, പാണർ തുടങ്ങിയവരുമുണ്ടായിരുന്നു. പാട്ടു തൊഴിലാക്കിയവരായിരുന്നു പാണർ. അവർ പാട്ടുകൾ പാടിക്കൊണ്ട് രാജാക്കന്മാരെയും നാട്ടു കോയ്മകളെയും വാഴ്ത്തി നാടുനീളെ സഞ്ചരിച്ചു. അവരുടെ സ്ത്രീകൾ വിറലികൾ. വിറലികൾ ആട്ടക്കാരികൾകൂടിയായിരുന്നു. വേലർ പലതരം ആരാധനകളും അനുഷ്ഠാനങ്ങളും നടത്തുന്നവരായിരുന്നു. വേലന്റെ വെളിച്ചപ്പാടായിരുന്നു 'വെറിയാടൽ'. വയലുകളിൽ പണിയുന്ന വിനൈവലർ, തൊഴുവോർ എന്നൊക്കെ വിളിച്ചുപോന്നു. കടലിന്റെയും കായലുകളുടെയും തീരപ്രദേശങ്ങളിൽ കഴിഞ്ഞുകൂടിയവർ ഉപ്പുവാറ്റി, മീൻപിടിച്ചു, കക്കവാരി, കടലിലും നീർക്കയങ്ങളിലും മുങ്ങി മുത്തെടുത്തു. നെയ്തൽ പ്രദേശത്തുകാരെ പരവതവർ, വലയർ, മീനവർ എന്നി ങ്ങനെ പല പേരുകൾ വിളിച്ചു. പെരിയാറ്റിൻ കയങ്ങളിൽ വിളഞ്ഞ മുത്തുകളെ

പറ്റി ഭാരതവർഷത്തിലെ വടക്കൻ പ്രദേശക്കാർക്കു പോലും അറിയാമായിരുന്നു.

ഓരോ തിണകളിലെയും ജീവിതം സുഗമമായി നീങ്ങാൻ അതാതിടങ്ങളിലെ വിഭവങ്ങൾകൊണ്ടു മാത്രം മതിയാകുമായിരുന്നില്ല. മരുതത്തിൽ നെല്ലു ധാരാളം വിളഞ്ഞു എന്നത് നേരുതന്നെ. എന്നാൽ നെല്ലു മാത്രം മതിയായിരുന്നില്ല മനുഷ്യന് ജീവിതം മുന്നോട്ടു നയിക്കാൻ. ഉപ്പും, മീനും അതുപോലെ മറ്റനേകം വസ്തുക്കളും അവർക്ക് വേണമായിരുന്നു. കുരുമുളകും ഇഞ്ചിയും ഏറ്റവും വിളയുന്ന കുറിഞ്ചി നിലത്തുകാർക്ക് ഭക്ഷിക്കാൻ നെല്ലും മറ്റും വേണം. നെയ്തലിലെ പരവതർക്ക് മരുതത്തിലെ നെല്ലും കുറിഞ്ചിയിലെ വിഭവങ്ങളും ആവശ്യമുണ്ടായിരുന്നു. തിണകൾ തമ്മിൽപലതരം കൊടുക്കലും വാങ്ങലും ഒഴിച്ചുകൂടാത്തതായിരുന്നു എന്നാണ് ഇത് കാണിക്കുന്നത്. രാവിലെ അവിടവിടെ കൂടുന്ന നാളങ്ങാടികളും അന്തിതോറും അവിടവിടെ കൂടുന്ന അന്തിച്ചന്ത കളും ഉൽഭവിച്ചു തുടങ്ങിയത് ഈ കാലത്തായിരിക്കും. ചന്തകളിൽ സാധനങ്ങൾ അന്യോന്യം കൈമാറുന്ന രീതിയായിരുന്നു എന്നാണ് സംഘകാല സാഹിത്യത്തിൽ നിന്നും നമുക്ക് മനസ്സിലാക്കുവാൻ കഴിയുന്നത്. നെയ്തലിലെ ഉപ്പും മറ്റും കൊട്ടകളിലാക്കി തലയിലേറ്റി അടുത്തുള്ള മരുതനിരത്തിലെ വീടുകളിൽ കൊണ്ടുചെന്നു കൊടുത്ത് പകരം നെല്ലും മറ്റ് അവശ്യവസ്തുക്കളും വാങ്ങുന്നതിനെ പറ്റി പാട്ടുകളിൽ നിരവധി തവണ പറയുന്നുണ്ട്. അപ്പോഴത്തെ ആവശ്യം പോലെ വിലപേശി സാധനങ്ങൾ കൈമാറുന്നതായിരുന്നു രീതി. ചന്തകളുടെ തുടക്കം ഇതായിരുന്നു.

ഇത്തരം ചന്തകളുടെ തുടർച്ചയായി നാടുനീളെ, വിശേഷിച്ചും മധ്യതിരുവിതാംകൂറിൽ ചുമടുതാങ്ങികൾ അഥവാ അത്താണികളും ഉയർന്നുപൊങ്ങി.

നാട്ടു നന്മകൾ പൊലിച്ചുപൊട്ടുന്ന സൗഹൃദ കൂട്ടായ്മകളുടെ ഇടങ്ങൾ ആയിരുന്നു പഴയകാലത്തെ നാട്ടുചന്തകൾ. ഗ്രാമച്ചന്തകൾ എന്നും ഇവ അറിയപ്പെട്ടു. നാട്ടുമ്പുറങ്ങളുടെ പതിവ് കാഴ്ചകളിൽ ഒന്നായിരുന്നു അവ. ഉപ്പുതൊട്ട് കർപ്പൂരം വരെ അത്തരം ഇടങ്ങളിൽ ലഭിച്ചിരുന്നു. അന്തിച്ചന്തയായോ പ്രഭാതച്ചന്തയായോ ആഴ്ചച്ചന്തയായോ ഓരോ പ്രദേശങ്ങളിലും അവ നിലനിന്നിരുന്നു. സ്വന്തം കൃഷിയിടങ്ങളിലോ പാട്ടനിലങ്ങളിലോ കൃഷിചെയ്തു വിളയിച്ച കാർഷിക ഉൽപന്നങ്ങളുമായി വരുന്നവർക്കും തിരികെ മടങ്ങുമ്പോൾ കൊണ്ടുപോകാനുള്ള എന്തെങ്കിലുമൊക്കെ അവി

ടെയു ണ്ടാവും. നിത്യജീവിതത്തിന് അനിവാര്യമായ ഉൽപ്പന്നങ്ങളും പണിയായുധങ്ങളും വിത്തിനങ്ങളും ഈ ചന്തകളിൽ സുലഭമായിരുന്നു. അവയെല്ലാം യഥോചിതം അവിടെയവിടെയായി നിരത്തിവെച്ചിരിക്കും. അരക്കുട്ടയിലോ മുപ്പരക്കുട്ടയിലോ നിറച്ചുവെച്ച വിളവുകളും മറ്റും തലച്ചുമടായി ചന്തയിലേക്ക് കൊണ്ടുവരുന്ന കർഷകരും, വട്ടിയോ ചട്ടിയോ കുട്ടയോ മുട്ടയോ വാങ്ങാൻ വരുന്ന വരും ചേർന്നു ഗ്രാമച്ചന്തകളെ സജീവമാക്കിയിരുന്നു. നിർമ്മാണ ത്തിലും വിപണനത്തിലുമുള്ള ഒരു പരസ്പരാശ്രയത്വം ഇത്തരം നാട്ടുചന്തകളുടെ ചൈതന്യവത്തായ ചാരുതയായിരുന്നു. അവിടെ പുലർന്നു പോന്ന വിനിമയം വീടുകളുടെയും ഗ്രാമത്തിന്റെയും നാടിന്റെയും നട്ടെല്ലു തകർക്കാത്ത സാമ്പത്തികശാസ്ത്രം ആയി രുന്നു. കച്ചവടത്തിലൂടെ കൈവരുന്ന ജീവിത പാരസ്പര്യം ഗ്രാമച്ചന്തകൾക്ക് ഒരു സൗഹൃദഛായ നൽകിയിരുന്നു. ഉത്സവകാലം ഇത്തരം ചന്തകളുടെ ജൈവികതയ്ക്ക് കൂടുതൽ ഊർജ്ജം നൽകി.

വിളവെടുപ്പുകാലമാണ് ഓണാട്ടുകരയുടെ ഉത്സവകാലം. വൃശ്ചികത്തിൽ തുടങ്ങി മേടത്തിലസവസാനിക്കുന്നവയാണ് ഇവിടുത്തെ ഉത്സവങ്ങൾ. കാർഷികോത്സവത്തിന്റെ ചരിത്രപരമായ അവശേഷിപ്പുപോലെ ഭരണിയുത്സവത്തോടനുബന്ധിച്ച് ഭരണിച്ചന്തകളും അരങ്ങേറുന്നു. പത്താമുദയത്തിനു നട്ടുനനയ്ക്കാനുള്ള ചേന, ചേമ്പ്, കാച്ചിൽ, മഞ്ഞൾ, ഇഞ്ചി തുടങ്ങിയ നടുധാന്യങ്ങളും നിത്യോപയോഗത്തിനുള്ള കാർഷികോപകരണങ്ങളും വിൽക്കാനും വാങ്ങാനും ഭരണിച്ചന്ത ഉപകാരപ്പെടുന്നു.

കൊഞ്ചും മാങ്ങയും

ഓണാട്ടുകരയുടെ രുചിവഴക്കമാണ് കൊഞ്ചും മാങ്ങയും. ഭരണിയുത്സവവേളകളിൽ അതിഥി സൽക്കാരത്തിലെ രുചിരാജനാണ് ഉണങ്ങിയ കൊഞ്ചുംമാങ്ങയും മുരിങ്ങയ്ക്കയും ചേർത്തുവെക്കുന്ന കറി. ഈ കറി ജനകീയമാകാന് കാരണം അതിനെക്കുറിച്ചുള്ള ഒരൈതിഹ്യമാണ്. ആ ഐതിഹ്യം ഇങ്ങനെയാണ്:

പങ്ങുപണ്ട് ഏതോ ഒരു ഭരണിക്കാലത്ത് അടുക്കളയിൽ പാചകത്തിലായിരുന്നു ഒരമ്മ. ചെട്ടികുളങ്ങരയിൽപ്പോയി വഴുപാടു കുത്തിയോട്ടം കണ്ടുതൊഴാൻ അവർ അതിയായി ആഗ്രഹിച്ചു. അടുഫളെയിലെ പ്രണിത്തിരക്കു ഫാരണം അവർഫ്ക് അതിനു ഫഴിഞ്ഞില്ല. അപ്പോഴാണ് തന്റെ വീടിനടുത്തുകൂടി ഒരു കുത്തിയോട്ടം പോകുന്നുവെന്നത് അവർക്ക് മനസ്സിലായത്. പാട്ടും ആരവുവവും അടുത്തുവരുന്തോറും കുത്തിയോട്ടം കണ്ടുതൊഴാൻ ആഗ്രഹം കൂടി. വേഗം കറി അടുപ്പത്താക്കി അവർ കുത്തിയോട്ടം കാണാനോടി. ഭക്തിയിൽ ലയിച്ച് തൊഴുതുനിന്ന് നേരം കുറേ കടന്നുപോയി. പെട്ടെന്നാണ് അവർ അടുപ്പത്തിരിക്കുന്ന കറിയുടെ കാര്യം ഓർത്തത്. പ്രാർത്ഥനയോട അവർ അടുക്കളയിലെത്തിയപ്പോൾ, കറി കരിഞ്ഞു ചീത്തയാകാതെ പാകമായിരിക്കുന്നു. അവർക്കത് അത്ഭുതകരമായിത്തോന്നി. അത് ഭഗവതിയുടെ അനുഗ്രഹമാണെന്ന് അവർ കരുതി. ഈ വാർത്ത നാടുനീളെ പരക്കാന് അധികനേരം വേണ്ടിവന്നില്ല. അതോടെ കൊഞ്ചുമ്മാങ്ങാക്കറി കുഭഭരണിയുത്സവത്തിന്റെ ഭാഗമായിത്തീർന്നു. ആരാധനയിലെ അവൈദികപാരമ്പര്യത്തിന്റെ പൊരുളടയാളമായാണ് ഇതിനെ സംസ്കാര പഠിതാഫൾ വിലയിരുത്തുന്നത്.

കുഭഭരണിയുടെ തനതു രുചികൾ

കൊഞ്ചും മാങ്ങയും: ഒരുക്കം ഇങ്ങനെ

ഉണങ്ങിയ കൊഞ്ചും പച്ചമാങ്ങയുമാണ് ഇതിന്റെ പ്രധാന ചേരുവകൾ. കൊഞ്ച് വറുത്തെടുത്ത് മുറത്തിലോ ചട്ടിയിലോ ഇട്ട് തവിയോ പിരട്ടയോകൊണ്ട് തേച്ച് തലയും വാലും പാറ്റിക്കളഞ്ഞു

വെയ്ക്കണം. മാങ്ങ കഴുകി തൊലിചെത്തിയോ ചെത്താതെയോ ചെറുകഷണങ്ങളാക്കണം. പുളിയൻമാങ്ങയാണെങ്കിൽ ചെറുചൂടു വെള്ളത്തിലിട്ടുവെച്ചാൽ ഉപയോഗിക്കാറാകുമ്പോഴേക്കും പുളികുറഞ്ഞിരിക്കും. മുളകുപാടി, മല്ലിപ്പാടി, മഞ്ഞൾപ്പൊടി തുടങ്ങിയ പൊടിവർഗ്ഗങ്ങളും ചെറിയഉള്ളി, ചുരണ്ടിയെടുത്ത തേങ്ങ, പച്ചമുളക്, വെളിച്ചെണ്ണ, കറിവേപ്പില, ഉപ്പ് എന്നിവയുമാണ് ഒപ്പംവേണ്ട കൂട്ടുകൾ.

അരമുറി തേങ്ങാപ്പീരക്കൊപ്പം നാലഞ്ചു ചെറിയഉള്ളി, രണ്ടോ മൂന്നോ പച്ചമുളക് എന്നിവ ചതച്ചെടുക്കുക.

പാചകം മൺചട്ടിയിലായാൽ ഏറെ നന്ന്. ചട്ടി ചൂടാകുമ്പോൾ അല്പം വെളിച്ചെണ്ണ ഒഴിച്ച്, ചതച്ചെടുത്ത അരപ്പും തയ്യാറാക്കിവെച്ചിരിക്കുന്ന കൊഞ്ചും കറിവേപ്പിലയും അതിലേക്കിടുക. ഒന്നോരണ്ടോ മിനിറ്റ് വഴറ്റിയശേഷം ആവശ്യത്തിനു വെള്ളമൊഴിച്ച് ഉപ്പും ചേർത്ത് വേവിച്ചെടുക്കുക. വെള്ളം വറ്റിക്കഴിയുമ്പോൾ പച്ചവെളിച്ചെണ്ണ ചുറ്റിയൊഴിച്ച് വാങ്ങിവെക്കാം. തണുത്തതിനുശേഷംമാത്രം അടച്ചുവെച്ചുപയോഗിക്കുക. (പത്തിയൂർ ശ്രീകുമാർ)

മുതിരപ്പുഴുക്കിന്റെ രസതന്ത്രം

കുതിരമൂട്ടിൽ കഞ്ഞിയുടെ വിഭവങ്ങളിൽ പ്രിയതരമായ ഒന്നാണ് മുതിരപ്പുഴുക്ക്. പോഷകഗുണമുള്ള ഈ വിഭവം ഉണ്ടാക്കുന്നത് ഇങ്ങനെ:

ഒരുകിലോ മുതിര, രണ്ടു തേങ്ങയുടെ പീര, രണ്ട് സ്പൂൺ കുരുമുളകുപൊടി, 10-12 അല്ലി വെളുത്തുള്ളി, ഒരു സ്പൂൺ മഞ്ഞൾപ്പൊടി, ഒരു സ്പൂൺ മുളകുപൊടി, പത്തുപന്ത്രണ്ട് കതുപ്പ് കറിവേപ്പില, പത്തു പന്ത്രണ്ടുവറ്റൽമുളക്,

ആവശ്യത്തിനു പച്ചവെളിച്ചെണ്ണ, ഉപ്പ് എന്നിവയാണ് മുതിരപ്പുഴുക്കുണ്ടാക്കുന്നതിനു വേണ്ടത്.

ഓട്ടുരുളിയാണ് പാരമ്പര്യമായി പാചകത്തിനുപയോഗാക്കുന്നത്. വെള്ളം നന്നായി വെട്ടിത്തിളയ്ക്കുമ്പോൾ അതിലേക്ക് മഞ്ഞൾപ്പൊടി, കറിവേപ്പില വെളിച്ചെണ്ണ എന്നിവ ചേർക്കുന്നു. ഒന്നുരണ്ടു മിനിറ്റിനുശേഷം, വൃത്തിയാക്കി വെച്ചിരിക്കുന്ന മുതിര അതിലേക്ക് തൂവണം. തുടർന്ന്, വെള്ളം വറ്റുന്നതുവരെ ചെറുചൂടിൽ തിളപ്പിക്കണം. അടിക്കു പിടിച്ച് കരിഞ്ഞുപോവാതെ ശ്രദ്ധിക്കണം.

വേകാറായെന്നു തോന്നുമ്പോൾ തേങ്ങാപ്പീര, കുരുമുളകുപൊടി, വെളുത്തുള്ളി, ഉപ്പ് എന്നിവ കൈകൊണ്ടു തിരുമ്മി ചേർക്കണം.

ശേഷം മഞ്ഞൾപ്പൊടിയും ചേർക്കാം. ഉപ്പിന്റെ അളവുനോക്കി വേണമെങ്കിൽ ചേർക്കണം. അധികം വെന്തുപോകാതെ നോക്കണം.

കടുകുതാളിക്കലാണടുത്തപടി. വറ്റൽമുളക് മുറിക്കതെയാണ് കടുകുവറക്കേണ്ടത്. കടുകുവറുത്തശേഷം ചേരുവ നന്നായി ഇളക്കുക. വേണമെങ്കിൽ അല്പം കുരുമുളകുപൊടി കൂടി തൂവിയിളക്കാം. ഇളക്കുന്നതിലും ചേരുവകളിലുമാണ് മുതിരപ്പുഴുക്കിന്റെ രുചിരഹസ്യം.

അസ്ത്രം തയ്യാറാക്കുന്നവിധം

ഓണാട്ടുകരക്കാർക്ക് അസ്ത്രമെന്നത് ഒരായുധമല്ല. നാവിലൂടെ ഹൃദയത്തിലേക്ക് തുളച്ചുകയറുന്ന രുചിപ്പെരുമയുടെ സ്നേഹക്കൂട്ടാണ്.

കുതിരമൂട്ടിൽ കഞ്ഞിയുടെ ഒരു പ്രധാന വിഭവമാണ് അസ്ത്രം. പലവിധ പോഷകവസ്തുക്കൾ ചേർന്ന കൂട്ടുകറിയാണിത്. നടുധാന്യങ്ങളും പച്ചക്കറികളുമാണ് പ്രധാന ചേരുവകൾ. ഓണാട്ടുകരയുടെ രുചിവഴക്കങ്ങളിൽ അസ്ത്രത്തിന്റെ സ്ഥാനം അദ്വിതീയമാണ്. 'കുതിരമൂട്ടിൽകഞ്ഞി' കുടിക്കാൻ ഭഗവതിയെത്തുമെന്ന വിശ്വാസം പ്രബലമാണ്.

വൃത്തിയാക്കിയ ശേഷം ചെറിയ കഷണങ്ങളാക്കിയൊരുക്കിയെടുത്ത ചേന, വെട്ടുചേമ്പ്, കാച്ചിൽ തുടങ്ങി നാട്ടുമ്പുറങ്ങളിലെ മണ്ണിൽ വളരുന്ന കിഴങ്ങുവർഗ്ഗങ്ങൾ ഏത്തക്ക, വെള്ളരിക്ക, പവലങ്ങ എന്നിവയ്ക്കൊപ്പം മഞ്ഞൾപ്പൊടി, മുളകുപൊടി, ആവശ്യത്തിന് ഉപ്പ് എന്നിവ ചേർത്ത് വേവിച്ചെടുക്കണം.

അതിനുശേഷം, പച്ചമുളക്, ചെറിയഉള്ളി, വാളൻപുളി എന്നിവ ചേർത്തു തിളപ്പിച്ചശേഷം പച്ചവെളിച്ചെണ്ണയിൽ കടുകു വറത്ത് താളിക്കണം. വാളൻപുളിക്കു പകരം മാങ്ങയോ തൈരോ ഉപയോഗിക്കാം.

ഉപസംഹാരം

ഗ്രാമീണജീവിതത്തിന്റെ അലൗകിക സൗന്ദര്യമാണു ഓരോ ഉത്സവങ്ങളിലും തെളിയുന്നത്. പകൽമുഴുവൻ അദ്ധ്വാനിച്ചുതളരുന്നവർ രാവേറെച്ചെന്നങ്കിലും തലചായ്ച്ചുറങ്ങാൻ കൊതിക്കുമ്പോൾ, മനപ്പൂർവ്വം ഉറക്കത്തെ മായ്ചുകളയാനാണവൻ ഉത്സവങ്ങളിലൂടെ ശ്രമിക്കുന്നത്. താളതരംഗങ്ങൾ, രാഗപ്രവാഹങ്ങൾ, നിറങ്ങളുടെ സങ്കലനങ്ങൾ, വിശ്വാസത്തിന്റെ ഭാവകാന്തി ഇവയെല്ലാം ഉത്സവങ്ങളിൽ നിറഞ്ഞുതുളുമ്പുന്നു. വിത്തിറക്കലിന്റെയും വിളവെടുപ്പിന്റെയും ആഘോഷങ്ങളായി, പൂർവ്വിക സ്മരണയുടെ നിദർശനങ്ങളായി, ഉത്സവങ്ങൾ മനുഷ്യർക്കിടയിൽ ആവിർഭവിച്ചുവെന്നാണ് കരുതപ്പെടുന്നത്. അവ ആഘോഷിക്കുന്നതിലെ സത്യസന്ധതയാണ് പോയകാലത്തിന്റെ നന്മ. അതുകൊണ്ടാവാം ഉത്സവങ്ങളിൽ അലംഘ്യമായ അനുഷ്ഠാനത്തിന്റെ വിശുദ്ധി കലർന്നിരിക്കുന്നത്.

ആവേദകരും പുസ്തകങ്ങളും

വ്യക്തികൾ: ഡോ. എം.ജി. ശശിഭൂഷൻ, ഡോ. ആർ. ഗോപിനാഥൻ, ഡോ. നടുവട്ടം ഗോപാലകൃഷ്ണൻ, ഡോ. കാനം ശങ്കരപ്പിള്ള, ബാല മുരളീ കൃഷ്ണ, സനൽകുമാർ ഏവൂരേത്ത്, പ്രവീൺ ഇറവങ്കര, നിള അനിൽകുമാർ, ജി. ഗോപകുമാർ, കെ.ആർ.കെ. പിള്ള, പ്രൊഫ. സോമശേഖരൻ നായർ, ശിവശങ്കരപ്പിള്ള, തോണ്ടുതറയിൽ നാരായണപിള്ള, പത്തിയൂർ ശ്രീകുമാർ, രാധാകൃഷ്ണൻ കൃഷ്ണൻകുട്ടി, വേണുഗോപാൽ പരമേശ്വരൻ, ശശികുമാർ കൈപ്പള്ളിൽ, ദേവീദാസ്, എം.വി. ഹരികുമാർ, വിഷ്ണുപ്രകാശ്, കെ. ഭാസ്കരൻ, ഇന്ദിരാമ്മ, ചെല്ല, ലളിതാമ്മ, സുഭദ്രാനായർ, ഭാർഗ്ഗവി, അനുമോദ് നായർ, സുരേന്ദ്രൻ ആചാരി, ഡോ. വി.കെ. ദീപേഷ്, ഡോ. എസ്സ് അജയകുമാർ, രാധ എൻ തുടങ്ങിയവർ...

പുസ്തകങ്ങൾ:

മഹാക്ഷേത്രങ്ങൾക്കുമുന്നിൽ - നാലാങ്കൽ കൃഷ്ണപിള്ള
ഐതിഹ്യമാല-കൊട്ടാരത്തിൽ ശങ്കുണ്ണി
കേരളത്തിലെ ദാരുശില്പങ്ങൾ-ഡോ.എം.ജി ശശിഭൂഷൺ
നമ്മുടെ പാട്ടുകൾ-മാടശ്ശേരി മാധവവാര്യർ
കേരളം വിദേശീയരുടെ ദൃഷ്ടിയിൽ-വേലായുധൻ പണിക്കശ്ശേരി
കണ്ണകിയും ചീർമ്മക്കാവും-സിഎംഎസ്സ് ചെന്തേര
നാടോടി ദൃശ്യകലാ സൂചിക-കേരള സംഗീത നാടക അക്കാദമി
കേരള മഹാചരിത്രം - കറുപ്പുംവീട്ടിൽ ഗോപാലപിള്ള
അന്നത്തെകേരളം - ഇളംകുളം കുഞ്ഞൻപിള്ള
സംഘകാല കേരളം - വി.വി.കെ. വാലത്ത്
കേരള സാഹിത്യ ചരിത്രം ഭാഗം 1 - ഉള്ളൂർ
മിത്തും യാഥാർത്ഥ്യവും - ഡി.ഡി. കൊസാംബി
ഭാരതീയചിന്ത - കെ. ദാമോദരൻ
തിരുവിതാംകൂറിലെ ക്ഷേത്രങ്ങൾ - ഡോ. മധു ദേവൻ നായർ ഭാഗം 3
കേരളത്തിലെ ക്ഷേത്രങ്ങളും ദിവ്യാത്ഭുത രഹസ്യങ്ങളും - ശ്രീനി പട്ടത്താനം
നാടൻപാട്ട് - ഡോ. ചുമ്മാർ ചൂണ്ടൽ
മണ്ണാൻ - ഡോ. ചുമ്മാർ ചൂണ്ടൽ
പുള്ളുവർ - ഡോ. ചുമ്മാർ ചൂണ്ടൽ

കൊച്ചിയിലെ സ്ഥലനാമങ്ങൾ - കോമാട്ടിൽ അച്യുതമേനോൻ
കായംകുളത്തിന്റെ കാണാച്ചരിത്രം - ഡോ. എം.ജി. ശശിഭൂഷൻ
ഭാരത സംഘർഷ ചരിത്രം - കെ. മോഹന കണ്ണൻ
കേരളചരിത്രം - കെ.പി. പത്മനാഭമേനോൻ
തെരഞ്ഞെടുത്ത ചരിത്ര ലേഖനങ്ങൾ - സി.വി. കുഞ്ഞുരാമൻ
തെരഞ്ഞെടുത്തകൃതികൾ - ഇളംകുളം കുഞ്ഞൻപിള്ള
ഈഴവർ ലഘുപഠനം - ടി.കെ. പത്മാകരൻ
പത്തൊമ്പതാം നൂറ്റാണ്ടിലെ കേരളം - പി. ഭാസ്കരനുണ്ണി
അധികാരവും ഭാഷയും - കെ.കെ. ബാബുരാജ്
ജീവിത സമരം - സി. കേശവൻ
ഈഴവ തീയ്യ ചരിത്രം - കെ.ജി. നാരായണൻ
നവമി ക്ഷേത്ര വിജ്ഞാന കോശം
കേരളവും ബുദ്ധമതവും - ശങ്കു അയ്യർ
കേരള ചരിത്രത്തിന്റെ അറിയപ്പെടാത്ത ഏടുകൾ - ശങ്കുഅയ്യർ
എന്റെ ജീവിത സ്മരണകൾ - മന്നത്തു പത്മനാഭൻ
നായർ മേധാവിത്വത്തിന്റെ പതനം - ഡോ. റോബിൻ ജെഫ്രി
സംസ്കാരത്തിന്റെ നാഴികക്കല്ലുകൾ - ഇളംകുളം കുഞ്ഞൻപിള്ള
ശബ്ദതാരാവലി - ശ്രീകണ്ഠേശ്വരം പത്മനാഭപിള്ള
മലയാളം ഇംഗ്ലീഷ് നിഘണ്ടു - ഡോ. ഗുണ്ടർട്ട്

www.ingramcontent.com/pod-product-compliance
Lightning Source LLC
LaVergne TN
LVHW090400051026
849518LV00006B/2185
* 9 7 8 8 1 9 5 9 6 4 5 2 9 *